सावित्रीबाई फुले पुणे विद्यापीठ-तृतीय वर्ष वाणिज्य शाखेच्या (T. Y. B. Com.)
२०१५-१६च्या सुधारित अभ्यासक्रमानुसार लिहिलेले क्रमिक पुस्तक
तसेच महाराष्ट्रातील इतर सर्व विद्यापीठांना उपयुक्त.

भारतीय आणि जागतिक आर्थिक विकास

Indian and Global Economic Development

I0563272

डॉ. एस. व्ही. ढमढेरे
डॉ. संजय तुपे

डायमंड पब्लिकेशन्स

भारतीय आणि जागतिक आर्थिक विकास
डॉ. एस. व्ही. ढमढेरे, डॉ. संजय तुपे

Bharatiya ani Jagtik Arthik Vikas
Dr. S. V. Dhamdhere, Dr. Sanjay Tupe

प्रथम आवृत्ती : जून २०१५

ISBN : 978-81-8483-629-5

© डायमंड पब्लिकेशन्स

मुखपृष्ठ
शाम भालेकर

प्रकाशक
डायमंड पब्लिकेशन्स
२६४/३ शनिवार पेठ, ३०२ अनुग्रह अपार्टमेंट
ओंकारेश्वर मंदिराजवळ, पुणे–४११ ०३०
☎ ०२०-२४४५२३८७, २४४६६६४२
info@diamondbookspune.com

ऑनलाईन पुस्तक खरेदीसाठी भेट द्या
www.diamondbookspune.com

प्रमुख वितरक
डायमंड बुक डेपो
६६१ नारायण पेठ, अप्पा बळवंत चौक
पुणे–४११ ०३० ☎ ०२०-२४४८०६७७

मनोगत

विद्यापीठ अनुदान आयोगाच्या मार्गदर्शक तत्त्वानुसार सावित्रिबाई फुले पुणे विद्यापीठाच्या जून २०१५ पासून तृतीय वर्ष वाणिज्य या वर्गासाठी 'भारतीय आणि जागतीक आर्थिक विकास' पेपर लागू केला आहे. या पेपरसाठी नवीन अभ्यासक्रमानुसार हे पुस्तक लिहिले आहे. सदरील पुस्तक स्पर्धा परीक्षा, नेट-सेट परीक्षा, कला व वाणिज्य शाखेतील अभ्यासक्रम इ. साठी उपयुक्त पुस्तक आहे तसेच महाराष्ट्रातील सर्व विद्यापीठांनाही उपयुक्त ठरावे हा पुस्तक लिहिण्यामागील हेतू आहे.

पहिल्या भागात उदयोन्मुख भारतीय अर्थव्यवस्थेची वैशिष्ट्ये, विकसित अर्थव्यवस्थेबरोबर भारतीय अर्थव्यवस्थेची तुलना केली आहे. तसेच भारतातील शेतीचे महत्त्व, शेतीविकासातील अडथळे, शेतमाल विक्रीव्यवस्था, आधारभूत किंमत इ. तसेच औद्योगिक क्षेत्राची भूमिका स्पष्ट करून लघु, मध्यम व मोठ्या उद्योगांवर प्रकाश टाकला आहे. त्या बरोबर नवीन औद्योगिक धोरणांची चर्चा केली आहे आणि शेवटी भारतातील पायाभूत संरचनेवर प्रकाश टाकला आहे.

दुसऱ्या भागात मानवी संसाधनांची आर्थिक विकासातील भूमिका स्पष्ट करून, मानवी तसेच दरिद्र्याचे तसेच लिंगाधारित निर्देशांक स्पष्ट केले आहेत. त्यानंतर जागतिक, आर्थिक विकासात खाजगीकरण, जागतिकीकरण व उदारीकरणावर प्रकाश टाकला आहे व परकीय भांडवलाविषयी चर्चा केली आहे त्याच बरोबर परकीय व्यापार व व्यवहारतोलाबाबत विवेचन केले आहे आणि शेवटी प्रादेशिक व आंतरराष्ट्रीय आर्थिक सहकार्यात सार्क, नाणेनिधी, जागतिक बँक इ. संघटनांवर प्रकाश टाकला आहे. प्रकरणाच्या शेवटी सरावसाठी प्रश्न दिले आहेत. तसेच पारिभाषिक शब्द अवलोकनासाठी दिले आहेत. पुस्तक तयार करण्यासाठी ज्यांचे नेहमी प्रोत्साहन मिळते ते प्रकाशक दत्तात्रेय पाष्टे साहेब यांचे ऋण मानणे आमचे कर्तव्य आहे; सदर पुस्तक लिहिण्यासाठी डॉ. बी. डी. कुलकर्णी, शिक्षण प्रसारक मंडळ, पाबळचे अध्यक्ष व पुणे विद्यापीठाच्या अधिसभेचे सदस्य ॲड. नंदकुमार पिंगळे, प्राचार्य डॉ. एस. डी. घोडेकर, ग्रंथपाल योगेश डफळ तसेच सहकारी प्राध्यापक, आमच्या संस्थेचे सर्व संचालक मंडळ यांनी दिलेल्या प्रोत्साहनाबद्दल आभार तसेच आमच्या कुटुंबातील सर्वांनी सहकार्य केले त्याबद्दल त्यांचे मनःपूर्वक धन्यवाद.

डायमंड पब्लिकेशन्समधील सर्व सहकाऱ्यांनी केलेल्या सहकार्याबद्दल सर्वांचे मनःपूर्वक आभार.

डॉ. एस. व्ही. ढमढेरे
डॉ. संजय तुपे

डॉ. एस. व्ही. ढमढेरे

लेखक-परिचय

- एम. ए., एल. एल. बी., एम. फिल., पीएच. डी. (अर्थशास्त्र)
- एस. पी. जे. कला व वाणिज्य महाविद्यालय, पाबळ, जि. पुणे येथे अर्थशास्त्र विभाग प्रमुख म्हणून कार्यरत.
- विविध महाविद्यालयांत २६ वर्षे अध्यापनाचा अनुभव; इंडियन इन्स्टिटय़ूट ऑफ एज्युकेशनच्या महाराष्ट्र राज्यातील साधन केंद्राचे सहसंचालक.
- 'अर्थ' या त्रैमासिकाचे 'सहसंपादक'; प्रोग्रेसिव्ह रिसर्च संस्था, पुणे येथे सामाजिक-आर्थिक संशोधन प्रकल्पात संशोधन अधिकारी म्हणून काम. ९ संशोधन प्रकल्प पूर्ण केले.
- मराठी अर्थशास्त्र परिषद आणि इंडियन इकॉनॉमिक असोसिएशन्सचे आजीव सदस्य.
- पुणे विद्यापीठाच्या अर्थशास्त्र विभागाचे संस्थापक सदस्य.
- विविध चर्चासत्रे व कार्यशाळांतून सहभाग, शोधनिबंध वाचन; पुणे विद्यापीठाच्या बहिःशाला शिक्षण मंडळाचे प्रमुख कार्यवाह; विद्यार्थी कल्याण मंडळाचे प्रमुख कार्यवाह; 'कमवा व शिका' या योजनेचे प्रमुख कार्यवाह. महाविद्यालय परिसर विकास विभागाचे प्रमुख.
- अर्थशास्त्रविषयक अनेक पुस्तकांचे लेखन. राष्ट्रीय, आंतरराष्ट्रीय, राज्य तसेच स्थानिक पातळीवर अनेक शोधनिबंध प्रसिद्ध.
- पीएच.डी. साठी मार्गदर्शक.
- पदव्युत्तर विभागाचे समन्वयक.
- महाविद्यालयीन परीक्षा विभागाचे अधिकारी.

डॉ. संजय निवृत्ती तुपे

लेखक-परिचय

- पोस्ट डॉक्टरेट फेलो, पीएच. डी. (आय.आय.टी.बी.), एम. फिल; एम.ए. (इकॉनॉमिक्स), एलएल.बी., पी.जी.डी.सी.एम.एम.
- विभाग प्रमुख, बँकिंग आणि वित्त, बी.वाय.के. वाणिज्य महाविद्यालय, नाशिक-५
- गेल्या २७ वर्षांपासून पदवी व पदव्युत्तर वर्गांना (बी.कॉम., एम.ए., एम.बी.ए., एम.पी.एम., एम.फिल., पीएच.डी. कोर्स वर्क) शिकविण्याचा अनुभव.
- एम. फिल., पीएच. डी. मार्गदर्शक व तज्ज्ञ परीक्षक.
- संशोधनपर निबंध वाचण्यासाठी जर्मनी व हॉलंड येथे दोनदा निमंत्रित.
- सिंगापूर येथून प्रसिद्ध होणारे इंटरनॅशनल जनरल इन फायनान्स, इकॉनॉमिक्स अॅन्ड इंटरनॅशनल ट्रेड व अमेरिकेतील एनर्जी इकॉनॉमिक्ससाठी तज्ज्ञ परीक्षक म्हणून काम करीत आहे.
- दैनिक लोकसत्ता, सकाळ, गावकरी, देशदूतमध्ये अर्थसंकल्प अनुमान व चिकित्सा, प्रादेशिक समस्या, नाणेअर्थशास्त्र, आंतरराष्ट्रीय अर्थशास्त्र इत्यादी विषयांवर ३० पेक्षा जास्त लेख प्रसिद्ध झाले आहेत.

अनुक्रम

प्रकरण १

प्रास्ताविक

(Introduction)

१.१ **प्रास्ताविक** (Introduction)

१.२ **नवीन उदयास येणारी अर्थव्यवस्था म्हणून भारतीय अर्थव्यवस्थेची मूलभूत वैशिष्ट्ये** (Basic Characteristics of the Indian Economy as an Emerging Economy)

१.३ **भारतीय अर्थव्यवस्थेची विकसित अर्थव्यवस्थांबरोबर तुलना** (Comparison of the Indian Economy with Developed Economies)

अ) राष्ट्रीय उत्पन्न **ब) दरडोई उत्पन्न** **क) शेती**

ड) उद्योग **इ) सेवाक्षेत्र**

१.१ प्रास्ताविक (Introduction)

भारतीय अर्थव्यवस्थेचे स्थान मागील बावीस वर्षातील आर्थिक नियोजन आणि अर्थव्यवस्थेतील अनेकविध बदलांवरून स्पष्ट होते. आर्थिक बदलांबाबतच्या निर्देशांकावरून अल्पविकसित देशांच्या तुलनेत भारत वेगळा दिसतो. त्यामुळे भारतीय अर्थव्यवस्था विकसनशील म्हटली जाते. १९९१ च्या आर्थिक सुधारणांमुळे भारतीय अर्थव्यवस्था मिश्र अर्थव्यवस्थेकडून मुक्त अर्थव्यवस्थेकडे वाटचाल करताना दिसून येते. जागतिक बँकेच्या २०१४ च्या जागतिक विकास अहवालावरून २०१२ मध्ये स्थूल राष्ट्रीय उत्पन्नाच्या निरपेक्ष मूल्यानुसार भारताची अर्थव्यवस्था जगातील दहावी सर्वांत मोठी अर्थव्यवस्था ठरली आहे. तर क्रयशक्ती (PPP) समानतेच्या आधारावर भारतीय अर्थव्यवस्था तिसऱ्या क्रमांकावर आहे; त्या दृष्टीने नवीन उदयास येणारी भारतीय अर्थव्यवस्था म्हणून भारतीय अर्थव्यवस्थेची वैशिष्ट्ये महत्त्वाची ठरतात. सदर प्रकरणात नवीन उदयास येणाऱ्या भारतीय अर्थव्यवस्थेची मूलभूत वैशिष्ट्ये भारतीय अर्थव्यवस्थेची

विकसित देशांबरोबर लोकसंख्या, दरडोई उत्पन्न, शेती, उद्योग, सेवाक्षेत्र इ. ची तुलना केली आहे.

१.२ नवीन उदयास येणारी अर्थव्यवस्था म्हणून भारतीय अर्थव्यवस्थेची मूलभूत वैशिष्ट्ये (Basic Characteristics of the Indian Economy as an Emerging Economy)

सर्वसाधारणपणे भारतीय अर्थव्यवस्था अल्पविकसित दिसून येते. नवीन आर्थिक सुधारणा अमलात आणल्यानंतर भारताचा आर्थिक विकासाचा वेग वाढला असला; तरी अद्यापही अल्पविकसित आणि विकसित अर्थव्यवस्थेची वैशिष्ट्ये दिसून येतात. म्हणून भारतीय अर्थव्यवस्थेची तुलना इतर अल्पविकसित देशांशी होऊ शकत नाही व यामुळे भारतीय अर्थव्यवस्थेला नवीन उदयास येणारी अर्थव्यवस्था म्हणून संबोधले जाते.

नवीन उदयास येणारी अर्थव्यवस्था म्हणून भारतीय अर्थव्यवस्थेची मूलभूत वैशिष्ट्ये पुढीलप्रमाणे सांगता येतात -

१) द्विदल अर्थव्यवस्था : भारतीय अर्थव्यवस्था द्विदल स्वरुपाची दिसून येते. एका बाजूला अर्थव्यवस्थेत विकसिततेची लक्षणे दिसून येतात; तर दुसऱ्या बाजूला अल्पविकसिततेची लक्षणे दिसून येतात. एक भाग ग्रामीण तर दुसरा भाग शहरी दिसून येतो. शहरी भागात संघटित क्षेत्र आहे. शहरी भागात आधुनिक सोयीसुविधा आहेत. उदा. बसव्यवस्था, रेल्वे, चित्रपटगृहे, नाट्यगृहे, आधुनिक इमारती, संशोधन संस्था, शाळा, महाविद्यालये, विविध कंपन्या, बाजारव्यवस्था, प्रशासनव्यवस्था, दूर संचारसेवा इत्यादी; तर ग्रामीण असंघटित भाग मागासलेला आणि परंपरागत पद्धतीने असलेला दिसून येतो; तसेच एक भाग बाजारू अर्थव्यवस्थेचा तर दुसरा निर्वाहजन्य अर्थव्यवस्थेचा दिसून येतो. म्हणजे एका बाजूला चैनीच्या वस्तू निर्माण करणारे उद्योग; अर्थात नफा मिळवणारे उद्योग तर दुसऱ्या बाजूला जीवनावश्यक वस्तू निर्माण करणारे उद्योग दिसून येतात.

द्विदल अर्थव्यवस्था सर्व क्षेत्रांत दिसून येते; कृषी क्षेत्रात काही ठिकाणी आधुनिक पद्धतीने शेती केली जाते; व्यावसायिक पद्धतीने शेती केली जाते तर दुसऱ्या बाजूला फार मोठा भाग परंपरागत पद्धतीने शेती करताना दिसून येतो; म्हणजेच निर्वाह पद्धतीने शेती केली जाते. संपूर्ण असंघटित क्षेत्र ग्रामीण भागात आहे आणि संघटित क्षेत्र शहरीभागात आहे असे समजण्याचे कारण नाही.

भारतीय अर्थव्यवस्थेत भांडवलप्रधान उत्पादनतंत्राचा वापर करून अत्याधुनिक वस्तूंचे उत्पादन करणारी अशी आधुनिक लहान बेटे निर्माण झालेली आहेत; तर दुसऱ्या

बाजूस श्रमप्रधान उत्पादन तंत्राचा वापर हातमाग, सुतार, लोहार, ग्रामोद्योग, लघुउद्योग इत्यादीत होताना दिसून येतो.

२) कृषी क्षेत्राचे वर्चस्व आणि स्थित्यंतरे : भारत हा कृषिप्रधान देश आहे. १९५० - ५१ मध्ये शेतीचा राष्ट्रीय उत्पन्नातील हिस्सा ५८.७% होता तो २०१३ - १४ मध्ये १३.९% पर्यंत कमी झाला. तर १९५१ मध्ये सुमारे ७०% लोक कृषी आणि संलग्न क्षेत्रांत काम करत होते; तर २०११ - १२ मध्ये कामगार लोकसंख्येपैकी ५२.७% लोक प्राथमिक क्षेत्रांत गुंतलेले होते. आज हे प्रमाण कमी झाले असले तरी ते बरेच उच्च आहे. लोकसंख्येचा मोठा वाटा कृषी व संलग्न क्षेत्रांत गुंतलेला असणे आणि कृषी क्षेत्राचे जी.डी.पी.तील प्रमाण कमी असणे हे विकसनशीलतेचे लक्षण मानले जाते.

भारतीय कृषी क्षेत्राचे स्थित्यंतर हे पारंपरिक पद्धती ऐवजी व्यावसायिक अथवा बाजारू पद्धतीने शेती अशा स्वरुपाचे आहे. पारंपरिक पद्धतीने शेती करण्याऐवजी आधुनिक तंत्रज्ञानाच्या आधारे शेती केली जात आहे. बाह्य सेवेऐवजी अंतर्गत सेवा; तसेच एका पिकाऐवजी अनेक पिके घेतली जाऊ लागली आहेत. शेती कसणाऱ्या अनेक पद्धतीतून विशिष्ट पद्धतीने शेती करण्याची पद्धत दिसून येत आहे. कामाच्या स्वरूपात आमूलाग्र बदल झालेले आहेत; त्यातील काही बदल म्हणजे हरितक्रांती (पिकांबाबत), श्वेतक्रांती (दूध व दुधाचे पदार्थ), नीलक्रांती (मत्स्य व्यवसाय व त्याची उत्पादने) तसेच तेलबिया, अंडी, पोल्ट्री उत्पादने, फलोत्पादने, जैविक उत्पादने इ. च्या परिणामांमुळे उत्पादनात वाढ झाली आहे. पारंपरिक पद्धतीने पिकांना पाणी देण्याऐवजी आधुनिक पद्धतीने ठिबक सिंचन, तुषारसिंचन पद्धतीचा वापर वाढत आहे. तसेच शेततळी यासारखे माध्यम वापरून पिकांना संरक्षित पाणी देण्याची पद्धत सुरू झाली. विविध बंधाऱ्यांद्वारे पाणी अडविले जाते व पिकांना उपलब्ध करून दिले जाते; त्यामुळे उत्पादनात वाढ झाली; तसेच दुधाचे उत्पादन कमी खर्चात होऊ लागले; केळी जगभर निर्यात केली जाऊ लागली. दुसरी बाब म्हणजे फळे, भाजीपाला, उसाचे उत्पादन आणि डाळीचे उत्पादन इ. बाबत उत्पादनात वाढ झाली, ही एक बदलाची खूण मानली जाते. तसेच शासकीय धोरणांचासुद्धा मोठा फायदा होत आहे, जसे शेतीच्या अन्नधान्यांच्या किमती, बी-बियाणांना साहाय्य, रासायनिक खतांना दिली जाणारी सबसिडी इ. तसेच शेतीच्या उत्पादन वाढीसाठी आधुनिक तंत्रज्ञानाचा वापर वाढत आहे; तसेच आधुनिक संशोधनाचा उपयोग करण्यातून शेतीच्या उत्पादनात वाढ होण्यास मदत होत आहे.

३) लोकसंख्येत प्रचंड वाढ : भारताची वाढती लोकसंख्या हा अर्थव्यवस्थेवरील भार असून त्यामुळे अनेक समस्या निर्माण झाल्या आहेत.

भारतात आरोग्य सेवा-सुविधा वाढल्यामुळे मृत्यूदर कमी झाला. परंतु त्या मानाने जन्मदर अपेक्षेप्रमाणे कमी होत नाही. १९४१-५० या कालावधीत लोकसंख्या वाढीचा

दर १.३१ टक्के होता. परंतु १९९१ - २००१ या कालावधीत तो वाढून १.९३ टक्के झाला. सध्या लोकसंख्या वाढीचा वार्षिक सरासरी दर घटून तो १.६४ टक्के झाला. जलद लोकसंख्या वाढीचे मुख्य कारण म्हणजे मृत्यूदरात मोठ्या प्रमाणात घट झाली. २०११ या काळात मृत्यूदर दर हजारी ४९ एवढा होता. तो बराच घटून २००८ मध्ये ७.४ पर्यंत कमी झाला. या तुलनेत जन्मदर १९११ - २० या काळात ४९ एवढा होता, तो २०१० मध्ये २२.१ पर्यंत कमी झाला. जन्मदर घटला परंतु ही घट मृत्यूदराच्या मानाने खूपच कमी आहे; वाढत्या लोकसंख्येचा आर्थिक विकासावर भार पडतो; वाढत्या लोकसंख्येमुळे श्रमशक्तीत वाढ होत आहे. वाढत्या लोकसंख्येमुळे लोकांचे चांगले जीवनमान राखण्यात अडथळे निर्माण होतात. अन्न, वस्त्र, निवारा, औषधे, शिक्षण या बाबी अधिक प्रमाणात उपलब्ध करून द्याव्या लागतात. त्याचा अर्थव्यवस्थेवर ताण येतो.

१९५१ मध्ये भारताची लोकसंख्या ३६ कोटी होती. ती १९९१ मध्ये ८४.५ कोटी झाली. २०११ मध्ये ती १२१ कोटी झाली. त्यामुळे भारतीय अर्थव्यवस्थेसमोर अनेक समस्या निर्माण झाल्या आहेत.

४) कायमस्वरूपी बेरोजगारी आणि अल्प रोजगारीचे अस्तित्व : भारतीय अर्थव्यवस्थेत वाढत्या लोकसंख्येबरोबरच श्रमिकांचा पुरवठा मोठ्या प्रमाणात वाढत आहे. वाढत्या लोकसंख्येचा उच्च दर आणि द्वितीय आणि प्रादेशिक व्यवसायांची असमतोल वाढ या बाबी कायमस्वरूपी बेरोजगारी आणि अल्प रोजगारीस जबाबदार आहेत. भारतीय उद्योगांचा विकास अल्प प्रमाणात झाल्याने शहरी भागात उघड बेकारी आणि सुशिक्षितांची बेकारी दिसून येते. शेतीच्या बाबतीत छुपी बेकारी मोठ्या प्रमाणात दिसून येते; थोडक्यात, भारताच्या शहरी भागात उघड आणि सुशिक्षितांची बेकारी तर ग्रामीण भागात छुपी बेकारी आणि अल्प रोजगारीची समस्या दिसून येते.

भारतीय नियोजन मंडळाने केलेल्या सर्वेक्षणानुसार (NSS) बेरोजगारीचा दर १९९९ - ०० मध्ये ७.३२% होता; तो २००४-०५ मध्ये ८.३६% पर्यंत वाढला. सन २००४ - ०५ मध्ये श्रमिक लोकसंख्येपैकी ३४.७४ दशलक्ष लोकसंख्या बेकार होती. २००७ - १२ या काळात भारताच्या बेकारीत ३७ दशलक्ष एवढी भर पडणार होती. अकराव्या योजनेत ८२ दशलक्ष लोकांना रोजगार पुरवावा लागणार आहे. भारतात कायमस्वरूपी बेरोजगारी व अल्प रोजगारी अशी स्थिती असल्याने त्यासाठी नियोजन करून कृती आराखडा तयार करण्याची गरज आहे. विकसित देशात बेरोजगारी असते; परंतु ती मुख्यत्वे तात्पुरती, हंगामी व घर्षणी स्वरूपाची असते. तेजी-मंदीच्या चक्रामुळे तसेच परिणामकारक मागणीच्या अभावामुळे ती निर्माण होते. काही काळाने ती बेरोजगारी नाहीशी होते. परंतु भारतातील बेरोजगारी कायमस्वरूपी व दीर्घकाळ टिकणारी व वाढत जाणारी दिसून येते. बेकारीच्या काळात श्रमिकांची कार्यक्षमता वाया जाते; परंतु त्यांचा

उपभोग मात्र चालू राहतो, त्यामुळे अशी लोकसंख्या ओझे ठरते व म्हणून बेरोजगारांना रोजगार उपलब्ध करणे महत्त्वाचे ठरते.

५) भांडवलनिर्मिती दरात धिम्या गतीने सुधारणा : भारतात भांडवलनिर्मितीचा दर कमी आहे; कारण भारतात बचतीचा दर कमी असल्याने गुंतवणूक दर कमी असतो. विकसनशील देशात दरडोई भांडवलाची कमतरता दर्शविणारे महत्त्वाचे निर्देशक म्हणजे लोखंडाचा दरडोई वापर आणि ऊर्जेचा दरडोई उपभोग होय.

तक्ता १.१ : ऊर्जेचा उपभोग (२०११)

देश	ऊर्जेचा दरडोई उपभोग (तेलतुल्य किलोग्रॅम)
अमेरिका	७०६९
इंग्लंड	३०१२
जपान	३५८४
चीन	१८०६*
भारत	५७४

(Source - Indian Economy, Datta and Sundharam, 70th Edition P. 7 * 2010)

वरील तक्त्यावरून असे दिसून येते की, भारतात ऊर्जेचा दरडोई उपभोग ५७४ किलोग्रॅम म्हणजे विकसित देशाच्या मानाने खूपच कमी आहे.

पुढील तक्त्यावरून असे दिसून येते की, भांडवलनिर्मितीचा दरही कमी आहे.

तक्ता १.२ : स्थूल भांडवलनिर्मिती आणि बचत (टक्के)

देश	स्थूल भांडवलनिर्मिती		स्थूल देशांतर्गत बचत	
	१९९०	२०१२	१९९०	२०१२
१) अमेरिका	१८	१४.९*	१६	११.१*
२) इंग्लंड	२०	१४.५	१८	१२.१
३) जपान	३३	१९.९*	३४	१९.०*
४) जर्मनी	२४	१७.२	२४	२२.९
५) चीन	३५	४८.४*	३८	५२.५*
६) भारत	२४	३५.६	२३	२७.९

(Source - Indian Economy, Datta and Sundharam, 70th Edition p. 7 * 2011)

भारताची २०१२ ची स्थूल देशांतर्गत बचत २७.९ टक्के आहे, तर स्थूल भांडवलनिर्मिती ३५.६ टक्के आहे. ही विकासासाठी चांगली बाब आहे. विकसित देशांची तुलना करता भारतातील स्थूल भांडवलनिर्मिती अधिक आहे. प्रा. कोलिन क्लार्क यांच्या मते, देशातील लोकांचे राहणीमान टिकवून ठेवण्यासाठी चार टक्के अतिरिक्त गुंतवणूक झाली पाहिजे (लोकसंख्या वाढीचा वार्षिक दर एक टक्का असेल तर) भारतातील लोकांचे राहणीमान टिकवून ठेवण्यासाठी भांडवलनिर्मितीचा दर १४% असला पाहिजे. आर्थिक विकासाचा दर वाढविण्यासाठी भांडवलनिर्मितीचा दरसुद्धा वाढणे आवश्यक आहे.

६) विज्ञान व तंत्रज्ञानात वाढ : अमेरिकेतील 'विज्ञान' या मासिकात असे म्हटले आहे की, जगातील पहिल्या पंधरा देशांमध्ये भारताचा आठवा क्रमांक लागतो; त्यामध्ये जगातील एकूण प्रकाशित होणाऱ्या विज्ञान, अभियांत्रिकी आणि औषधे इ. संशोधनासंदर्भात सहभाग आहे. आता उच्च प्रतीच्या प्रशिक्षित वैज्ञानिकांमध्ये अमेरिकेनंतर भारताचा नंबर लागतो.

भारतात १३०० पेक्षा जास्त संशोधन संस्थांमधून संशोधनाचे काम चालू असून ते विस्तृत क्षेत्रांत विखुरलेले दिसून येते. जसे अणुऊर्जा, अवकाश, संरक्षण, विमानविद्या, कृषी, वन, आरोग्य, इलेक्ट्रॉनिक्स, जैवतंत्र इ.

संशोधनात भारताचा मुख्यत: विशिष्ट क्षेत्रात महत्त्वाचा सहभाग दिसून येतो जसे महासंगणक, सॉफ्टवेअर उद्योग इ. भारतातील संशोधन समाधानकारक असले तरी, अजूनही द्वंद्वात्मक तांत्रिकपणा दिसून येतो.

भारतीय शेतीत दर एकरी अल्प उत्पादकता तसेच शेती व उद्योग क्षेत्रांत प्रतिश्रमिक अल्प उत्पादकता दिसून येते; कारण तंत्रज्ञानाची निम्नस्तरीय पातळी होय. जुने उत्पादनतंत्र वापरल्यामुळे गुणवत्ता कमी दिसून येते; स्पर्धेच्या या युगात तांत्रिक स्तर कमी असल्यामुळे त्याचा प्रतिकूल परिणाम आर्थिक विकासावर होतो. नवीन आर्थिक सुधारणा काळात भारतात अनेक व्यवसाय संस्था व उद्योगांनी नवीन तंत्रज्ञानाचा स्वीकार केल्याचे दिसून येते.

७) संपत्तीचे सदोष विभाजन : भारतात उत्पन्नाची आणि संपत्तीची विषम वाटणी झालेली दिसून येते. जागतिक बँकेच्या २००० - ०१ च्या अहवालावरून वरच्या स्तरातील २०% कुटुंबाचे उत्पन्न एकूण राष्ट्रीय उत्पन्नाच्या ४६.१% आहे; तर खालच्या २०% लोकांचे उत्पन्न एकूण राष्ट्रीय उत्पन्नाच्या फक्त ११.६% होते; यावरून उत्पन्नातील विभागणी असमतोल असल्याचे दिसून येते.

राष्ट्रीय नमुना पाहणीनुसार अलीकडील माहितीनुसार भारतीय ग्रामीण कुटुंबांपैकी ३९% कुटुंबे देशातील एकूण ग्रामीण मालमत्तेपैकी फक्त ५%मालमत्तेचे मालक आहेत;

तर त्यांच्यापैकी ८% उच्च कुटुंबीयांच्या मालकीची ४६% मालमत्ता आहे. यावरून ग्रामीण संपत्ती वाटपातील विषमता दिसून येते. २०११ नुसार भारताचा गिनी गुणांक २००० - ११ या कालावधीसाठी ३६.८ एवढा होता. गिनी गुणांक जेवढा अधिक तेवढी विषमता अधिक असते. उत्पन्नाच्या विषमतेचे प्रमाण मोजण्यासाठी लॉरेंझ वक्र व त्यावरून काढलेला गिनी गुणांक यांचा वापर केला जातो.

८) मानवी भांडवलाचा कमी दर्जा : भारताच्या वाढत्या लोकसंख्येमुळे मानवी श्रम मोठ्या प्रमाणात उपलब्ध आहे. शिक्षण व तांत्रिक शिक्षणाच्या सुविधांच्या अभावी मानवी भांडवलाचा दर्जा कमी राहिला आहे. २०११ च्या जनगणनेनुसार अजूनही २५.९६% लोक निरक्षर आहेत. त्यामुळे रूढी, परंपरा, अंधश्रद्धा यांचा पगडा असल्याने ते नवीन तंत्रज्ञान स्वीकारण्यास तयार होत नाहीत. २००२ - ०४ मध्ये स्थूल राष्ट्रीय उत्पन्नाच्या फक्त ३.३% उत्पन्न शिक्षण आणि संशोधनाच्या विकासावर खर्च केले होते; तर अमेरिकेत स्थूल राष्ट्रीय उत्पन्नाच्या ५.९% उत्पन्न शिक्षण व संशोधन यावर खर्च केले होते. २००७ मध्ये स्थूल राष्ट्रीय उत्पन्नाच्या फक्त १.१% उत्पन्न आरोग्यावर खर्च केले होते; त्यामुळे मानवी भांडवलाचा दर्जा कमी दिसून येतो.

मानवी संसाधन हे साक्षरता, अंगीकृत कौशल्ये, आरोग्य, स्वच्छता, आयुर्मान इत्यादींवर आधारित असते. परंतु या सर्व बाबतीत भारतात अपेक्षेप्रमाणे विकास न झाल्याने मानवी संसाधनाचा दर्जा निकृष्ट प्रतीचा आहे. सध्या मानवी निर्देशांक काढताना -

अ) आरोग्याचा स्तर मोजला जातो त्यामध्ये जन्माच्या वेळचे आयुर्मान हा निर्देशक वापरला जातो.

ब) शिक्षण स्तर मोजण्यासाठी या वर्षांपेक्षा अधिक वयाच्या व्यक्तींचे शिक्षण आणि १८ वर्षांपेक्षा कमी वयाच्या मुलांचे शिक्षण लक्षात घेतले जाते.

क) जीवनमानाचा दर्जा मोजण्यासाठी दरडोई स्थूल राष्ट्रीय उत्पन्न हा निर्देशक वापरला जातो. २०१३ च्या मानवी विकास अहवालावरून भारताचा मानवी विकास निर्देशांकात १३५ वा क्रमांक आहे; तर चीनचा ९१ वा क्रमांक आहे. भारताची गणना मध्यम मानवी विकास गटात करण्यात आली आहे. भारताचा मानवी विकास निर्देशांक ०.५८६ आहे.

९) मूलभूत वाढ : भारतीय अर्थव्यवस्थेतील वार्षिक वाढीचा दर गेल्या पाच दशकांपासून चार टक्के टिकून आहे. अर्थव्यवस्थेतील अनेकविध समस्यांमुळे आर्थिक विकासाचा वेग घटला आहे; तसेच लोकसंख्या वाढीचा दर जास्त आहे. भारतीय अर्थव्यवस्था भविष्यात विकास करेल अशी शक्यता निर्माण झाली आहे.

१०) आत्मनिर्भरता आणि कमी अवलंबित्व : भारत हा आंतरराष्ट्रीय परिस्थितीवर नियंत्रण करण्यात यशस्वी ठरला आहे. भारतातील अंतर्गत घडामोडी आणि राजकीय धोरणांमुळे ते शक्य झाले. भारतीय आर्थिक नियोजनामुळे स्वतःची धोरणे यशस्वी करता आली. विकासासाठी मुख्यतः औद्योगिकरण, उद्योगनिहाय विभाग, औद्योगिकरणाचे विशेषीकरण इ. मुळे भारत आत्मनिर्भर बनला. १९७० च्या मध्यास झालेली 'हरितक्रांती' अन्नधान्याच्या बाबतीत बरीचशी यशस्वी ठरली. भारतात बदलाच्या खुणा दिसून येऊ लागल्या आहेत. दक्षिण भागात विकसित अर्थव्यवस्था दिसू लागली आहे.

११) औद्योगिक प्रगती : भारत हा औद्योगिकदृष्ट्या प्रगत देश आहे. मागील पाच दशकात भारताचे औद्योगिक उत्पादन पाच पट वाढले; भारताचा समावेश जगातील महत्त्वाच्या दहा देशांत होतो.

विदेशातील आयात देशातील वस्तुनिर्मितीमुळे कमी होत आहे आणि अभियांत्रिकी वस्तूंच्या निर्यातीचा वाटा वाढत आहे. सॉफ्टवेअर क्षेत्रातील निर्यात मोठ्या प्रमाणात होत आहे. तांत्रिक व व्यवस्थापकीय कौशल्यामुळे अत्याधुनिक उद्योगाचा विकास झाला आहे आणि म्हणून मोठ्या प्रमाणात औद्योगिक संस्कृती भारतात विकसित झाली आहे.

१२) विदेशी व्यापाराचे बदलते स्वरूप : भारताच्या परकीय व्यापारात बदलत्या संरचनेच्या भूमिकांचे स्थान महत्त्वाचे आहे. विदेशातून अन्नधान्याची आयात व उपभोग्य वस्तूंची आयात कमी झाली आहे. भारतीय अर्थव्यवस्थेतील निर्यातीच्या रचनेत वस्तुतील परंपरावादीपणा कमी होऊन नावीन्यपूर्ण बदल झाला; त्यामुळे जास्तीत जास्त आंतरराष्ट्रीय व्यापारात भारताचा सहभाग वाढला आहे. विदेशी व्यापाराचा विचार करता जागतिक वस्तू व सेवा व्यापारात भारताचा हिस्सा २००३ मध्ये ०.९२% होता; तो २००८ मध्ये १.६४% पर्यंत वाढला. भारताच्या जागतिक वस्तू निर्यातीत हिस्सा २०१३ मध्ये १.७% एवढा होता. भारत हा १९ वा सर्वांत मोठा वस्तू निर्यातक देश होता; तर जागतिक वस्तू आयातीत भारताचा हिस्सा २०१३ मध्ये २.५% होता. भारत हा १२ वा सर्वांत मोठा आयातक देश होता.

१३) इतर सुविधांचा विकास : भारताने विविध क्षेत्रांत महत्त्वपूर्ण प्रगती केली आहे. ती क्षेत्रे म्हणजे वाहतूक व दळणवळण, बँकिंग आणि पतपुरवठा, विमा, भांडवल बाजार, आरोग्य, शिक्षण, मुख्यतः तांत्रिक आणि व्यवस्थापकीय शिक्षण; तसेच श्रमिकांच्या अंतर्गत क्षमतेत वाढ व मोठ्या प्रमाणात शिस्त निर्माण झाली.

श्रमिकांच्या कौशल्यात वाढ झाल्याने 'श्रमिक' हे उत्पादनाच्या साधनातील बदलामुळे 'सॉफ्टवेअर तज्ज्ञ' म्हणून काम करू लागले आहेत.

१४) सामाजिक आणि आर्थिक मूल्यरचनेतील प्रतिकूलता : भारतीय समाजात सामाजिक विषमता आणि सांस्कृतिक विविधता दिसून येते; तसेच भारतीय समाजात व्यक्ती, कुटुंब किंवा वर्ग हा स्वतंत्र घटक दिसून येतो. त्याला सामाजिक संघटनांमध्ये महत्त्वाचे स्थान असते. बाह्य गतिक्षमता अतिशय कमी प्रमाणात दिसून येते. लोकांचे शिक्षण झाले तरी त्यांच्यामध्ये विशिष्ट ध्येयाचा अभाव दिसतो. समाज हा वयोगट, जात, पंथ, वर्ग इ. मध्ये विभागलेला दिसून येतो. प्रत्येकाची स्वतंत्र रचना दिसून येते, ती आर्थिक विकासाला अडथळा ठरते.

भारतातील मूल्यरचना हीसुद्धा महत्त्वाची आहे. भारतातील मूल्यरचना आर्थिक प्रेरणा, वस्तुनिर्मिती, स्वतंत्र आणि सार्वत्रिकपणा अशा काही धैर्य खचणाऱ्या मूल्यरचना स्वीकारल्याचे दिसून येते. भारतातील सांस्कृतिक मूल्यपद्धतीसुद्धा आर्थिक प्रेरणेला प्रतिकूल दिसून येते. त्यामुळे लोक मागासलेले राहतात.

१५) राहणीमानाचा कमी दर्जा : भारतात २५% लोकसंख्या दारिद्र्यरेषेखाली जीवन जगत आहे. जागतिक विकास अहवालावरून भारतातील ४६% लहान मुलांचे कुपोषण होते; विकसित देशात ३४०० उष्मांकाचे सेवन दररोज केले जाते. भारतात १९९९ मध्ये हेच प्रमाण २४९६ इतके होते. निवास, आरोग्य, शिक्षण इ. बाबत विकसित देशांच्या तुलनेने भारतात उपलब्ध सेवा तोकड्या व निकृष्ट प्रतिच्या आहेत; या सर्वांचा परिणाम राहणीमानाचा दर्जा खालावण्यात होतो.

१६) कमी दरडोई उत्पन्न : दरडोई उत्पन्न हा आर्थिक विकासाचा एक निर्देशक मानला जातो. भारताचे राष्ट्रीय उत्पन्न वेगाने वाढत आहे. मात्र, देशाच्या लोकसंख्येत मोठी वाढ होत आहे त्यामुळे दरडोई उत्पन्न मंदगतीने वाढत आहे. भारताने आर्थिक नियोजनाचा अवलंब केल्यापासून भारताच्या दरडोई उत्पन्नात साडेतीन पटींपेक्षा अधिक वाढ झाली आहे. १९५०-५१ मध्ये भारताचे दरडोई उत्पन्न ११२७ रुपये होते. ते १९९८-९९ पर्यंत ३८९५ रुपयांपर्यंत वाढले.

विकसित देशांशी तुलना करता भारतातील दरडोई उत्पन्न कमी आहे. २०१२ मध्ये भारताचे दरडोई उत्पन्न १५३० डॉलर्स इतके होते. अमेरिकेचे याच वर्षातील उत्पन्न ५१२० डॉलर्स, जपानचे ४७८७० डॉलर्स, जर्मनीचे ४४०१० डॉलर्स, तर इंग्लंडचे ३८२५० डॉलर्स होते. कमी दरडोई उत्पन्नाचा परिणाम राहणीमानावर होतो. त्यामुळे अन्य विकसित देशांच्या तुलनेने भारताचे राहणीमान कमी दर्जाचे आहे.

१७) सदोष आर्थिक संघटन : भारतात बँका व वित्तीय संस्थांचा विकास ग्रामीण भागात फारसा झालेला नाही; त्यामुळे शेतकऱ्यांना शेतीचा आणि कौटुंबिक खर्च भागविण्यासाठी सावकाराकडून अधिक व्याजदराने कर्ज घ्यावे लागत आहे. औद्योगिक विकासासाठी भांडवल बाजार विकसित झाला पाहिजे. परंतु भांडवल बाजार विकसित

न झाल्यामुळे उद्योगांना भांडवल पुरवठा पुरेशा प्रमाणात होऊ शकत नाही. भारतातील निरक्षर, अल्पशिक्षित लोकसंख्या प्रचलित वित्तीय संस्थांपासून दूर राहतात. तसेच सहकारी वित्तपुरवठ्याचा अपेक्षित विकास झालेला नाही. भारतात प्रचलित आर्थिक संघटन पद्धतीत आमूलाग्र बदल घडवून आणण्याची आवश्यकता आहे. त्यासाठी कुशल व्यवस्थापकांची आवश्यकता आहे.

१८) नैसर्गिक आणि मानवी साधनसंपत्तीचा अपुरा वापर : भारतात नैसर्गिक साधनसंपत्ती उदा. खनिजसंपत्ती, जलसंपत्ती, वनसंपत्ती, नैसर्गिक वायू मोठ्या प्रमाणात आहे; तसेच, वाढत्या लोकसंख्येमुळे मानवी साधनसंपत्तीसुद्धा मोठ्या प्रमाणात उपलब्ध आहे. केवळ भांडवलाच्या टंचाईमुळे त्या साधनसंपत्तीचा पूर्णपणे वापर केला जात नाही. अकुशल प्रशासक आणि प्रामाणिक प्रशासनव्यवस्थेचा अभाव, यामुळे टंचाई असलेल्या भांडवलाचीसुद्धा मोठ्या प्रमाणात उधळपट्टी होताना दिसून येते.

अद्याप पडीक जमिनीचे मोठे प्रमाण आहे. जलसिंचन सुविधांची कमतरता आहे. देशात प्रचंड मनुष्यबळ आहे. परंतु त्याचा पुरेपूर वापर केला जात नाही. परिणामी भारतीय अर्थव्यवस्थेच्या विकासाचा दर कमी आहे.

१९) सामाजिक बदल : भारतीय राज्यघटनेत अस्पृश्यता मानणे कायद्याने गुन्हा आहे. असे नमूद केले आहे. आता अस्पृश्य किंवा दलित समाजातील लोकांमध्ये अधिकारात आणि प्रभावात जलद वाढ होत आहे. आणि भारतातील नियम व कायद्यांचा अल्पविकसित देशांतसुद्धा सहभाग वाढला आहे.

जागतिक विकासात उत्पादन व सेवेचा महत्त्वाचा प्रवाह भारताचा दिसून येतो. उपभोक्त्याच्या आवडीला तसेच हक्काला महत्त्व दिले जाते. तसेच संपूर्ण जगात भारतीय उत्पादनांना व सेवा क्षेत्राला बाजारपेठ निर्माण झाली आहे.

भारताने सामाजिक, आर्थिक आणि तांत्रिक क्षेत्रांत व संस्थात्मक रचनेत सुधारणा या गोष्टी संपादित केल्या, हे विकासाचे निर्देशक आहे. भारताने आर्थिक विकासात यश मिळविले आहे. भारतीय अर्थव्यवस्थेने स्वतःचे असे स्थान निर्माण केले आहे आणि म्हणून भारतीय अर्थव्यवस्था ही उदयन्मुख अर्थव्यवस्था म्हणून विकसित होत आहे.

१.३ भारतीय अर्थव्यवस्थेची विकसित अर्थव्यवस्थांबरोबर तुलना
(Comparison of the Indian Economy with Developed Economics)

आज जगातील काही देश प्रगत आहेत तर काही देश विकसनशील आहेत अशी विकासाची तफावत दिसून येते. याचे सर्वसाधारण कारण म्हणजे आर्थिक विकासाच्या वेगातील भिन्नता हे आहे. भारताने आर्थिक नियोजनाचा अवलंब करून आर्थिक विकास घडवून आणला आहे. भारताने आतापर्यंत अकरा पंचवार्षिक योजना आणि तीन वार्षिक योजना राबविल्या आहेत. सध्या बारावी पंचवार्षिक योजना चालू आहे. गेल्या ६७

वर्षांत भारतीय अर्थव्यवस्थेची जी प्रगती झाली ती समाधानकारक आहे का? हे समजण्यासाठी भारतीय अर्थव्यवस्थेची विकसित अर्थव्यवस्थांबरोबर तुलना करणे आवश्यक ठरते.

जागतिक बँक विकास अहवालामध्ये दरडोई उत्पन्नाच्या आधारावर जगातील देशांची विभागणी - १) अल्प उत्पन्न देश २) मध्यम उत्पन्न देश आणि ३) उच्च उत्पन्न देश अशा तीन गटांत केली आहे.

२०१४ च्या जागतिक विकास अहवालावरून २०१२ मध्ये ज्या देशाचे दरडोई उत्पन्न १०३५ डॉलरपेक्षा कमी आहे, त्यांचा समावेश अल्प उत्पन्न देशात केला आहे. तसेच ज्या देशाचे दरडोई उत्पन्न १०३६ डॉलर्स ते १२६१५ डॉलर्स पर्यंत आहे, त्यांचा समावेश मध्यम उत्पन्न देशात केला आहे; तर ज्या देशांचे दरडोई उत्पन्न १२६१६ डॉलर्सपेक्षा अधिक आहे, त्याचा समावेश उच्च उत्पन्न देशात करण्यात आला आहे.

२०१४ च्या जागतिक विकास अहवालावरून भारताची अर्थव्यवस्था जगातील १० वी सर्वांत मोठी अर्थव्यवस्था ठरली आहे. अमेरिका, इंग्लंड, जपान, जर्मनी, फ्रान्स, नॉर्वे इ. देश विकसित आहेत.

भारतीय अर्थव्यवस्थेची तुलना विकसित देशांबरोबर पुढील बाबतीत केलेली आहे.

अ) राष्ट्रीय उत्पन्न (National Income)

राष्ट्रीय उत्पन्नावरून देशाची आर्थिक स्थिती कळते. राष्ट्रीय उत्पन्नावरून देशातील लोकांचे राहणीमान कोणत्या दर्जाचे आहे हे समजते. आर्थिक विकासाचे साधन म्हणून राष्ट्रीय उत्पन्न महत्त्वाचे ठरते. तसेच राष्ट्रीय उत्पन्न व दरडोई उत्पन्नाच्या सांख्यिकीय माहितीवरून इतर देशांच्या राष्ट्रीय उत्पन्नाशी व दरडोई उत्पन्नाशी तुलना करता येते व आपला आर्थिक विकास कोठे आहे हे समजते. राष्ट्रीय उत्पन्न मोजताना कालावधी विचारात घेतला जातो. साधारणतः एक वर्षाचा कालखंड विचारात घेतला जातो. भारतात १ एप्रिल ते ३१ मार्च हे वार्षिक वर्ष मानले जाते. या कालावधीत देशातील उत्पादन घटकांच्या साहाय्याने ज्या वस्तू व सेवांचे उत्पादन केले जाते. त्यांचे पैशात मोजमाप केल्यास राष्ट्रीय उत्पन्न प्राप्त होते.

तक्ता १.४ राष्ट्रीय उत्पन्नासंदर्भात भारताची विकसित देशांशी तुलना २००१ (डॉलर)

देश	राष्ट्रीय उत्पन्न
अमेरिका	९.७८ ट्रिलियन
इंग्लड	१.४८ ट्रिलियन
जपान	४.५२ ट्रिलियन
भारत	४७७ बिलियन

वरील तक्त्यावरून भारताचे राष्ट्रीय उत्पन्न कमी असल्याचे दिसून येते.

तक्ता १.४ : राष्ट्रीय उत्पन्न

वर्ष	एकूण / स्थूल राष्ट्रीय उत्पन्न (कोटी)	
	चालू किमतीनुसार २००४ च्या किमतीनुसार	स्थिर किमतीनुसार २००४ च्या किमतीनुसार
१९५०-५१	१०३६०	२९२९९६
१९८१-८२	१७५८४५	९१७२७२
१९९१-९२	६६३७९८	१४८५७०७
२००१-०२	२३३५७७७	२६६१८१९
२००१-१२	८९३२८९२	५५८६६८६
२०१४-१५	१२४९८६६२	१०५२७९३६

(Source : Economic Survey 2014-15)

(टीप : २०१४-१५ चे उत्पन्न २०११-१२ च्या किंमतीनुसार)

भारताच्या पहिल्या पंचवार्षिक योजनेत चालू किंमतीनुसार वार्षिक वाढीचा दर २% होता. तो अकराव्या योजनेत (२००७-१२) या काळात १६% पर्यंत वाढला. २०१३-१४ मध्ये १३.५% वार्षिक वाढीचा दर होता. भारताचे राष्ट्रीय उत्पन्न मोठ्या प्रमाणात वाढले आहे. परंतु विकसित देशांशी तुलाना करता ते खुपच कमी आहे. अमेरिकेचे ९.७८ ट्रिलियन डॉलर्स तर भारताचे फक्त ४७७ बिलियन डॉलर्स एवढे कमी आहे.

दरडोई उत्पन्न (Per - Capita Income)

देशातील स्थूल राष्ट्रीय उत्पन्नाला लोकसंख्येने भागले असता दरडोई उत्पन्न मिळते. दरडोई राष्ट्रीय उत्पन्नाचा निकष आर्थिक विकासाचा निकष मानला जातो. लोकसंख्या अधिक असल्यास स्वाभाविकच राष्ट्रीय उत्पन्न जास्तीच्या लोकसंख्येवर विभागले जाते व दरडोई उत्पन्न कमी होते; विकसित देशांशी तुलना करता भारताचे दरडोई उत्पन्न कमी आहे. २०१२ या वर्षी भारताचे दरडोई उत्पन्न १५३० डॉलर्स इतके होते; त्यामुळे भारताचा मध्यम उत्पन्न अथवा विकसनशील देशांच्या गटात समावेश होतो; भारत आणि विकसित देशांचे दरडोई राष्ट्रीय उत्पन्न पुढील तक्त्यात दर्शविलेले आहे.

तक्ता १.५ : भारत आणि विकसित देशांचे दरडोई राष्ट्रीय उत्पन्न २०१२ (डॉलर)

देश	विनिमय दरावर आधारित	खरेदीशक्ती समताधिष्ठित बाजार किमतीनुसार
भारत	१५३०	३८४०
स्वित्झर्लंड	८२७३०	५६२४०
अमेरिका	५०१२०	५०६१०
जपान	४७८७०	३६२९९
जर्मनी	४४०१०	४१८९०
इंग्लंड	३८२५०	३६८८०
चीन	५७४०	९२१०

(Source : Indian Economy, Datta and Mahajan, 70th Edition P.5)

१९९० - २०१० या काळात भारतीय अर्थव्यवस्थेच्या विकासाचा वेग विकसित देशांपेक्षा अधिक होता. परंतु विकसित देशांचे दरडोई उत्पन्न आणि भारताचे दरडोई उत्पन्न यात खूप मोठी तफावत आहे; हे वरील तक्त्यावरून दिसून येते.

२०१० मध्ये विनिमय दरानुसार अमेरिकेचे दरडोई राष्ट्रीय उत्पन्न भारताच्या दरडोई राष्ट्रीय उत्पन्नाच्या ३२.८ पट होते. मात्र, खरेदीशक्ती क्षमतेनुसार ते फक्त १३.२ पट आहे. अमेरिका आणि भारत यातील दरडोई उत्पन्नातील तफावत जरी कमी होत असली तरी अमेरिकेतील लोकांचे राहणीमान खूप उच्च दर्जाचे आहे.

शेती (Agriculture)

भारतीय अर्थव्यवस्थेत शेतीला महत्त्वाचे स्थान आहे. विकसनशील अर्थव्यवस्थेत शेतीला महत्त्वाचे स्थान असते. अर्थव्यवस्थेचा जसजसा विकास होत जातो तसतसे अर्थव्यवस्थेतील शेती क्षेत्राचे महत्त्व कमी होत जाऊन उद्योग आणि सेवा क्षेत्राचे महत्त्व वाढत जाते. भारताचा आर्थिक विकास होत असला तरी सध्या भारताच्या शेतीतील रोजगाराचे प्रमाण ५१.१% आहे आणि एकूण देशांतर्गत उत्पादनांपैकी १७.२% उत्पादन शेती क्षेत्रातून मिळत आहे. अनेक विकसित देशांत शेती क्षेत्रातील रोजगाराचे प्रमाण आणि स्थूल देशांतर्गत उत्पादनातील शेतीचा वाटा कमी आहे. हे पुढील तक्त्यावरून स्पष्ट होते.

तक्ता १.६ : शेतीसंदर्भात भारताची विकसित देशांशी तुलना - २०११

देश	शेतीतील रोजगाराचे प्रमाण	स्थूल देशांतर्गत उत्पादनातील प्रमाण
भारत	५१.१	१७.२
इंग्लंड	१.२	०.७*
अमेरिका	१.६	१.२*
जपान	३.७	१.१*
चीन	३६.७	१०.००

(Source : Indian Economy - Datta and Mahajan 70th Edition P.6) *2010

भारतीय शेतीचा फारसा विकास झालेला दिसून येत नाही. भारतीय शेतीची उत्पादकतासुद्धा खूपच कमी आहे. भारताप्रमाणेच विकसनशील देशांत शेतीवर अवलंबून असणाऱ्या लोकांचे प्रमाण अधिक आहे. उदा. इजिप्त - ५९ टक्के, चीन - ३६.७%.

उद्योग (Industry)

भारताचा समावेश जगातील महत्त्वाच्या दहा देशांत होतो. विदेशातील आयात देशातील वस्तूनिर्मितीमुळे कमी होत आहे. अभियांत्रिकी वस्तूंच्या निर्यातीचा वाटा वाढत आहे. तांत्रिक व व्यवस्थापकीय कौशल्यामुळे अत्याधुनिक उद्योगाचा विकास झाला आहे.

तक्ता १.७ : उद्योगांच्या संदर्भात भारताची विकसित देशांशी तुलना

देश	देशांतर्गत उत्पादनातील शेकडा प्रमाण (२०११)
भारत	२६.४
इंग्लंड	२१.६*
अमेरिका	२०.०*
जपान	२७.४*
चीन	४६.६

(* - २०१० ची आकडेवारी)

विकसित देशांत स्थूल राष्ट्रीय उत्पादनात उद्योग क्षेत्राचा हिस्सा कृषी क्षेत्रापेक्षा जास्त असतो. अमेरिकेत २०%, इंग्लंडमध्ये २१.६%, जपानमध्ये २७.४% इतका आहे; तर भारताचा २६.४% आहे. या देशांमध्ये अत्याधुनिक तंत्रज्ञान, कुशल

मनुष्यबळ साधनसामग्रीचा जास्तीत जास्त वापर, उत्कृष्ट संशोधन व प्रशिक्षण यामुळे औद्योगिक उत्पादनाचा दर्जा उच्च असतो. उत्पादनक्षमता जास्त असते; त्यामुळे उत्पादन खर्चही कमी असतो. स्पर्धात्मकता जास्त असते. असे असूनही २००७-०८ पासून जागतिक मंदीचा अनिष्ट परिणाम सर्व विकसित अर्थव्यवस्थांना बसलेला असला; तरी या अर्थव्यवस्था मंदीच्या परिस्थितीतून हळूहळू सावरत आहेत. तुलनेने भारताला जागतिक मंदीची काही प्रमाणात झळ बसली असली तरी भारताचा स्थूल राष्ट्रीय उत्पादनाचा दर २००८-०९ मध्ये ६.५% तर २०११-१२ मध्ये ६.६% इतका राहिला.

सेवा क्षेत्र (Service Sector)

मूलभूत सेवांमध्ये वाहतूक, दळणवळण, वीजनिर्मिती, माहिती तंत्रज्ञान, मूलभूत उद्योग, बँका, विमा, शिक्षण, आरोग्य इ. चा समावेश होतो. या सेवांच्या विकासामुळे आर्थिक विकासासाठी भक्कम पाया निर्माण होतो. वीजनिर्मितीसाठी लागणारी यंत्रसामग्री आणि विजेची उपकरणे, वेगवान स्वयंचलित वाहने, अत्याधुनिक यंत्रसामग्री, इलेक्ट्रॉनिक यंत्रे इ. देशातच उपलब्ध होणे औद्योगिकीकरणामुळे शक्य होते. सेवा क्षेत्राच्या विकासामुळे बँका, विद्युत महामंडळे, बहुराष्ट्रीय वीज उत्पादक कंपन्या, स्वयंचलित वाहनांचे उत्पादन करणारे कारखाने इ. ची संख्या आणि आकारमान वाढून या क्षेत्रातही रोजगारात वाढ होते.

तक्ता १.८ : भारत व विविध देशांतील सेवा क्षेत्र २०१३

देश	स्थूल राष्ट्रीय उत्पादनात वाटा (%)
भारत	५७
इंग्लंड	७९.२
अमेरिका	७८.६
जपान	७२.४
चीन	४६.१

(संदर्भ - आर्थिक सर्वेक्षण २०१४-१५, पा. १०७)

वरील तक्त्यावरून असे दिसून येते की, विकसित देशांचा स्थूल राष्ट्रीय उत्पन्नात सेवा क्षेत्राचा वाटा सर्वाधिक आहे; जसे इंग्लंडचा ७९.२%, अमेरिकेचा ७८.६%, जपानचा ७२.४%, तर भारताचा ५७% आहे. भविष्यकाळात सेवा क्षेत्राचा विस्तार होत राहील असा अंदाज व्यक्त केला जातो; उद्योग व सेवा क्षेत्राचा सातत्याने विस्तार हे विकसनशील अर्थव्यवस्थेचे महत्त्वाचे लक्षण मानले जाते. माहिती व तंत्रज्ञान सेवा, बी. पी. ओ., सॉफ्टवेअर, हार्डवेअर, अभियांत्रिकी संशोधन व विकास इ. चा तसेच बँका,

विमा, आउट सोर्सिंग सेवा इ. चा विकास भविष्यकाळात अपेक्षित आहे; त्यामुळे स्थूल राष्ट्रीय उत्पादनात सेवा क्षेत्राचा हिस्सा वाढत राहील.

अशा प्रकारे भारतीय अर्थव्यवस्थेची विकसित अर्थव्यवस्थेबरोबर तुलना केली असता, भारतीय अर्थव्यवस्थेला अद्यापही खूप मोठी प्रगती करावयाची आहे, हे यावरून दिसून येते.

सराव प्रश्न :

१. खालील प्रश्नांची २० शब्दांत उत्तरे लिहा.

अ) द्विदल अर्थव्यवस्था म्हणजे काय?

ब) दरडोई उत्पन्न म्हणजे काय?

क) लोकसंख्येची घनता म्हणजे काय?

ड) भारताच्या सेवा क्षेत्राबाबत थोडक्यात माहिती सांगा.

२. खालील प्रश्नांची प्रत्येकी ५० शब्दांत उत्तरे लिहा.

अ) मानवी भांडवलाच्या दर्जाबाबत स्पष्टीकरण करा.

ब) भारताच्या दरडोई उत्पन्नाबाबत विकसित देशांशी तुलना करा.

क) भारताच्या उद्योगाबाबत विकसित देशांशी तुलना करा.

३. खालील प्रश्नांची प्रत्येकी १५० शब्दांत उत्तरे लिहा.

अ) नवीन उदयास येणारी भारतीय अर्थव्यवस्था याविषयी विवेचन करा.

ब) भारतीय अर्थव्यवस्थेची विकसित देशाबरोबर तुलना करा - दरडोई उत्पन्न, शेती, उद्योग, सेवा क्षेत्र.

४. खालील प्रश्नांची प्रत्येकी ३०० शब्दांत उत्तरे लिहा.

अ) नवीन उदयास येणारी भारतीय अर्थव्यवस्थेची वैशिष्ट्ये सांगा.

ब) भारतीय अर्थव्यवस्थेची विकसित देशांबरोबर तुलना करा - दरडोई उत्पन्न, शेती, उद्योग, सेवा क्षेत्र.

प्रकरण २

स्वातंत्र्यापासूनचा भारतातील शेती विकास
(Agricultural Development in India since Independence)

२.१ **प्रास्ताविक** (Introduction)

२.२ **भारतीय अर्थव्यवस्थेत शेतीचे स्थान** (Place of Agriculture in Indian Economy)

२.३ **शेती विकासातील अडथळे** (Constraints in Agricultural Development)

२.१ प्रास्ताविक (Introduction)

अठराव्या शतकाच्या मध्यंतरीच्या काळापर्यंत भारतात शेती व उद्योग यांच्यात योग्य असा समन्वय होता. मात्र ब्रिटिश सरकारच्या हस्तक्षेपामुळे आणि ब्रिटिशांच्या वसाहतवादी धोरणामुळे भारतातील हस्तोद्योग व कुटिरोद्योगांचा ऱ्हास झाला; त्यामुळे संपूर्ण भारतीय अर्थव्यवस्थेचा समन्वय ढासळत गेला. ब्रिटिशांनी भारतीय शेती व उद्योग या दोन्ही क्षेत्रांचा विकास व्हावा या दृष्टीने हेतुपुरस्सर कोणतेच प्रयत्न केले नाहीत. ब्रिटिशांनी भारताकडे एक बाजारपेठ म्हणून पाहिले; त्यामुळे भारतातून कच्च्या मालाची निर्यात इंग्लंडमध्ये करणे व इंग्लडमधील पक्का माल भारतात विकणे या धोरणाचा त्यांनी अवलंब केला; त्यामुळे भारतीय शेती व उद्योग ही दोन्ही क्षेत्रे अविकसित राहिली.

देशाच्या आर्थिक विकासाच्या प्रक्रियेत शेती क्षेत्राचे स्थान महत्त्वाचे आहे, हे

लक्षात घेऊन स्वातंत्र्योत्तर काळात शेती विकासाला अग्रक्रम दिला गेला. आज स्वातंत्र्य मिळून ६७ वर्षे झाली तरी शेतीचे महत्त्व कमी झालेले नाही. ५४.७% रोजगार शेती क्षेत्रावर अवलंबून असतो. त्यामुळे भारतीय अर्थव्यवस्थेचा अभ्यास करताना सर्वप्रथम भारतीय शेतीचा अभ्यास करणे अपरिहार्य ठरते. भारतातील उद्योगांना लागणारा कच्चा माल शेती क्षेत्रातून मिळत असतो. भारतातील आर्थिक विकास शेती विकासावर अवलंबून असल्याने भविष्यात शेतीचे स्थान कायम राहणार आहे.

आधुनिक काळात आर्थिक विकासासाठी उद्योगाला महत्त्व दिले जाते. परंतु, शेती क्षेत्राला महत्त्व दिल्यास उद्योग व सेवा क्षेत्रांचा विकास जलद गतीने होतो आणि म्हणून विकसनशील देशांच्या अर्थव्यवस्थेमध्ये शेतीक्षेत्र आणि बिगर शेतीक्षेत्रातील समतोल विकास साधणे हे प्रमुख उद्दिष्ट मानले जाते.

२.२ भारतीय अर्थव्यवस्थेत शेतीचे स्थान (Place of Agriculture in the Indian Economy)

शेती हा भारतीय अर्थव्यवस्थेचा कणा आहे. मागील सहा दशकांत अवजड उद्योगांनाही महत्त्व देण्यात आले. तरीही भारतीय अर्थव्यवस्थेत शेती क्षेत्राचे स्थान महत्त्वाचे आहे. भारताचा भूप्रदेश विस्तीर्ण व शेती व्यवसायास अनुकूल असल्याने शेती व शेतीबरोबर पशुसंवर्धन, मत्स्य व्यवसाय इ. सारखे पूरक व्यवसाय वाढल्याचे दिसून येते. थोडक्यात, शेती हा भारतीय अर्थव्यवस्थेचा पाया आहे. भारतीय अर्थव्यवस्थेतील शेतीचे स्थान अधिक स्पष्ट होण्यासाठी पुढील मुद्यांचा विचार आपण करूया.

१) शेतीक्षेत्राचा राष्ट्रीय उत्पन्नातील वाटा : भारताच्या राष्ट्रीय उत्पन्नात शेती क्षेत्राचा वाटा अधिक असल्याचे दिसून येते. नियोजनाचा स्वीकार केल्यापासून द्वितीय व तृतीय क्षेत्राचा विकास होण्यास सुरुवात झाली; तसतसा राष्ट्रीय उत्पन्नातील शेती क्षेत्राचा वाटा कमी होऊ लागला. १९५०-५१ मध्ये शेती क्षेत्राचा राष्ट्रीय उत्पन्नातील वाटा ५८.७% इतका होता; तर १९९२-९३ साली शेतीचा राष्ट्रीय उत्पन्नातील वाटा ३२.३% इतका झाला. २००५-०६ मध्ये १८% एवढा झाला. २०१३-१४ मध्ये तो १३.९% पर्यंत घटला आहे. इतर देशांची तुलना केल्यास शेतीचा भारताच्या राष्ट्रीय उत्पन्नातील हिस्सा अधिक दिसून येतो. इंग्लंड व अमेरिकेच्या राष्ट्रीय उत्पन्नात शेतीचा वाटा २% आहे. कॅनडामध्ये शेतीचा वाटा ३% आहे. ऑस्ट्रेलियामध्ये ५%. इतर देशांच्या तुलनेत भारतीय शेतीचा राष्ट्रीय उत्पन्नातील वाटा अधिक असल्याने अर्थव्यवस्थेत शेतीला महत्त्वाचे स्थान दिसून येते.

२) शेती व्यवसाय : उपजीविकेचे एक प्रमुख साधन : शेती व्यवसाय हे भारतातील बहुसंख्य लोकांच्या उपजीविकेचे एक प्रमुख साधन आहे. निर्वाहासाठी शेती

व्यवसायावर अवलंबून असणाऱ्या लोकांचे प्रमाण ५७.७% आहे; म्हणूनच शेतीचा विकास घडवून आणणे लोकांच्या दृष्टीने आणि सरकारच्या दृष्टीने अत्यंत गरजेचे आहे. इंग्लंड व अमेरिकेत शेतीवर अवलंबून असणारी लोकसंख्या २% आहे. ऑस्ट्रेलियात ६% लोक शेतीवर अवलंबून आहेत. इतर प्रगत देशांपेक्षा भारतात शेतीवर अवलंबून असणाऱ्या लोकांचे प्रमाण जास्त असल्याने शेतीला महत्त्वाचे स्थान प्राप्त झाले आहे.

३) औद्योगिक विकासातील भूमिका : भारतातील उद्योगांना लागणारा कच्चा माल शेतीतून पुरविला जातो. भारतातील काही मूलभूत उद्योगधंदे शेतीवर अवलंबून आहेत. त्यामध्ये कापड, ताग, साखर, वनस्पती तेले इ. चा समावेश होतो. याशिवाय अनेक लघुउद्योग, कुटिरोद्योग आणि हातमाग उद्योग, शेतमाल प्रक्रिया उद्योग शेती क्षेत्रावर अवलंबून आहेत. उदा. हातमाग, तेलगिरण्या, भातगिरण्या, कागदउद्योग इ. प्रक्रिया उद्योगात शेतीमालाचा कच्चामाल म्हणून उपयोग केला जातो. सध्या अन्नधान्यप्रक्रिया उद्योगांमध्ये रोजगाराच्या संधी निर्माण झाल्या आहेत. त्यामुळे त्या क्षेत्राला विशेष महत्त्व प्राप्त झाले आहे. तसेच औद्योगिक क्षेत्रांत निर्माण होणारी शेती अवजारे, रासायनिक खते, मळणी यंत्रे, पाईप, ट्रॅक्टर, कीटकनाशके इत्यादींना शेती क्षेत्रातून मोठ्या प्रमाणात मागणी येते. या सर्व उद्योगांचा विकास शेती विकासावर अवलंबून आहे; त्यामुळे औद्योगिक विकासात शेतीला महत्त्व प्राप्त होते.

४) आंतरराष्ट्रीय व्यापारातील महत्त्व : आंतरराष्ट्रीय व्यापाराच्या दृष्टिकोनातून विचार केल्यास शेतीचे स्थान महत्त्वाचे असल्याचे दिसून येते. उदा. चहा, साखर, तेलबिया, तंबाखू, फळे, भाजीपाला इ.ची मोठ्या प्रमाणात निर्यात केली जाते. भारतीय शेतीचा निर्यात व्यापारात कच्च्या वस्तूंचा ५०% वाटा आहे; तर पक्क्या वस्तूंचा २०% आहे. देशाच्या एकूण निर्यातीत ७०% वाटा शेतीशी संबंधित असल्याने निर्यातवाढीसाठी शेती व्यवसायाचे अर्थव्यवस्थेत महत्त्वाचे स्थान आहे.

५) अर्थव्यवस्थेत प्राथमिक बचतीचा मार्ग : पूर्वीपासून देशाच्या राष्ट्रीय उत्पन्नात शेतीचा वाटा मोठा आहे. बचतीसाठी आणि भांडवल उभारणीसाठी शेती हा एक महत्त्वाचा मार्ग आहे; तसेच मागील दशकात शेतीच्या विकासासाठी खासगी आणि सार्वजनिक क्षेत्रात गुंतवणूक केली. उदा. सिंचन प्रकल्प, जमीन सुधारणा, यंत्र आणि साहित्यनिर्मिती, अन्नधान्य साठवणगृहे इ. तसेच इतर सुविधांच्या उपलब्धतेमुळे शेतीचा विकास होऊन भारताला आर्थिक विकासाचा दर गाठणे शक्य झाले.

६) अंतर्गत व्यापार व वाहतूक क्षेत्रातील महत्त्व : भारताच्या देशांतर्गत व्यापारात शेती व शेतीशी संलग्न असणाऱ्या व्यवसायात उत्पादित होणाऱ्या उत्पादनाला महत्त्वाचे

स्थान आहे. अन्नधान्य, फळफळावळ, भाजीपाला, कापूस, तंबाखू, साखर, खाद्यतेले यासारख्या वस्तूंच्या व्यापाराचे प्रमाण खूप मोठे आहे. त्याचप्रमाणे देशातील एकूण वाहतुकीचा खूप मोठा हिस्सा शेतीमालाशी प्रत्यक्ष आणि अप्रत्यक्षरीत्या संबंधित आहे. थोडक्यात, उद्योग क्षेत्राप्रमाणे व्यापार व वाहतूक क्षेत्राच्या विकासातसुद्धा शेती क्षेत्राचे खूप मोठे योगदान आहे.

७) अन्नधान्याचा पुरवठा : भारताची वेगाने वाढत जाणारी लोकसंख्या व त्यामुळे अन्नधान्याची निर्माण होणारी गरज ही शेतीचे महत्त्व स्पष्ट करते. देशातील लोकांच्या दरडोई उत्पन्नाचा जास्तीत जास्त भाग अन्नधान्यावर खर्च होतो. देशात अन्नधान्याचे उत्पादन पुरेशा प्रमाणात न झाल्यास आपल्या देशाला अन्नधान्याची आयात करावी लागेल व देशाच्या औद्योगिक विकासाला अत्यंत मोलाचे असणारे परकीय चलन अन्नधान्याच्या आयातीवर खर्च करावे लागेल. त्यामुळे यंत्रसामग्री व तंत्रज्ञानाची आयात करता येणार नाही. त्याचा प्रतिकूल परिणाम आर्थिक विकासावर होईल; म्हणून अन्नधान्याची गरज भागविण्यासाठी शेतीला अर्थव्यवस्थेत महत्त्वाचे स्थान आहे. २०१३-१४ मध्ये २६५ दशलक्ष टन अन्नधान्याचे उत्पादन झाले.

८) पशुखाद्यासाठी चारा पुरवठा : भारतात मानवी साधनसंपत्तीप्रमाणे पशुधन मोठे आहे; शेतीसाठी जनावरांची आवश्यकता असते. दुग्धजन्य पदार्थ, मांस, लोकर व कातडी वस्तूंच्या उत्पादनासाठी पशुंची आवश्यकता असते. त्यांच्या खाद्यासाठी आवश्यक असणाऱ्या चाऱ्यांचे उत्पादन शेतीमालाबरोबर होते, त्यामुळे शेतीला महत्त्व प्राप्त होते.

९) आर्थिक नियोजन व शेती : भारतातील व्यापार, व्यवसाय व वाहतूक सेवा या मोठ्या प्रमाणात शेती क्षेत्रांवर अवलंबून आहेत. भारतातील अनेक मोठे उद्योग; तसेच अनेक लघु उद्योग व ग्रामीण उद्योग प्रत्यक्ष व अप्रत्यक्षपणे शेती क्षेत्रावर अवलंबून आहेत. शेती क्षेत्राच्या विकासाबरोबर या क्षेत्रांचा विकास होतो, लोकांचे उत्पन्न वाढते. वस्तूंची मागणी वाढते. भारतीय अर्थव्यवस्थेचे स्थैर्य शेती क्षेत्रातील लोकांच्या उत्पन्नाच्या स्थैर्यावर मोठ्या प्रमाणावर अवलंबून आहे; त्यामुळे पंचवार्षिक नियोजनात शेती क्षेत्राच्या विकासाला महत्त्व देण्यात आले आहे.

१०) शहरीकरणाच्या समस्यांचे निराकरण : ग्रामीण भागात मोठ्या प्रमाणात कारखानदारी निर्माण न झाल्याने रोजगारानिमित्त ग्रामीण भागातील लोक शहरी भागात स्थलांतरित होत आहेत. त्यामुळे शहरीभागात झोपडपट्ट्यांची संख्या वाढली. तसेच शिक्षण, आरोग्य, वाहतूक, पाणीपुरवठा या सेवांवरील ताण वाढत आहे. बेकारीचे प्रमाण वाढल्याने गुन्हेगारीचे प्रकार व प्रमाण वाढले. या प्रश्नांची सोडवणूक करण्यासाठी ग्रामीण भागातील शेती व्यवसायाचा विकास करून व कृषी उद्योग स्थापन करून ग्रामीण

लोकसंख्येचे शहरांकडे होणारे स्थलांतर रोखण्यासाठी शेतीचा विकास होणे आवश्यक आहे.

११) आर्थिक विकासात शेती क्षेत्राचे महत्त्व : भारताच्या आर्थिक विकासाच्या उभारणीत शेतीची महत्त्वपूर्ण भूमिका आहे. भारतातील शेतीच्या प्रगतीसाठी महत्त्वाचा भाग म्हणजे वाहतूक व्यवस्था होय. रस्ते वाहतूक, रेल्वे वाहतूक ही कृषी क्षेत्रातील उत्पादनाच्या वाहतुकीसाठी मोठ्या प्रमाणात उपयोगी ठरली. विशेषत: अंतर्गत व्यापारासाठी व शेती उत्पादनासाठी उपयोगी ठरली.

जर चांगले पीक आले, तर भारतीय शेतकऱ्यांची खरेदीक्षमता मोठ्या प्रमाणात वाढते. त्यामुळे औद्योगिक उत्पादनांना चांगली मागणी येते. ही एक अर्थपूर्ण बाब आहे.

शेतीच्या विकासाचा प्रत्यक्ष संबंध दारिद्र्य निर्मूलनाशी आहे. हरितक्रांतीमुळे भारत अन्नधान्याची गरज पूर्ण करू शकला; त्यामुळे अर्थव्यवस्थेला चांगली दिशा मिळाली. परंतु सध्या दुसऱ्या हरितक्रांतीसंबंधी बोलले जात आहे.

सद्यःस्थितीत भारत काही विशिष्ट शेतीमालाची निर्यात वाढवण्यास प्रयत्नशील आहे. यामध्ये प्रक्रिया केलेली अन्न-उत्पादने, फळे, भाजीपाला, फुले इ. चा समावेश होतो.

१२) उत्पन्नाचे साधन : शेती व्यवसायाच्या करापासून केंद्र सरकार, राज्य सरकार, स्थानिक स्वराज्य संस्था यांना उत्पन्न मिळते; जसे जमीन महसूल, पाणीपट्टी, विजेच्या वापरावरील कर, शेतीमाल वाहतुकीवरील जकात कर, शेती अवजारांच्या खरेदीवरील कर इ. करांपासून उत्पन्न मिळते.

१३) किंमत स्थैर्य : देशातील किंमत पातळी स्थिर राहण्यासाठी अन्नधान्य व शेतीमालाच्या किमती स्थिर राहणे आवश्यक आहे. जेव्हा शेतीचा विकास होतो तेव्हा उद्योगधंद्याचाही विकास होतो. याउलट शेतीस दुष्काळ, अतिवृष्टी, महापूर, चक्रीवादळ यांचा तडाखा बसल्यास शेती उत्पादनात घट होते. शेतकऱ्यांची आर्थिक शक्ती कमी होते. किंमत वाढीसारखी परिस्थिती निर्माण होते. औद्योगिक उत्पादनाची मागणी घटते व शेतीतील घट औद्योगिक मंदीस कारणीभूत ठरते; म्हणून किंमत पातळी स्थिर राखण्यासाठी शेतीचा विकास होणे आवश्यक आहे. देशाच्या एकूण निर्यातीत कृषी संबंधित वस्तूंची निर्यात २०१३-१४ मध्ये १२.९% होती.

वरील चर्चेवरून असे दिसून येते की, शेती हा भारतीय अर्थव्यवस्थेचा कणा आहे. सर्व उद्योगांची जननी असलेल्या या शेती व्यवसायाला भारतात फार मोठी जबाबदारी पार पाडावी लागते.

२.३ शेती विकासातील अडथळे (Constraints in Agricultural Development)

भारतातील शेती, विकासाचा अत्युच्च दर गाठू शकली नाही. शेती मोठ्या प्रमाणात लागवडीखाली आणता येणेही शक्य नाही; तसेच पिकांची उत्पादकता वाढविण्यात सुद्धा अनेक अडथळे येतात.

यावरून भारतीय शेती विकासातील अडथळे पुढीलप्रमाणे सांगता येतात -

१) मर्यादित साध्य : हरितक्रांतीमुळे अन्नधान्याच्या बाबतीत भारतीय शेतीची प्रगती झाली. तसेच कोरडवाहू शेतीतसुद्धा प्रगती झाली. मात्र, आता भौगोलिक क्षेत्राचा विचार करता शेती उत्पादनात संथ गतीने वाढ होत आहे. तसेच साधनांच्या कार्यक्षमतेत सुधारणा करणे आवश्यक आहे. दारिद्र्यात घट करणे आवश्यक आहे व पर्यावरणात सुधारणा करणे आवश्यक आहे. या सर्व बाबी साध्य करण्यासाठी नैसर्गिक साधनसामग्रीचा जलद विकास करणे आणि अंतर्गत सुविधा निर्माण करणे आवश्यक आहे; तसेच प्रादेशिक असमतोल दूर करणे, तंत्रज्ञानाचा वापर करणे, कोरडवाहू भागात जमिनीची धूप होऊ न देता जमिनीचे संधारण करणे, योग्य मशागत तंत्राचा वापर करणे आणि जास्त पावसाच्या प्रदेशातून पाण्याचा पुरवठा करणे व व्यापक प्रमाणात पाणलोट क्षेत्र विकास कार्यक्रम राबविणे हा एक मार्ग आहे.

२) धारणक्षेत्राचा लहान आकार : लहान व पोषणक्षम नसलेल्या धारणक्षेत्रामुळे अनेक समस्या निर्माण होतात. भारतात जवळजवळ ९०% धारणक्षेत्राचा आकार दोन हेक्टरपेक्षा कमी आहे.

धारणक्षेत्राचा आकार मोठा असेल तर जमीन, पाणी पुरवठा व श्रमाचा पुरवठा करून जास्तीत जास्त उत्पादनात व नफ्यात वाढ होईल.

३) शेतजमिनीचे विभाजन व तुकडीकरण : भारतात शेतजमिनीचे विभाजन व तुकडीकरण मुख्यतः संयुक्त कुटुंबाचा ऱ्हास व विभक्त कुटुंबाचे वाढते महत्त्व व वारसाहक्कविषयक कायदे या कारणांमुळे होत आहे. संयुक्त कुटुंब विभाजनामुळे त्याच्या मालकीची जमीन विभागली जाते व परिणामी शेतजमिनीचे आकारमान कमी होत आहे. लहान आकाराच्या शेतीच्या तुकड्यावर चांगल्या प्रकारे शेती करणे शक्य होत नाही. त्यामुळे शेती उत्पादनाचा खर्च कमी होण्याऐवजी वाढतो आणि शेती विकासाचा वेग मंदावतो.

४) वृद्धिदर कमी : काही पिकांच्या बाबतीत विशेषतः अन्नधान्याच्या बाबतीत वृद्धिदर कमी असल्याचे दिसून येते. उदा. गव्हाच्या बाबतीत वृद्धिदर घसरता आहे. ज्या भागात अथवा ठिकाणी सिंचनाच्या सोई उपलब्ध आहेत आणि इतर संबंधित सुविधा उपलब्ध आहेत त्या ठिकाणी गव्हाची उत्पादकता उच्च पातळीवर आहे. मात्र, असे क्षेत्र

कमी आहे. त्याचप्रमाणे तांदळाच्या पारंपरिक पीकपद्धतीमुळे वृद्धिदर कमी राहिला. उत्पादन वाढीसाठी राज्यांमध्ये विविध सुधारित जातींचा विस्तार करणे आवश्यक आहे. तसेच अधिक उत्पादन देणाऱ्या बी-बियाणांचा वापर करणे आवश्यक आहे. सुधारित तंत्रज्ञानाची मोठ्या प्रमाणात मदत घेतली पाहिजे; तरच पिकांच्या उत्पादनात वाढ होईल.

५) प्रादेशिक असमतोल व उपविभाग : एका प्रदेशात उत्पादनवाढीचा उच्च दर दिसून येतो तर दुसऱ्या भागात अतिशय मंदगतीने आणि कमी प्रमाणात वाढ होताना दिसून येते. सरकार जास्त उत्पादन झालेल्या प्रदेशातून कमी उत्पादन झालेल्या प्रदेशात उत्पादनांचा पुरवठा करीत असते. त्यासाठी दोन्हीही प्रदेशातील शेतकऱ्यांना साहाय्य व संरक्षण दिले पाहिजे.

शासनाने त्यासाठी अनुदाने दिली पाहिजेत. त्यामुळे शेतकऱ्यांची खरेदीशक्ती वाढून तुटीच्या प्रदेशातील शेतकऱ्यांची उत्पादन क्षमता वाढण्यास मदत होईल व भारतातील वेगवेगळ्या प्रदेशांचा किंवा क्षेत्रांचा समतोल विकास होईल.

६) कोरडवाहू शेती : एका बाजूला जलद वाढणारी लोकसंख्या तर दुसऱ्या बाजूला जमिनीच्या मशागतीची कमतरता यामुळे कोरडवाहू शेतीचा विकास साधता येत नाही. कोरडवाहू क्षेत्राचा विकास करणे आवश्यक आहे. त्याकडे दुर्लक्ष करून चालणार नाही. भारतात ४४.६% क्षेत्रात सिंचनाची सोय उपलब्ध आहे. बाकीची शेती कोरडवाहू असल्यामुळे फक्त एक पीक घेतले जाते व अन्नधान्याचे उत्पादन केले जाते. नियोजन करूनसुद्धा पाणीपुरवठा सोयीमध्ये वाढ करता येत नाही; त्यामुळे शेतजमिनीला पाणी उपलब्ध होऊ शकत नाही आणि आजसुद्धा ८०% पेक्षा जास्त जमीन कोरडवाहू आहे.

७) शेतीतील कच्च्या मालाचा उपयोग : शेती क्षेत्रातील पिके अथवा कच्चामाल म्हणून शेतीची भूमिका महत्त्वाची आहे. उदा. कापूस, ऊस, द्राक्षे इ. शेती विकासात 'सिंचन' हा महत्त्वाचा घटक आहे. देशात ४४.६% क्षेत्र सिंचनाखाली आहे. मात्र, त्यामध्ये वाढ करणे आवश्यक आहे. आपण रासायनिक खते वापरण्याचे उद्दिष्ट गाठू शकलो नाही. शेतीची उत्पादकता वाढविण्यासाठी शास्त्रीय व चांगल्या कौशल्याचा वापर टप्प्याने करणे आवश्यक आहे.

८) शेती उत्पादनाचा वाढता खर्च : शेती आधुनिक पद्धतीने करताना उत्पादन खर्च वाढत आहे. तसेच शेती उत्पादनात विविध घटकांचा खर्च वाढत आहे; त्यामुळे शेतकऱ्यांच्या नफ्यात घट होत आहे. सरकार त्यावर योग्य उपाय करू शकत नाही; त्याचा परिणाम मुक्त बाजारपद्धतीवर होतो.

९) अयशस्वी नोकरशाही : देशाच्या आर्थिक विकासात शेतीच्या प्रगतीसाठी

प्रशासकीय विभागांवर नियंत्रण ठेवणे आवश्यक असते. त्यामध्ये सिंचन, ऊर्जा, वित्तपुरवठा इ. च्या साहाय्याने शेतीची प्रगती होते. मात्र, नोकरशाहीच्या कामाच्या पद्धतीमुळे शेतीच्या विकासावर त्याचा परिणाम होतो.

१०) शेतीला उच्च प्राधान्य नसणे : इतर क्षेत्रांचा विचार करता शेतीतील उत्पादने जीवनाशी निगडित आहेत (आवश्यक गरजा). शेतमाल विक्रीकरता परवाना लागतो; तसेच अंतर्गत व्यापारावर बंधने येतात. या बाबी शेतीच्या प्रगतीत अडथळा ठरतात.

११) शेतीत विकासनिधीची कमतरता : लोकांच्या विकासात्मक बाबींसाठी मोठा खर्च शासन करते. मात्र, शेतीच्या विकासासाठी निधीची कमतरता भासते. शेतीच्या विकासासाठी गुंतवणूक कमी पडते. परिणामी शेतीचा विकासदर वाढत नाही.

१२) जैविकतेची कमतरता : आधुनिक शेती करताना सुधारित उत्पादनाच्या जाती व जैवतंत्रज्ञानाच्या कमतरतेमुळे देशाच्या विकासावर परिणाम होत आहे आणि म्हणून ही पद्धती विकसित करणे आवश्यक आहे. अन्नधान्याची सुरक्षितता आणि आर्थिक प्राधान्याला महत्त्व आहे; जैविकतेचा शेती आणि पशुधनासाठी उपयोग करून घेतला पाहिजे.

१३) शेती व उद्योगामध्ये कमी समन्वय : शेती आणि उद्योगाच्या विकासात समन्वय अतिशय कमी आहे; त्यामुळे शेती उत्पादनातील नगदी पिके आणि अन्नधान्य यावर मर्यादा येते, हे आपण नाकारू शकत नाही. त्यामध्ये संख्यात्मक कमतरता दिसून येते. शेतीतील कच्च्या मालाचा उपयोग औद्योगिक वस्तू बनविण्यासाठी केला जातो; त्यासाठी शेती व उद्योग यामध्ये समन्वय असणे अत्यंत आवश्यक आहे.

१४) शेतीकडे पाहण्याचा दृष्टिकोन : भारतीय लोक शेतीकडे उपजीविकेचे प्रमुख साधन म्हणून पाहतात. शेतकऱ्यांचा हा दृष्टिकोन संकुचित वाटतो. शेतीकडे उपजीविकेचे साधन म्हणून पहिल्यामुळे शेतकरी उदरनिर्वाहापुरतेच पिकांचे उत्पादन होईल याकडे लक्ष देतात; त्यामुळे शेतीचा विकास वेगाने झाला नाही. शेतकऱ्यांनी शेतीकडे व्यापारी दृष्टीने पाहणे आवश्यक आहे. त्याशिवाय शेतीचा विकास होणार नाही.

१५) जलसिंचनाची अपुरी सुविधा : भारतात पाणीपुरवठा करणाऱ्या सोयी अपुऱ्या असल्यामुळे ४४ ते ४५ टक्क्यांपर्यंत शेतीला पाणी पुरवठा होतो; त्यामुळे बाकीची शेती कोरडवाहू आहे. भारतीय शेतीला पाणी पुरवठा करण्याच्या सोयी उपलब्ध नसल्यामुळे शेती विकासाला अडथळा निर्माण झाला आहे.

१६) शेतमाल विक्री व्यवस्थेतील दोष : भारतीय शेतमाल विक्रीव्यवस्थेमध्ये अनेक दोष आहेत. या दोषांमुळे शेतकऱ्याच्या शेतमालाला बाजारात चांगली किंमत असूनसुद्धा शेतकऱ्यांना त्याच्या लाभ मिळत नाही. बाजारातील मध्यस्थ, व्यापारी,

दलाल, आडते यांच्याकडून जादा किमतीचा लाभ घेतला जातो. अज्ञानी शेतकऱ्यांची आर्थिक पिळवणूक केली जाते. शेतमाल विक्रीव्यवस्थेत बाजारविषयक माहितीचा अभाव, सोयींची कमतरता, बाजारातील गैरप्रकार, मध्यस्थांची जास्त संख्या, किमतीतील चढ-उतार, गोदामांची कमतरता इ. अनेक दोष आहेत; त्यामुळे शेतकरी शेतीचा विकास करू शकत नाही.

१७) शेती संशोधन शेतकऱ्यांपर्यंत न पोहोचणे : भारतात शेतीविषयक संशोधन करणाऱ्या संस्था, कृषी विद्यापीठे व महाविद्यालये यांची संख्या कमी आहे. त्यामुळे शेती विषयक संशोधन कमी होते. देशांमध्ये संशोधन न झाल्यामुळे आपल्याला इतर देशांवर अवलंबून राहावे लागते. शेती संशोधनावर कमी खर्च केला जातो; तसेच शेती संशोधन शेतकऱ्यांच्या बांधापर्यंत पोहोचत नाही व कृषी संशोधकांच्यात तशी तळमळ दिसून येत नाही. परिणामी शेती उत्पादनात वाढ होत नाही; व संशोधन शेतकऱ्यांपर्यंत न पोहोचल्याने त्याचा शेती विकासावर परिणाम होत आहे.

१८) वित्त पुरवठ्याची कमतरता : शेतीच्या विकासामध्ये कृषी वित्तपुरवठा हा महत्त्वाचा घटक आहे. शेतीला भांडवलाची गरज असते. दैनंदिन कामासाठी तसेच कायमस्वरूपी सुधारणा करण्यासाठी भांडवलाची गरज असते. भारतीय शेतकऱ्यांकडे हे भांडवल उपलब्ध नसते. त्यामुळे शेतकऱ्यांना कर्ज घ्यावे लागते. संख्यात्मक मार्गाने कर्ज मिळविण्यासाठी शेतकऱ्यांना अनेक कागदपत्रे जमा करावी लागतात व कर्ज मिळण्याची प्रक्रिया दीर्घ असते; त्यामुळे शेतकरी कर्ज घेण्याचे टाळतात. लहान शेतकरी अशा मार्गाने कर्ज घेण्याच्या भानगडीत पडत नाही; त्यामुळे शेतकऱ्यांना अधिक व्याजदराने सावकारांकडून कर्ज घेण्याशिवाय पर्याय राहत नाही; म्हणजेच शेतीला स्वस्त व ताबडतोब कर्जपुरवठा होत नाही; त्यामुळे शेतीचा विकास होण्यास अडथळा निर्माण होतो.

याशिवाय शेतकरी कर्जाचा अनुत्पादक कार्यासाठी वापर करतात. शेती उत्पादनासाठी वाहतूक व दळणवळणाच्या सुविधांची कमतरता आहे. शेती करण्याच्या पारंपरिक पद्धती, शेतीवर अतिरिक्त लोकसंख्येचा भार, शेतकऱ्यांची आर्थिक स्थिती, कमकुवतपणा इ. अडथळे असल्याने शेतीच्या विकास होण्यावर मर्यादा येतात.

२.४ ग्रामीण ऋणग्रस्तता किंवा कर्जबाजारीपणा - कारणे आणि उपाय (Rural Indebtedness - Causes and Measures)

शेती हा व्यवसाय बहुतांश ग्रामीण भागातच असल्यामुळे शेतीसाठी होणाऱ्या कर्ज पुरवठ्याला 'ग्रामीण कर्जपुरवठा' असे म्हणतात; तसेच त्याला 'कृषी वित्त' असेही म्हणतात.

भारतातील ग्रामीण शेतकऱ्याचा आर्थिक विकास घडवून आणण्यासाठी शेती विकासाला प्राधान्य देणे आवश्यक आहे. शेती व्यवसायासाठी भांडवलाची गरज असते. ग्रामीण शेतकऱ्यांना अनेक कारणांसाठी भांडवलाची गरज असते; जसे शेती अवजारे, खते, बी-बियाणे, कीटकनाशक औषधे; तसेच शेतीचा खर्च भागविण्यासाठी वित्तपुरवठ्याची, भांडवलाची गरज असते. कर्जाची मुदत विचारात घेता तीन प्रकारच्या कर्जाची गरज असते.

१) अल्प मुदतीचा कर्जपुरवठा : शेतकऱ्यांना वेगवेगळ्या कारणांसाठी अल्प मुदतीच्या कर्जाची गरज असते. यांमध्ये बी-बियाणे, खते, कीटकनाशके, शेतीची लहान अवजारे खरेदी करणे, जनावरांचा चारा आणि शेतीचा खर्च भागविण्यासाठी (मशागतीसाठी मजुरी) यांचा समावेश होतो. अल्पकालीन कर्जाची मुदत बारा ते पंधरा महिन्यांपर्यंत असते. या कर्जाची परतफेड शेतीमाल बाजारात विकल्यानंतर केली जाते.

२) मध्यम मुदतीचा कर्जपुरवठा : मध्यम मुदतीचे कर्ज जमिनीचे सपाटीकरण करणे, पाईपलाईन, बांध-बंदिस्ती करणे, शेतीसाठी जनावरे, अवजारे खरेदी करणे, विहीरदुरुस्ती करणे इ. साठी आवश्यक असते. या कर्जांची परतफेड वार्षिक हप्त्याने केली जाते. मध्यम मुदतीचे कर्ज १५ महिने ते ५ वर्षे मुदतीचे असते.

३) दीर्घ मुदतीचा कर्जपुरवठा : पाच वर्षांपेक्षा अधिक मुदतीसाठी लागणारी भांडवलाची गरज भागविण्यासाठी आवश्यक असणारा कर्जपुरवठा म्हणजे दीर्घकालीन कर्जपुरवठा होय. विहीर खोदणे, विहिरीची खोली वाढविणे, उपलब्ध जमिनीत कायमस्वरूपी सुधारणा करणे, बांधबंदिस्ती करणे, ट्रॅक्टर, पाईपलाईन इ. साठी शेतकऱ्यांना दीर्घ मुदतीच्या कर्जपुरवठ्याची आवश्यकता असते.

या तिन्ही प्रकारच्या कर्जांची गरज कमी-अधिक प्रमाणात सगळ्याच शेतकऱ्यांना भासते. थोडक्यात, वेगवेगळ्या प्रकारच्या कर्जांच्याद्वारे शेतकरी आपल्या व्यवसायासाठी आवश्यक ते भांडवल उभे करतो.

शेती व्यवसाय हवामान, पाऊस यांसारख्या नैसर्गिक घटकांवर अवलंबून असल्याने योग्य वेळी शेतीची कामे करण्यासाठी कर्जाची आवश्यकता असते. शेती क्षेत्रातील अनिश्चितता विचारात घेऊन वित्तपुरवठा करण्याची आवश्यकता असते.

या शिवाय उत्पादक कर्ज व अनुत्पादक कर्ज असेही वर्गीकरण केले जाते.

१) उत्पादक कर्ज : शेतीची उत्पादकता वाढावी व त्यातून जास्त उत्पादन वा उत्पन्न मिळावे ह्याकरिता जे कर्ज घेण्यात येते व त्यासाठी खर्च होते, त्याला 'उत्पादक कर्ज' म्हणतात. जसे बी-बियाणे, रासायनिक खते व कीटकनाशके, शेतीची मशागत करणे, शेती विकासाची योजना राबविणे यासाठी ज्या कर्जांचा उपयोग होतो ते उत्पादक

कर्ज समजण्यात येते. १९७१ मध्ये ५०% तर २००२ पर्यंत ५३% कर्ज उत्पादक कर्जासाठी घेतले होते.

२) अनुत्पादक कर्ज : लग्नकार्यासाठी, सण-समारंभ, कौटुंबिक खर्च, कोर्टकचेऱ्या इ. साठी घेण्यात येणारे कर्ज हे अनुत्पादक होय. या कर्जामुळे शेतीत उत्पादन वाढण्यास कोणतीच मदत होत नाही. १९७१ मध्ये ४९.९% तर २००२ मध्ये ४७% कर्जे ही अनुत्पादक बाबींसाठी दिली गेली.

कृषी वित्तपुरवठ्याचे स्रोत (Sources of Agricultural Finance)

भारतातील शेतकऱ्यांना भांडवलाची गरज भागविण्यासाठी ज्या विविध मार्गांनी कर्जपुरवठा होतो त्या मार्गांना कृषी वित्तपुरवठ्याचे स्रोत असे म्हटले जाते. थोडक्यात शेतकऱ्यांना वेगवेगळ्या कारणांसाठी अल्प, मध्यम व दीर्घ मुदतीच्या कर्जांची गरज असते. ज्या कारणांसाठी विविध मार्गांनी कर्ज उपलब्ध होते त्याला 'कर्जपुरवठ्याचे स्रोत' असे म्हणतात. सर्वसाधारणपणे कर्जपुरवठ्याच्या स्रोतांची दोन गटांत विभागणी केली जाते.

कृषी वित्तपुरवठ्याचे स्रोत

खासगी अथवा बिगर संस्थात्मक घटक	**संस्थात्मक घटक**
१) सावकार	१) सहकार
२) जमीनदार	२) सहकारी बँका
३) व्यापारी व अडतदुकानदार	३) व्यापारी बँका
४) मित्र व नातेवाईक	४) प्रादेशिक ग्रामीण बँका
	५) राष्ट्रीय कृषी व ग्रामीण विकास बँक-नाबार्ड
	६) भारतीय स्टेट बँक

अ) खासगी अथवा बिगर संस्थात्मक वित्तपुरवठा

यामध्ये सावकार, जमीनदार, व्यापारी, अडतदुकानदार, मोठे शेतकरी, मित्र आणि नातेवाईक इ. घटकांचा समावेश होतो. १९५१ मध्ये एकूण शेती कर्जपुरवठ्यात बिगर संस्थांकडून अथवा खासगी कर्जपुरवठ्याचे प्रमाण ९२.७% होते. ते १९९१ पर्यंत ३२.७% झाले.

स्वातंत्र्यानंतर जसजसा सहकारी बँका व व्यापारी बँकांकडून होणारा कर्जपुरवठा वाढला, तसतसा खासगी कर्जपुरवठा कमी होत गेला. १९६१-६२ मध्ये बिगर संस्थात्मक

कर्जपुरवठा ८१.३% पर्यंत घटला. १९८१ मध्ये तो ३७% पर्यंत घटला; तर १९९१ मध्ये १८ टक्क्यांपर्यंत वाढ झाली. बिगर संस्थात्मक वित्तपुरवठ्यांपैकी सावकाराकडून होणारा कर्जपुरवठा १९५१ तर १९९१ मध्ये ३२.७% पर्यंत घटला; मध्ये तो ७०% होता. १९६१ मध्ये तो ४९% झाला, तर १९८१ मध्ये १६% पर्यंत कमी झाला.

१) सावकार : ग्रामीण भागात लोकांना ताबडतोब कर्ज मिळण्याचे सावकार हे एक साधन आहे. कार्यपद्धती सोपी असल्याने केव्हाही कर्ज मिळू शकते. मात्र, सहकारी बँकांच्या सुविधांमध्ये ग्रामीण भागात वाढ होत गेली तसतसे सावकाराचे महत्त्व कमी होत गेले.

१९५१ मध्ये एकूण कर्जपुरवठ्यात सावकाराने केलेला कर्जपुरवठा ६९.७% होता तो १९६१-६२ मध्ये ४९.२% पर्यंत कमी झाला, तर १९८१ मध्ये तो १६.१% पर्यंत कमी झाला; तर १९९१ मध्ये १८ टक्क्यांपर्यंत झाला.

सावकार शेतकऱ्यांना कौटुंबिक खर्चासाठीसुद्धा कर्जपुरवठा करतात. लग्नकार्य, मुलांचे शिक्षण, सण-समारंभ इ. स्थानिक सावकारांना शेतकऱ्यांची आर्थिक स्थिती व कर्जफेडीची क्षमता माहीत असल्याने सावकार शेतकऱ्यांना कर्ज देताना तारणावर अथवा तारणाशिवाय कर्ज देतात. बँकांकडून कर्ज घेताना मात्र तारण द्यावे लागते, त्यामुळे लहान शेतकऱ्यांना बँकांकडून कर्ज मिळण्यास अडचणी येतात; त्यामुळे ते सावकाराकडून कर्ज घेतात; तसेच शेतजमिनीवर बँकांचे कर्ज असल्यास पुन्हा बँका, सुरुवातीची प्रथम कर्जफेड केल्याशिवाय कर्ज देत नाहीत. भारतात अनेक शेतकरी आज असे आहेत की, सुरुवातीस शेतजमिनीच्या तारणावर कर्ज घेतले आहे, परंतु त्या कर्जाची परतफेड न करता आल्याने शेतकऱ्यांना पुन्हा कर्ज मिळू शकत नाही. परिणामी शेतकऱ्यांना सावकाराकडून अथवा बिगर संस्थात्मक मार्गाने कर्ज घ्यावे लागते.

२) जमीनदार : मोठे शेतकरी अथवा जमीनदार लहान शेतकऱ्यांना कर्ज देतात. स्वतःचे वर्चस्व वाढविण्याचा त्यातून प्रयत्न होत असतो.

३) घाऊक व किरकोळ व्यापारी : शेतकऱ्यांना अन्नधान्य, फुलांच्या बागा, नगदी पिके इ. साठी व्यापाऱ्यांकडून कर्जपुरवठा होत असतो. तसेच कर्जपुरवठा करताना कर्जदार शेतकऱ्याने शेतीमाल आपल्याच अडतदुकानात विकावा, असे बंधन घातले जाते. नडलेला शेतकरी ते मान्य करतो.

४) नातेवाईक आणि मित्र : शेतकरी आपल्या परिवाराकडून कर्ज घेतो. कधी व्याजाने तर कधी बिगर व्याजाने कर्ज घेतले जाते; अशा कर्जाची परतफेड पीक आल्यानंतर केली जाते. मात्र, अलीकडे नातेवाईक व मित्रांकडून कर्ज घेण्याचे प्रमाण कमी झाले आहे.

अशा प्रकारे जमीनदार, अडतदार, व्यापारी, नातेवाईक, मित्र या बिगर संस्थांकडून कर्जपुरवठा केला जातो. कर्जपुरवठ्यात या घटकांकडून होणाऱ्या कर्जाचे प्रमाण १९५१ मध्ये २३% होते. १९६१ मध्ये ते ३२ % झाले, तर १९८१ मध्ये २०.७% पर्यंत कमी झाले.

ब) संस्थात्मक कर्जपुरवठा

यामध्ये व्यापारी बँका, सरकार, सहकारी बँका, प्रादेशिक ग्रामीण बँका, राष्ट्रीय कृषी व ग्रामीण विकास बँक इ. चा समावेश होतो; एकूण शेती कर्जपुरवठ्यात संस्थात्मक कर्जपुरवठ्याचे प्रमाण १९५२ मध्ये ७.३% होते. १९६०-६१ मध्ये ते १९.७ % झाले, तर १९८० - ८१ मध्ये ६३.२% पर्यंत वाढले. १९९१ मध्ये ६४% पर्यंत झाले.

१) सरकार : भारतात केंद्र सरकार तसेच राज्य सरकारमार्फत शेतीला कर्जपुरवठा केला जातो. प्रत्यक्ष आणि अप्रत्यक्ष अशा दोन्ही पद्धतीने हा कर्जपुरवठा केला जातो. प्रत्यक्ष कर्जपुरवठ्यात सरकारी महसूल खात्यामार्फत अल्प व्याजदरात अल्पकालीन कर्ज येते; अशा कर्जांना महाराष्ट्रात 'तगाई कर्ज' म्हटले जाते. हे कर्ज मुख्यत: पेरणीआधी बी-बियाणे, खते, चारा खरेदीसाठी दिले जाते; तसेच दुष्काळ, अतिवृष्टी, महापूर इ. सारख्या नैसर्गिक आपत्तीच्या काळात तहसीलदार कार्यालयाकडून कर्जपुरवठा होतो. मात्र, शासकीय खात्यातील वशिलेबाजी, लाचलुचपत, दप्तरदिरंगाई यामुळे सरकारी कर्ज शेतकऱ्यांना वेळेवर मिळत नाहीत. परिणामी ती लोकप्रिय ठरली नाही. सरकारी कर्जाचा वाटा १९५१-५२ मध्ये ३.१% होता. तो १९८०-८१ मध्ये ३.९% पर्यंत झाला.

२) सहकारी बँका : शेती कर्जपुरवठ्यात १९५१ नंतर सहकारी चळवळीने मोठे योगदान दिल्याचे दिसून येते. सहकारी बँका व सहकारी पतसंस्था यांच्याकडून होणारा कर्जपुरवठा महत्त्वाचा मानला जातो. सहकारी बँकांची दोन गटांत विभागणी केली जाते- १) अल्पमुदतीचा कर्जपुरवठा २) मध्यम व दीर्घ मुदतीचा कर्जपुरवठा.

१) अल्पमुदतीचा कर्जपुरवठा : या मुदतीचा कर्जपुरवठा करणाऱ्या सहकारी संस्थांची रचना त्रिस्तरीय आहे. गावपातळीवर प्राथमिक शेतकी सहकारी पतसंस्था, जिल्हा मध्यवर्ती सहकारी बँका व राज्यपातळीवर राज्य सहकारी बँक किंवा शिखर बँक कार्य करते.

२०१०-११ मध्ये प्राथमिक सहकारी बँकांची संख्या ९९,६४७ होती. त्यांनी ७४,९३८ कोटी रुपयांचा कर्जपुरवठा केला. १९५०-५१ मध्ये जिल्हा मध्यवर्ती बँकांची संख्या ५०५ होती. त्यांनी ८३ कोटी रुपयांचा कर्जपुरवठा केला. २००९-१० मध्ये या बँकांची संख्या ३७० पर्यंत वाढली, त्यांनी ११,८३९३ कोटी रुपयांपर्यंत कर्जपुरवठा केला.

राज्य सहकारी बँकांची संख्या १९५०-५१ मध्ये १६ होती. ती २००९-१० मध्ये ३९ झाली. त्यांनी ५३,५८८ कोटी रुपयांपर्यंत कर्जपुरवठा केला.

२) मध्यम व दीर्घ मुदतीचा कर्जपुरवठा : मध्यम व दीर्घ मुदतीचा कर्जपुरवठा करणाऱ्या बँकांची संख्या द्विस्तरीय आहे. जिल्हापातळीवर जिल्हा भू-विकास बँका, तर राज्य पातळीवर राज्य भू-विकास बँका आहेत. दुग्धव्यवसाय, शेळी-मेंढीपालन, कुक्कुटपालन, मच्छीमारी, गोबरगॅस इ. साठी या बँका शेती व्यतिरिक्त कर्जपुरवठासुद्धा करतात. शेतकऱ्यांना २० वर्षांपर्यंत कर्जपुरवठा केला जातो. राज्य मध्यवर्ती भूविकास बँकांची १९५०-५१ मध्ये संख्या पाच होती. १९९८-९९ पर्यंत ती संख्या १९ पर्यंत वाढली. प्राथमिक सहकारी भू-विकास बँकांची संख्या २८६ पासून २४५० पर्यंत वाढली; त्यांनी ३६४० कोटी रु. मध्यम व दीर्घ मुदतीचा कर्जपुरवठा केला. २००९-१० मध्ये राज्य भू-विकास बँकांची संख्या २० झाली.

भू-विकास बँका शेतकऱ्यांना इलेक्ट्रिक मोटार, ट्रॅक्टर, पाईपलाईन, विहीर खोदणे, शेती अवजारे इ. साठी कर्जपुरवठा करतात. सध्या फळबाग लागवडीसाठी कर्ज देतात. १९५०-५१ मध्ये शेती कर्जपुरवठ्याचे प्रमाण फक्त ३% होते; ते सध्या ३३% पर्यंत वाढले आहे. राज्यांच्या तुलनेत भू-विकास बँकांची संख्या अपुरी आहे.

३) व्यापारी बँका : १९६९ मध्ये १४ मोठ्या बँकांचे राष्ट्रीयीकरण करण्यात आले. त्याआधी व्यापारी बँका शहरी भागापुरत्याच कार्यक्षेत्रात काम करत होत्या. या बँका मुख्यत: उद्योग व व्यापार क्षेत्राला मोठ्या प्रमाणात कर्जपुरवठा करत होत्या. भारतात शेतीला कर्जपुरवठा करण्यात फारसा रस नव्हता; कारण पावसावर अवलंबून असलेल्या शेतीमुळे शेतकऱ्यांच्या उत्पन्न प्राप्तीत अनिश्चितता असते. त्यामुळे शेतकऱ्यांकडून योग्य वेळेत कर्जाची परतफेड होण्यात अनिश्चितता होते; याची भीती बँकांना होती. परिणामी शेती व्यवसायाला कर्जपुरवठा केला जात नव्हता. १९६९ मध्ये १४ प्रमुख बँकांचे राष्ट्रीयीकरण करण्यात आले. राष्ट्रीयीकरणानंतर बँकांच्या कर्जपुरवठ्याच्या धोरणात आमूलाग्र बदल झाला. बँकांनी ग्रामीण भागात मोठ्या प्रमाणावर शाखाविस्तार केला. तसेच कर्जपुरवठा धोरणाला अग्रक्रम देण्यात आला. परिणामी १९६९ नंतर व्यापारी बँकांकडून शेतीला प्रत्यक्ष तसेच अप्रत्यक्ष मार्गांनी होणाऱ्या कर्जपुरवठ्यात मोठ्या प्रमाणात वाढ झाली. १९५१-५२ मध्ये व्यापारी बँकांकडून झालेल्या कर्जपुरवठ्याचे एकूण कर्जपुरवठ्याशी असणारे प्रमाण फक्त १% होते. १९९९-२००० मध्ये व्यापारी बँका व प्रादेशिक ग्रामीण बँकांनी मिळून एकूण संस्थात्मक कर्जपुरवठ्याच्या ५८.७% कर्जपुरवठा केला.

व्यापारी बँका शेतकऱ्यांना अल्प, मध्यम मुदतीचा कर्जपुरवठा करतात. रासायनिक खते, बी-बियाणे, उभ्या पिकांच्या तारणावर अल्प मुदत कर्ज देतात. शेती अवजारे,

बैलजोडी खरेदी करणे इ.साठी मध्यम मुदतीचा कर्जपुरवठा करतात. अलीकडच्या काळात विहीर खोदणे, पाईपलाईन करणे, इलेक्ट्रिक पंप खरेदी करणे, शेती अवजारे इ. खरेदीसाठीसुद्धा दीर्घ मुदतीचा कर्जपुरवठा करतात.

व्यापारी बँका अल्प भूधारक लहान शेतकरी यांना कर्जपुरवठा करतात. शेतकऱ्यांच्या उत्पन्नात वाढ व्हावी म्हणून दुग्धव्यवसाय, शेळी-मेंढीपालन, कुक्कुटपालन इ. शेती व्यवसायाला पूरक असणाऱ्या जोडधंद्यांना कर्जपुरवठा करतात.

१९९५ मध्ये व्यापारी बँकांच्या ग्रामीण भागात ३५००० शाखा होत्या. २२००० कोटी रुपयांचा शेतीला कर्जपुरवठा केला. १९९८-९९ मध्ये व्यापारी बँकांनी ९६२२ कोटी रुपयांचा अल्प मुदतीचा कर्जपुरवठा व ८८२१ कोटी रुपयांचा मध्यम व दीर्घ मुदतीचा असा १८,४४३ कोटी रुपयांचा कर्जपुरवठा केला.

मार्च २०११ पर्यंत शाखांची संख्या ६२,२११ पर्यंत वाढली. याच काळात एकूण बँक शाखांशी असलेले ग्रामीण प्रमाण २२% वरून ५०% वाढले.

४) प्रादेशिक ग्रामीण बँका : १९७५ मध्ये ग्रामीण भागातील भूमिहीन शेतमजूर, कारागीर, लहान व सीमान्त शेतकऱ्यांच्या गरजा पूर्ण करण्यासाठी एक कायदा पास करून ताबडतोब प्रादेशिक ग्रामीण बँकांची स्थापना केली. उत्तर प्रदेशात गोरखपूर व मुरादाबाद, हरियाणात भिवानी, राजस्थानमध्ये जयपूर तर पं. बंगालमध्ये माल्डा येथे पाच प्रादेशिक बँका स्थापन केल्या. या बँका स्थापण्यासाठी स्टेट बँक ऑफ इंडिया, पंजाब नॅशनल बँक, युनायटेड कमर्शिअल बँक आणि युनायटेड बँक ऑफ इंडिया या बँकांनी पुढाकार घेतला. प्रादेशिक ग्रामीण बँकांचे भागभांडवल एक कोटी रुपयांचे आहे व वसूल भांडवल २५ लाख रुपयांचे आहे. भागभांडवलापैकी मध्यवर्ती सरकारने ५०% भांडवल पुरवले आहे. संबंधित घटक राज्यसरकारांनी १५% तर ३५% पुरस्कृत केलेल्या व्यापारी बँकानी पुरविलेले आहे.

बँकेच्या अधिकारक्षेत्रात अत्यल्प भूधारक, भूमिहीन मजूर, ग्रामीण कारागीर यांना उत्पादक कारणासाठी या बँका ताबडतोब कर्ज देतात. जून १७७९ मध्ये या बँकांची संख्या ५६ होती आणि शाखा १९९० होत्या. १९९९-२००० पर्यंत ही संख्या १९६ पर्यंत गेली व शाखांची संख्या १९६ पर्यंत गेली. व शाखांची संख्या १४,५०० झाली. २८ राज्यात ३९८ जिल्ह्यात या बँका पोहोचल्या आहेत.

५) राष्ट्रीय कृषी व ग्रामीण विकास बँक - नाबार्ड (National Bank for Agriculture and Rural Development - NABARD) : नाबार्डला शिखर बँक म्हणून तसेच एक पुनर्वित्त संस्था म्हणून दुहेरी कार्य करावे लागते.

१२ जुलै १९८२ मध्ये राष्ट्रीय कृषी व ग्रामीण विकास बँकेची निर्मिती करण्यात आली. रिझर्व्ह बँकेने शेतीच्या विकासाची सर्व कामे या बँकेकडे सोपविली आहेत.

स्थापनेच्या वेळी बँकेचे अधिकृत भांडवल ५०० कोटी रुपयांचे व वसूल भांडवल १०० कोटी रुपयांचे आहे. त्यापैकी ५०% भांडवल केंद्र सरकार व ५०% भांडवल रिझर्व्ह बँकेने दिले. शेतीला अप्रत्यक्षरीत्या कर्जपुरवठा करण्याचे कार्य ती इतर बँकांच्या मार्फत करीत आहे.

नाबार्ड सहकारी बँका, व्यापारी बँका व प्रादेशिक ग्रामीण बँकाना पुनर्वित्त पुरवठा करते. रिझर्व्ह बँकेने स्थापनेच्या वेळी स्थापन केलेला कृषी वित्तपुरवठा विभाग आणि उभारलेले कृषी वित्तपुरवठा विकासनिधी रिझर्व्ह बँकेने नाबार्डकडे हस्तांतरित केले आहेत.

नाबार्डची कार्ये

१) राज्य सहकारी बँका, विभागीय ग्रामीण बँका, भू-विकास बँका यांना अल्प, मध्यम व दीर्घ मुदतीचा कर्जपुरवठा करणे.

२) शेती, ग्रामीण उद्योग, लघुउद्योग, कुटीरद्योग, हस्तोद्योग इत्यादींना कर्जपुरवठा करणाऱ्या बँका व वित्तीय संस्था यांना पुनर्वित्ताच्या स्वरूपात मदत करणे.

३) राज्य सरकार सहकारी संस्थांचे भागभांडवल खरेदी करीत असतात. हे करण्यासाठी नाबार्ड राज्य सरकारांना (२० वर्षे मुदतीची) दीर्घकालीन कर्ज देते.

४) सहकारी बँका (प्राथमिक सह.पतसंस्था सोडून) व विभागीय ग्रामीण बँका यांच्यावर नियंत्रण ठेवणे; तसेच त्यांच्या व्यवहारांची तपासणी करणे.

५) शेती, ग्रामीण विकास, लघु व कुटीर उद्योगांच्या विकास कार्यक्रमाचे सुसूत्रीकरण करणे.

६) नाबार्ड कृषी वित्तपुरवठा क्षेत्रातील सर्वोच्च संस्था म्हणून कार्य करते.

७) बँक व्यवसायातील अधिकारी व कर्मचाऱ्यांना व्यावसायिक प्रशिक्षण देणे, तसेच त्यांची कार्यक्षमता वाढविणे.

स्थापनेपासून अल्पकाळातच नाबार्डचे कार्यक्षमतेने आपली कार्ये पार पाडण्यास सुरुवात केली. ग्रामीण भागातील शेती व अन्य व्यवसायांच्या विकासकामांचे नियोजन व सुसूत्रीकरण करण्याची जबाबदारी नाबार्डवर आहे.

नाबार्ड लघुसिंचन प्रकल्प, जमीन सुधारणा, फळबाग योजना इ. साठी तसेच दुग्धव्यवसाय, वराहपालन, कुक्कुटपालन, मत्स्य व्यवसाय इ. सारख्या व्यवसायांना कर्जपुरवठा करते. ग्रामीण भागाचा सर्वांगीण विकास करण्यासाठी १९९०-९१ मध्ये नाबार्डने ३०२० कोटी रुपयांची कर्जे विविध बँकांना दिली आहेत. १९९७-९८ मध्ये १४,००० कोटी रुपयांची कर्जे नाबार्डने विविध बँकाना दिली आहेत.

नाबार्डने २०१०-११ मध्ये ३५,३१४ कोटी रुपयांची अल्पकालीन कर्जे दिली, तर

२०१ कोटी रुपयांची दीर्घकालीन कर्जे दिली.

अशा प्रकारे ग्रामीण कर्जपुरवठा विविध मार्गाने केला गेला. मात्र, ग्रामीण कर्जबाजारीपणा वा ऋणग्रस्ततेत अनेक मार्गाने वाढ झाली.

सावकारी कर्जांचे दोष :

ग्रामीण भागात सावकरी कर्जांचा अजूनही प्रभाव असला तरी सावकरी कर्जांचे दोष पुढीलप्रमाणे आहेत.

१) जादा व्याजदर : सावकारी कर्जावरील व्याजाचा दर अधिक असतो. सावकार कर्ज देताना दिलेल्या रकमेतून पूर्ण वर्षाचे व्याज कापून घेतात आणि व्याज मात्र संपूर्ण रकमेवर आकारतात.

२) फसवणूक : ग्रामीण भागात अशिक्षित शेतकऱ्यांची संख्या अधिक आहे. अशा शेतकऱ्यांकडून सावकार कर्ज देताना एखाद्या कागदावर अंगठा घेतात व त्या कागदावर नंतर घेतलेल्या कर्जापेक्षा अधिक कर्जाची नोंद करणे, अधिक व्याजदर आकारणे अशा रीतीने शेतकऱ्यांची जमीन हडप करण्याचा प्रयत्न केला जातो.

३) मालमत्ता खरेदी करणे : सावकार कर्ज देताना जमीन तारण म्हणून लिहून घेतात. जर दिलेले कर्ज परत दिले नाही तर जमीन बळकावली जाते. तसेच कर्ज वसुलीसाठी शेतमाल अतिशय कमी किमतीत खरेदी केला जातो. अशा रीतीने ग्रामीण शेतकऱ्याची पिळवणूक केली जाते.

४) अनुत्पादक कर्ज : सावकाराकडून अनुत्पादक कार्यासाठीसुद्धा कर्ज घेतले जाते. जसे सण-समारंभ, धार्मिक विधी, मुला-मुलींची लग्ने इ. कारणांसाठी घेतलेल्या कर्जाची परतफेड करणे शेतकऱ्यांना अशक्य होते व शेतकरी कर्जबाजारी बनतात.

अशा रीतीने ग्रामीण लोकांची फसवणूक व पिळवणूक सावकार विविध मार्गांनी करीत असतात; त्यामुळे अनेक लोक कर्जबाजारी बनत आहेत.

सहकारी कर्ज पुरवठ्याचे दोष :

ग्रामीण कर्ज पुरवठ्यात वाढ झाली असली तरी अजूनही कर्जपुरवठा गरजेच्या मानाने अपुरा दिसून येतो. सहकारी कर्ज पुरवठ्यात पुढील दोष दिसून येतात -

१) सहकाराचा असमतोल विकास : सहकारी पतसंस्था आणि भू-विकास बँकांचा विकास देशातील सर्व राज्यात सारखाच झाला नाही. महाराष्ट्र, कर्नाटक, तमिळनाडू, आंध्रप्रदेश या राज्यात सहकारी भू-विकास बँकांपैकी ७०% बँका कार्यरत आहेत. पंजाब, हरियाणा राज्यात बऱ्यापैकी सहकारी बँकांची प्रगती झाली. या सहा राज्यात ८६% खेडी व ३६% लोकसंख्या सहकारी क्षेत्रात आणली; मात्र राहिलेल्या

राज्यात सहकारी पतसंस्थांची प्रगती समाधानकारक नाही. परिणामी ग्रामीण जनतेला अन्य मार्गांचा कर्जासाठी पर्याय शोधावा लागतो.

२) सेवाभावी वृत्तीचा अभाव : सहकार क्षेत्रात काम करणारे राजकीय पुढारी व अधिकारी आणि कर्मचाऱ्यांना सहकाराची मूलभूत तत्त्वे कोणती आहेत यांचे ज्ञान दिसून येत नाही. व्यापारी बँकांपेक्षाही सहकारी बँकांचे व्याजाचे दर जास्त आहेत.

३) लहान शेतकरी व भूमिहिन मजुरासाठी निरुपयोगी : ग्रामीण भागातील लहान शेतकरी व शेत मजुराची कर्जविषयक गरज भागविणे, या उद्देशाने सहकार चळवळ सुरू झाली; मात्र सहकारी भू-विकास बँका कर्ज देताना जमिनीच्या स्वरूपातील तारणाचा आग्रह धरतात. ज्या शेतकऱ्यांना तारण देण्यासाठी जमीन नाही किंवा अतिशय कमी जमीन आहे अशा शेतकऱ्यांना भू-विकास बँका कर्ज देण्याला टाळतात व मोठ्या शेतकऱ्यांना कर्ज देण्यास प्राधान्य देतात.

त्यामुळे लहान शेतकऱ्यांना स्वत:चा विकास साधता येत नाही; परिणामी त्यांची ऋणग्रस्तता वाढते.

४) वाढती थकबाकी : सहकारी बँका व भू-विकास बँकांमार्फत कर्जवाटप करताना वशिलेबाजी केली जाते. त्यामुळे दिलेल्या कर्जाची वेळेवर वसुली होत नाही. सहकारी बँकाची दिवसेंदिवस थकबाकी वाढत चालली आहे. १९९४-९५ मध्ये रिझर्व्ह बँकेने केलेल्या पाहणीनुसार सहकारी पतसंस्थांची थकबाकी ४,४०० कोटी रुपयांची असल्याचे दिसून आले आहे. थकबाकी वाढण्याचे कारण म्हणजे कर्जपुरवठ्यासंबंधी स्वीकारलेले चुकीचे धोरण होय. संपूर्ण देशात थकबाकीचे एकूण कर्जाशी प्रमाण ४५% होते.

वरील कारणाबरोबरच भारतातील बहुतांशी प्राथमिक सहकारी पतसंस्था आकाराने लहान असल्याने त्या आर्थिकदृष्ट्या सक्षम ठरू शकल्या नाहीत; त्यामुळे ग्रामीण लहान शेतकरी, शेतमजूर यांची कर्जविषयक गरज भागवू शकत नसल्याने त्यांना कर्जासाठी सावकारावर अवलंबून राहावे लागते. त्यातूनच ग्रामीण, लहान शेतकरी, शेतमजूर यांची ऋणग्रस्तता वाढत जाते.

२.४ ग्रामीण ऋणग्रस्तता अथवा कर्जबाजारीपणाची कारणे (Causes of Rural Indebtedness)

१) ग्रामीण ऋणग्रस्ततेचे अथवा कर्जबाजारीपणाचे महत्त्वाचे कारण म्हणजे शेतकऱ्याचे दारिद्र्य होय. शेतकरी अनेक कारणांसाठी कर्ज घेत असतो; कारण त्याची पूर्वीची बचत नसते. काही वेळा पिकांची हानी होते. पिके येत नाहीत. त्याचे कारण म्हणजे पाऊस वेळेवर पडत नाही अथवा अतिवृष्टी होते. थोडक्यात अवर्षण किंवा दुष्काळ

आणि अतिवृष्टी या कारणाने पीक येत नाही. जेव्हा त्यांना शेतीची बांधबंदिस्ती कारावयाची असते; विहीर खोदावयाची असते, अशा वेळी अधिक महागडे कर्ज घ्यावे लागते. शेतकऱ्यांच्या दारिद्र्यामुळे त्याला कर्ज घेणे भाग पडते.

२) दुसरे कारण म्हणजे शेतकऱ्यांना जमिनीमध्ये सुधारणा करावीशी वाटते. मात्र, साधनसामग्रीची दुर्मीळता असते. उत्पादन वाढीसाठी जमिनीमध्ये सुधारणा करणे महत्त्वाचे असते. मात्र, तेवढे बचतरूपाने भांडवल उपलब्ध नसते. त्यामुळे शेतकऱ्यांना कर्ज घेण्याशिवाय पर्याय नसतो.

३) शेतकऱ्यांना विविध प्रकारचा खर्च करावा लागतो आणि त्यामुळे तो आपोआपच कर्जबाजारी अथवा ऋणग्रस्त होतो. जसे सामाजिक रूढी, परंपरा, लग्नकार्ये, धार्मिक सण-समारंभ इ. तसेच जन्म, मृत्यू इ. साठीसुद्धा खर्च केला जातो. तो अनुत्पादक स्वरूपाचा असतो. तसेच भारतीय शेतकऱ्यांमधील कोर्ट-कचेरीमध्येसुद्धा मोठा खर्च होतो; इ. सर्व कारणांमुळे भारतीय शेतकरी मोठा खर्च करतात. हा सर्व खर्च अनुत्पादक स्वरूपाचा आहे. शेतकऱ्यांची थोडीफार असलेली बचतसुद्धा वरील बाबींसाठी खर्च होते व शेतकऱ्यांमध्ये उत्पादनसुद्धा त्यासाठी खर्च होते. परिणामी शेतकरी ऋणग्रस्ततेकडे ढकलला जातो.

४) कर्ज हे वारसा हक्काने येत असल्याकारणाने शेतकऱ्यांच्या मुलांना ते वडिलार्जित संपत्तीमुळे परत करावे लागते. परिणामी वेठबिगारी वाढीस लागते; वारसा हक्काने आलेले कर्ज पुढील पिढीला फेडावे लागते.

५) ग्रामीण ऋणग्रस्ततेला सावकार हा एक मोठा घटक जबाबदार आहे. जमिनीच्या तारणावर कर्ज देऊन जमिनीचे गहाळखत तयार करून त्या कर्जावर तो मोठ्या दराने व्याज आकारतो. परिणामी मूळ मुद्दल व व्याज यांची रक्कम मोठी होते व शेतकऱ्याला घेतलेले कर्ज परत करता आले नाही; तर सावकार अल्प किमतीत गहाणखत केलेली जमीन खरेदी करतो किंवा गिळंकृत करतो. थोडक्यात, अधिक व्याजदर व शेतकऱ्याची अडवणूक यामुळे शेतकरी कर्जबाजारी बनतो.

वरील कारणांव्यतिरिक्त सुरुवातीस काही कारणे स्पष्ट केलेली आहेत. त्याचा संदर्भ घेणे.

ग्रामीण ऋणग्रस्तता किंवा कर्जबाजारीपणावर उपाय (Measures of Rural Indebtedness)

ग्रामीण ऋणग्रस्ततेच्या समस्येला दोन घटक महत्त्वाचे आहेत. त्यासाठी दोन भागात उपाय सांगता येतात. पहिला उपाय म्हणजे सर्व जुने कर्ज माफ करणे. दुसरा उपाय नवीन कर्ज हे आवश्यकतेनुसार आणि उत्पादकतेच्या प्रकारानुसार उपलब्ध करून देणे आणि त्याच वेळेस सावकारांवर आणि दररोजच्या उपक्रमांवर नियंत्रण ठेवणे.

१) जुन्या कर्जाची तडजोड : महत्त्वाचे म्हणजे राज्य सरकार आणि केंद्र सरकार यांनी लहान शेतकऱ्यांचे कर्ज कमी करण्यासाठी; तसेच त्यातून त्यांची मुक्तता करण्यासाठी; तसेच बिगर संस्थात्मक घटकांकडून घेतलेले, दुर्बल घटकांनी घेतलेले कर्ज जसे भूमिहीन शेतमजूर आणि ग्रामीण कारागीर यांना कायद्याद्वारे कर्जातून मुक्तता केल्याचे काही घटनांवरून दिसून येते; विशेषकरून राज्य सरकारांनी तसे कायदे केले आहेत. त्यांची कर्जातून मुक्तता त्यामुळे झाली आहे; तसेच लहान शेतकरी, श्रमिक यांना त्याचा लाभ मिळत आहे. सावकारांकडून त्यांची फसवणूक होऊ नये यासाठी काळजी घेतली जात आहे.

२) सावकारांवरील अवलंबित्व कमी : संस्थात्मक मार्गाने कर्जपुरवठा करून सावकारावरील अवलंबित्व कमी करण्याचा प्रयत्न केला जात आहे. त्यासाठी सहकारी बँका, व्यापारी बँका व प्रादेशिक ग्रामीण बँकांचा जलद विस्तार केला जात आहे. लहान शेतकरी व ग्रामीण कारागीर यांना ताबडतोब कर्जपुरवठा व्हावा यासाठी देशभर बँक प्राणाली विस्तारत आहे.

३) नवीन कर्जावर नियंत्रण : जुन्या कर्जाची तडजोड केली जात आहे. शेतकऱ्यांना मुख्यत: आवश्यक बाबींसाठी तसेच उत्पादक बाबींसाठी कर्ज दिले गेले पाहिजे व अनुत्पादक बाबींसाठी कर्ज नाकारले पाहिजे; मात्र सरकार त्याबाबत कमी पडत आहे.

ग्रामीण भागात सामाजिक तसेच धार्मिक कार्यक्रमास महत्त्व दिले जाते. हा खर्च कमी करण्यासाठी ग्रामीण लोकांना उत्तेजन देणे गरजेचे आहे. प्रत्यक्षात काही संस्था सामाजिक, धार्मिक कार्यक्रमांसाठी वित्तपुरवठा करतात. यासंदर्भात एप्रिल १९७६ मध्ये शिवरामन कमिटीने अहवाल सादर केला. त्या अहवालात असे म्हटले आहे की,

अ) या उपभोग कर्जांमुळे लग्ने, जन्म आणि मृत्यू, धार्मिक खर्च, दवाखान्याचा खर्च, शैक्षणिक खर्च इ. साठी शासकीय महामंडळे राष्ट्रीय बँका, लहान शेतकरी, भूमिहीन शेतमजूर आणि कारागिरांना उत्तजेन दिले जाते.

ब) बँक आणि सहकारी बँका त्याच कारणांसाठी लहान शेतकरी आणि शेतमजुरांना कर्ज उपलब्ध करून देते.

क) या वर्गातील लोकांना कर्ज परत करावे लागते. काही राज्यात सावकारांना शेतकऱ्यांच्या जमिनी खरेदी करता येणार नाहीत, असे कायदे पास केले आहेत. त्याच वेळेस इतर कार्यक्रमासाठी सावकारांकडे जावे लागू नये, यासाठी काळजी घेतली जात आहे.

१९७५ मध्ये २० कलमी कार्यक्रमांद्वारे सरकारने असे जाहीर केले की कोणत्याही

सावकाराला कोणत्याही शेतकऱ्याच्या, भूमिहीन शेतमजुराच्या, अन्य ग्रामीण कारागिराच्या वस्तू गहाण ठेवता येणार नाहीत. वेठबिगार पद्धतीही संपुष्टात आणली गेली. कर्जबाजारीपणा किंवा ऋणग्रस्तता कमी करण्यासाठी सरकारने विविध उपाययोजना केल्या आहेत.

१) सरकारने १९९० मध्ये शेती आणि ग्रामीण कर्ज सवलतयोजना सुरू केली आहे.

२) १९८५ मध्ये सक्तीची गट विमा योजना सुरू केली आहे.

३) राष्ट्रीय शेती विमायोजना अथवा राष्ट्रीय कृषी विमायोजना ही १९९९-२००० मध्ये सुरू केली.

४) शेती उत्पन्न विमायोजना सुरू केली.

५) हवामान आधारित पीक विमायोजना २००७-०८ मध्ये सुरू केली.

६) सध्या ग्रामीण भागात वित्तसाहाय्य योजना सुरू केली आहे. त्यामध्ये अतिसूक्ष्म वित्त योजना (Micro Finances) स्वयंसाहाय्यता बचत गटाद्वारे राबविली जाते.

७) किसान क्रेडिट कार्ड योजनेद्वारे साहाय्य केले जात आहे.

२.५ शेतमाल विपणन (विक्रीव्यवस्था) - समस्या आणि उपाय (Agricultural Marketing - Problems and Measures)

शेतीमालाची विक्रीव्यवस्था (Agriculture Marketing)

शेती उत्पादनाबरोबरच शेतीमाल विक्रीव्यवस्थासुद्धा तितकीच महत्त्वाची आहे. कारण शेतीमाल कोणत्या किमतीला विकला जाईल; कोणती बाजारपेठ उपलब्ध होईल याबाबतीतसुद्धा अनिश्चितता असते. भारतात शेतमाल विक्रीव्यवस्थेत अनेक मध्यस्थ असतात, त्यामुळे शेतीमालाला योग्य किंमत मिळेलच याची खात्री नसते.

शेतीमालाची विक्रीव्यवस्था म्हणजे, शेतीमाल उत्पादनापासून उपभोक्त्यापर्यंत अन्नधान्याची व शेतीतील कच्च्यामालाची पाठवणी करण्यासाठी कराव्या लागणाऱ्या सर्व प्रक्रिया होत.

थोडक्यात, विक्रीव्यवस्थेत एकत्रीकरण, प्रतवारी, प्रक्रिया, साठवणूक, वाहतूक, माल विकणे, कर्जपुरवठा इ. चा समावेश होतो. या सर्वांना एकत्रित शेतीमाल विक्रीव्यवस्था म्हणतात.

भारतीय शेतकरी विविध मार्गांनी आपले उत्पादन अथवा अधिक उत्पादन (Surplus Product) विकतात. प्रथम आणि सामान्य अशी विक्रीची पद्धत म्हणजे शेतकरी आपल्या मालाची विक्री गावातील सावकाराला अथवा व्यापाऱ्याला करतात.

भारतातील शेतकऱ्यांची शेतीमाल विक्रीची दुसरी पद्धत म्हणजे गावातील आठवडे बाजारातून शेतीमालाची विक्री केली जाते.

शेतीमाल विक्रीची तिसरी पद्धत म्हणजे शेतकरी आपला शेतीमाल आपल्या खेड्यापासून लांब अंतरावर असणाऱ्या बाजारपेठेच्या गावातील किंवा शहरातील घाऊक विक्रेत्यांना विकतात. अशा रीतीने शेतकरी व त्याचा शेतीमाल खरेदी करणारा व्यापारी या दोघांमध्ये दलाल अथवा आडत्या हा मध्यस्थ म्हणून काम करतो. हे घाऊक व्यापारी मग त्यांनी खरेदी केलेला माल किरकोळ व्यापाऱ्यांना किंवा कारखान्यानांना विकतो. जसे घाऊक व्यापारी कापूस जिनिंग फॅक्टरीला विकतो.

२.५.१. शेतीमालाच्या विक्रीसाठी आवश्यक असणाऱ्या मूलभूत सोयी
(Basic Facilities of Agriculture Marketing)

शेतीमालाची योग्य विक्री होण्यासाठी शेतकऱ्यांना पुढील सोयी सवलतींची आवश्यकता असते.

१) आपल्या शेतीमालाची सुरक्षितपणे साठवणूक करण्यासाठी गोदामांची अथवा साठवणगृहांची आवश्यकता असते.

२) वाहतूक व दळणवळणाच्या स्वस्त व पुरेशा सुविधा, शेतकऱ्याला त्याचा शेतीमाल बाजारपेठेत विक्रीसाठी नेण्याकरता आवश्यक असतात. त्या उपलब्ध नसतील तर खेड्यातच सावकार अथवा व्यापाऱ्याला कमी किमतीत माल विकावा लागतो.

३) शेतकऱ्याने आपल्या मालाला योग्य किंमत मिळेपर्यंत प्रतीक्षा करणे. शेतकऱ्याने आपल्या शेतीमालाला योग्य किंमत येईपर्यंत थांबले पाहिजे अथवा प्रतीक्षा केली पाहिजे, नाही तर कमी किमतीला आपला शेतीमाल शेतकऱ्यांना नाइलाजाने विकावा लागतो.

शेतकऱ्याला हंगामानंतर लगेचच आपल्या शेतीमालाची विक्री करावी लागल्यास त्याच्या मालाला चांगली किंमत मिळू शकत नाही; कारण हंगामानंतर शेतीमालाची आवक बाजारात वाढल्यामुळे किमती कमी असतात. त्यामुळे शेतीमाल तयार झाल्यानंतर काही काळ वाट बघून बाजारातील किमती वाढू लागल्यावर शेतकऱ्याला आपल्या मालाची विक्री करणे शक्य झाले पाहिजे.

४) शेतकऱ्यांना बाजारपेठेतील विविध मालांचे बाजारभाव यांची माहिती सुलभपणे व वेळेच्या वेळी मिळाली पाहिजे. तसे न झाल्यास कमी किंमत देऊन फसवणूक केली जाईल.

५) दलाल अथवा मध्यस्थांची संख्या जितकी अधिक तितका दलालांचा नफा जास्त व प्रत्यक्ष उत्पादन करणाऱ्या शेतकऱ्याला मिळणारा मोबदला कमी, असे घडण्याची शक्यता असते. त्यामुळे शेतीमालाच्या विक्रीव्यवस्थेत दलाल अथवा मध्यस्थांची संख्या कमीत कमी असणे आवश्यक आहे.

६) सर्व प्रकारच्या शेतीमालासाठी विविध संस्था सुसंघटित पाहिजेत. मालाच्या चढ-उतार करण्याच्या सोयी, प्रमाणीकरणाच्या सोयी, दर्जा नियंत्रण करण्याच्या सोयी इ. असणे आवश्यक आहे. तसेच शेतकऱ्याला गरजेपुरता कर्जपुरवठा होणे आवश्यक आहे. थोडक्यात, शेतकऱ्यांच्या शेतीमालाला योग्य किंमत मिळण्यासाठी त्याच्या मालाची विक्री होण्यासाठी वाहतूक, साठवणुकीच्या सोयी, योग्य वेळी वित्तपुरवठा, बाजारविषयक माहिती इ. अनेक घटक आवश्यक आहेत.

भारतामध्ये शेतीमाल विक्री करण्याच्या पद्धतीमध्ये १) खेड्यात विक्री २) बाजारात विक्री ३) सहकारी खरेदी - विक्री संघ ४) भारतीय अन्नधान्य महामंडळामध्ये शेतीमालाची विक्री होते.

बाजार विक्रीमध्ये शेतकऱ्यांच्या शेतीमालाची विक्री होत असते.

अ) नियंत्रित बाजार : या बाजारात शेतीमालाची खरेदी-विक्री नियमानुसार होते. या बाजाराच्या नियमनासाठी बाजारसमिती नेमली जाते. त्यामुळे शेतकऱ्यांना योग्य किंमत मिळून त्यांची फसवणूक होत नाही.

ब) अनियंत्रित बाजार : या बाजारात अनेक मध्यस्थ असतात. वस्तूंची किंमत गुप्त ठेवली जाते. वस्तूंच्या किमतीमधून दलाली, हमाली, धर्मार्थ इत्यादींची कपात केली जाते.

२.५.२ भारतातील शेतीमाल विक्रीव्यवस्थेच्या समस्या (Problems of Agriculture Marketing in India)

१) गोदामे अथवा साठवणूक सोयींचा अभाव : भारतीय शेतकऱ्यांकडे आपल्या मालाची शास्त्रशुद्धपणे साठवणूक करण्यासाठी सोय नाही. बऱ्याचदा धान्य पोत्यात ठेवले जाते. काही ठिकाणी कणग्यांमध्ये साठविले जाते. मात्र उंदीर, कीड व ओल यामुळे धान्याचे रक्षण होत नाही. त्यामुळे धान्याचा दर्जा घसरतो व योग्य किंमत मिळत नाही. एका अंदाजानुसार शेतकऱ्यांच्या एकूण उत्पादनाच्या १० ते २० टक्के अन्नधान्याचा नाश सदोष साठवणुकीमुळे उंदीर,कीड यामुळे होतो.

बाजारपेठेत संग्रहगृह किंवा गोदामांचा अभाव आढळतो. गोदामे व संग्रहगृह

स्थापन झाली, तर शेतकरी चांगली किंमत मिळेपर्यंत आपला माल गोदामात ठेवू शकतो.

भारतात फळे, फुले, भाजीपाला यांचे उत्पादन मोठ्या प्रमाणात होते. जागतिक बाजारात या वस्तूंना मागणी आहे. मात्र, या वस्तू नाशवंत असल्याने व शीतगृहांच्या सोयी उपलब्ध नसल्याने त्यांची निर्यात करता येत नाही. त्यामुळे त्या स्थानिक बाजारातच येईल त्या किमतीला विकाव्या लागतात.

२) प्रतीक्षाक्षमतेचा अभाव : भारतीय सीमान्त व लहान शेतकऱ्यांना उपभोगासाठी तसेच उत्पादनाच्या काळात निर्माण झालेली देणी परत करण्यासाठी रोख पैशाची गरज असते. बऱ्याचदा गावातील मोठ्या जमीनदारांकडून, सावकाराकडून अथवा व्यापाऱ्यांकडून कर्ज घेतलेले असते. उदा. बी-बियाणे, खते, घरखर्च इ. साठी त्या कर्जाची परतफेड करावयाची असते. अशा अनेक कारणांनी सर्वसामान्य शेतकऱ्याची आपल्या मालाला योग्य किंमत मिळेपर्यंत थांबण्याची प्रतीक्षाक्षमता नसते. त्याला आपले उत्पादन हंगामानंतर त्वरित विकावे लागते. हंगामात शेतीमालाचा पुरवठा मोठ्या प्रमाणात होत असल्याने त्यांच्या किमती पडलेल्या असतात. कमी किमतींना आपला माल शेतकऱ्यांना नाइलाजाने विकावा लागतो. शेतीमाल खरेदी करणारे व्यापारी मात्र मालाची साठवणूक करतात व शेतीमालाच्या किमती वाढू लागल्यावर त्याची विक्री करतात.

३) मध्यस्थ दलालांची मोठी साखळी : भारतात शेतीमाल विक्रीव्यवस्थेमध्ये शेतकरी व त्यांच्या मालाचा उपभोग घेणारे उपभोक्ते यांच्यामधील दलाल, आडते, व्यापारी या मध्यस्थांची साखळी फार मोठी आहे. त्यामुळे १) शेतीमालाच्या विक्रीमध्ये त्या दलाल, व्यापाऱ्यांना मोठ्या प्रमाणावर आडत मिळते व उपभोक्त्याला द्यावी लागणारी वस्तूंची किंमत खूपच अधिक होते. २) उपभोक्त्याने दिलेल्या या किमतीमध्ये त्या मालाच्या प्रत्यक्ष उत्पादकाला मात्र अतिशय अल्प मोबदला मिळतो. थोडक्यात, दलालांच्या या मोठ्या साखळीने शेतकरी व उपभोक्ते या दोघांचीही आर्थिक पिळवणूक मोठ्या प्रमाणावर होते.

४) वाहतूक व दळणवळणाच्या अपुऱ्या सोयी : शेतीमाल खेड्यापाड्यात उत्पादन केला जातो. तो बाजारपेठेपर्यंत नेण्यासाठी वाहतूक व दळणवळण सोयी स्वस्त व विपुल असणे आवश्यक आहे. भारतात ग्रामीण भागात वाहतूक व दळणवळणाच्या अपुऱ्या सोयी आहेत. मुख्य बाजारपेठेशी जोडणारे रस्ते नाहीत. त्यामुळे वाहतूक अवघड व खर्चिक पडते. नाइलाजाने कमी किमतीत स्थानिक भागातच शेतीमालाची विक्री करावी लागते.

५) प्रमाणीकरण आणि प्रतवारीतील दोष : बाजारात विकल्या जाणाऱ्या वस्तूंचे प्रमाणीकरण होणे व त्यांची प्रतवारी होणे (Grading) आवश्यक असते. मात्र,

भारतात कृषिमालाच्या बाबतीत प्रमाणीकरण व प्रतवारी याचा अभाव मोठ्या प्रमाणात दिसून येतो. वेगवेगळ्या शेतीमालाची प्रतवारी करण्याऐवजी चांगल्या व वाईट मालाची भेसळ करून विक्री केली जाते. परिणामी शेतीमालाला योग्य किंमत मिळत नाही.

६) बाजारविषयक माहितीचा अभाव : शेतकऱ्यांना बाजारातील परिस्थितीविषयी आवश्यक ती माहिती अभावानेच मिळते. विशेषत: बाजारात विविध शेतीमालाच्या प्रचलित किमती काय आहेत, त्याची आवक किती आहे, याची कोणतीही माहिती शेतकऱ्यांना नसते. परिणामी शेतकऱ्यांना आपला शेतीमाल बाजारात केव्हा आणावयाचा, याचा निर्णय घेणे अवघड जाते.

७) खोटी वजन व मापे : शेतकरी अज्ञान व निरक्षर असल्यामुळे व्यापारी, खोट्या वजन व मापांचा अवलंब करतात. त्यामुळे शेतकऱ्यांना फार मोठा तोटा सहन करावा लागतो.

८) वित्तपुरवठ्याच्या अपुऱ्या सोयी : शेतीमाल तयार झाल्यापासून त्यास योग्य किंमत येईपर्यंत विक्रीसाठी थांबवायचे झाले तर बराच कालावधी जातो. या काळात शेतकऱ्याला पैशांची गरज असते. या काळात वित्तपुरवठ्याची सुविधा शेतकऱ्याला उपलब्ध नसते. त्यामुळे शेतकरी मिळेल त्या किमतीला विक्री करतो.

९) असंघटित उत्पादक : भारतात शेतीमालाच्या विक्रीव्यवस्थेत असंघटित शेतकरी (विक्रेते) असल्याने शेतकऱ्याचे अज्ञान, माल विकण्याची गरज, व्यापाऱ्यांचे गैरव्यवहार इत्यादींमुळे शेतकऱ्यांचे नुकसान अधिक होते. सध्या सहकारी विक्रीव्यवस्थेमुळे फरक पडला असला तरी सहकाराचा पुरेसा प्रसार न झालेल्या भागात खरेदीदारांकडून असंघटित शेतकऱ्यांची पिळवणूक होत आहे.

१०) किरकोळ देणी : शेतकऱ्यांना विविध मध्यस्थांना निरनिराळ्या नावाखाली किरकोळ देणी द्यावी लागतात. उदा. दलालाची दलाई, व्यापाऱ्याची तोलाई, हमालाची हमाली, धर्मदाय, इतर शुल्क इ. देणी द्यावी लागतात. परिणामी शेतकऱ्यांना मिळणाऱ्या उत्पन्नात घट होते.

अशा रीतीने शेतीमाल विक्री व्यवस्थेत अनेक दोष आढळतात. मात्र सरकारने शेतीमाल विक्रीव्यवस्थेत सुधारणा केल्या आहेत.

२.५.३ शेतीमालाची विक्रीव्यवस्था सुधारण्यासाठी केलेल्या उपाययोजना

शेतीमालाची विक्रीव्यवस्था सुधारण्यासाठी करण्यात आलेल्या उपाययोजना पुढील प्रमाणे -

१) नियंत्रित बाजार : सरकारने ज्या विविध उपाययोजना केल्या आहेत, त्यामध्ये नियंत्रित बाजाराची स्थापना सर्वांत महत्त्वपूर्ण मानली पाहिजे. कारण शेतीमालाच्या खरेदी-

विक्रीत दलाल व आडत्यांकडून केल्या जाणाऱ्या गैरव्यवहारांना आळा घालणे, वजन मापाच्या बाबतीत एकसूत्रीपणा आणणे व शेतकऱ्यांना त्यांच्या मालाला योग्य मोबदला प्राप्त करून देणे हे नियंत्रित बाजार स्थापण्यामागचे महत्त्वाचे उद्देश आहेत.

नियंत्रित बाजाराचे नियंत्रण व व्यवस्थापन करण्यासाठी एक बाजारसमिती नेमली जाते. या बाजारसमितीमध्ये राज्यशासन स्थानिक स्वराज्य संस्था (उदा. जिल्हा परिषद) व्यापारी, शेतमालाची खरेदी करणारे दलाल व शेतकरी यांचे प्रतिनिधी असतात. ही बाजारसमिती, राज्य सरकारकडून विशिष्ट कालमर्यादेसाठी नेमली जाते. शेतीमालाच्या बाजारातील गैरव्यवहार टाळणे व शेतकऱ्यांना आपल्या मालाला योग्य मोबदला मिळवून देणे हे बाजारसमितीचे उद्दिष्ट असते.

भारतात १९५१ मध्ये २५० च्या आसपास नियंत्रित बाजार होते. १९६१ मध्ये १००० तर मार्च १९९६ मध्ये ६९७० एवढी संख्या झाली.

२) सहकारी विक्रीव्यवस्था : शेतकऱ्यांच्या सहकारी विक्रीसंस्था स्थापन करून त्याद्वारे शेतीमालाची विक्री करावी, अशी भारतीय ग्रामीण पतपुरवठा पाहणीसमितीने शिफारस केली. त्यानंतर विविध राज्यांनी सहकारी विक्रीसंस्था स्थापन करण्यास प्रोत्साहन दिले.

शेतकरी एकत्र येऊन सहकारी तत्त्वानुसार बाजाराची स्थापना करतात; सहकारी बाजारामुळे शेतीमाल विक्रीव्यवस्थेतील मध्यस्थांचे उच्चाटन होऊन शेतकऱ्यांची फसवणूक होत नाही व शेतीमालाला योग्य किंमत मिळते.

३) वाहतूक व दळणवळण सोयीत वाढ : स्वातंत्र्यानंतर वाहतूक व दळणवळण सोयींमध्ये वाढ केली आहे. गाव तेथे रस्ता व सर्व खेडी मुख्य शहरांत कच्च्या अथवा पक्क्या रस्त्यांनी जोडली आहेत. त्यामुळे शेतीमाल वाहून नेणे सोयीचे झाले आहे.

४) बाजारविषयक माहिती : शेतीमालाच्या बाजाराबद्दल व बाजारातील किमतीबाबत आकाशवाणी, वर्तमानपत्रे, मासिके इ. द्वारे माहिती प्रसारित केली जाते. त्यामुळे शेतकऱ्यांना बाजारविषयक योग्य व खरी माहिती उपलब्ध होऊन त्यांची फसवणूक टळते.

५) प्रमाणित वजनमापांचा वापर : सरकारने प्रमाणित वजनमापे याविषयी कायदा केला आहे. त्यानुसार मेट्रिक पद्धतीनुसार तयार करण्यात आलेली नवी वजनेमापे वापरण्याची सक्ती केली आहे. त्यामुळे चुकीची किंवा प्रमाणित वजनमापे वापरून शेतकऱ्यांची फसवणूक करणाऱ्या प्रवृत्तीला हळूहळू आळा बसला.

६) गुदामे व शीतगृहे : शेतकऱ्यांना अधिकाधिक प्रमाणात गुदामांच्या सोयी वाढविण्याचे प्रयत्न मध्यवर्ती; तसेच राज्य सरकारांनी केलेले आहेत. अखिल भारतीय

ग्रामीण पतपुरवठा पाहणीसमितीने (१९५४) खेडेगाव, राज्य व राष्ट्रीय पातळी अशा तीन स्तरांवर गुदामांची वाढ करण्याचे सुचविले. त्यानुसार राष्ट्रीय पातळीवर मध्यवर्ती वखार महामंडळ, राज्य पातळीवर राज्य वखार महामंडळांची स्थापना केली. त्यांच्यावर जिल्ह्याच्या ठिकाणी गुदामे बांधण्याची जबाबदारी सोपविण्यात आली. खेडेगाव पातळीवर ही जबाबदारी सहकारी विक्रीसंस्थांवर सोपविण्यात आली; तर राष्ट्रीय महत्त्वाच्या ठिकाणी गुदामे बांधण्याची जबाबदारी भारतीय अन्नधान्य महामंडळावर सोपविण्यात आली. शेतकऱ्यांना अशास्त्रीय पद्धतीच्या संग्रहामुळे होणारे नुकसान टाळणे शक्य झाले आहे व शेतकऱ्यांना कमी खर्चात शेतीमाल साठवून ठेवणे शक्य होते.

बाजार संचालनालयाद्वारे शीतगृहांचा विकास केला जातो. शीतगृहे नसल्यास फळे, भाज्या, बटाटे, मांस, दुग्धपदार्थ इ. नाशवंत मालाचे नुकसान होऊन तोटा होतो; तो टाळण्यासाठी सध्या सहकारी क्षेत्रात शीतगृहे निर्माण केली जातात.

७) प्रतवारी व प्रमाणीकरण : शेतकऱ्याला दर्जा आणि प्रतीनुसार किंमत मिळावी म्हणून सरकारने १९३७ मध्ये कायदा केला. त्यानुसार शेतकी खात्याकडून मालाची प्रत ठरविता येते. सरकारने प्रतवारी केंद्रे स्थापन केली आहेत. जो माल चांगल्या प्रतीचा आहे, त्याला 'ॲगमार्क' हे चिन्ह दिले जाते. अशा मालाला चांगली किंमत व मोठी मागणी येते.

८) वित्तपुरवठा : शेतीमालाच्या आधारे बँकांकडून कर्जपुरवठा करण्याची सोय करून दिली जाते. त्यामुळे शेतीमालाला योग्य भाव मिळेपर्यंत शेतकरी थांबू शकतो.

९) बाजारपेठा व विक्रीसंदर्भात मार्गदर्शन : डायरेक्टोरेट ऑफ मार्केटिंग अँड इन्स्पेक्शन याद्वारे निरनिराळ्या बाजारपेठांची पाहणी करून मार्गदर्शन केले जाते. त्यानुसार शेतीमाल, फळबाग उत्पादने, पशुउत्पादने इ. च्या विक्रीचा अभ्यास केला जातो. 'मार्केटिंग प्लॅनिंग अँड डिझाइन सेंटर ' ही संस्था निवडक फळांच्या व भाजीपाल्याच्या विक्रीसंदर्भात पॅकिंग, प्रतवारी व वाहतूक यांचा अभ्यास करून मार्गदर्शन करते.

१०) आधारभूत किमती : शेतमालाच्या किमती हंगामापूर्वी जाहीर करून सरकार शेतीमाल खरेदी करते. त्यामुळे शेतकऱ्यांना किमान किंमत मिळते.

सहकारी विक्रीव्यवस्थेचे फायदे :

अ) मध्यस्थांचे उच्चाटन : सहकारी खरेदी-विक्री संस्थांमुळे मध्यस्थांचे उच्चाटन होते. शेतकऱ्यांना कमी कमिशन द्यावे लागते. सहकारी संस्था प्रत्यक्ष उपभोक्त्यांना माल विकतात त्यामुळे दोघांचाही फायदा होतो.

ब) सौदाशक्तीत वाढ : सहकारी तत्त्वानुसार शेतमालाची विक्री केल्याने शेतकऱ्यांची सौदाशक्ती वाढते. त्यामुळे शेतकऱ्यांना शेतमालाला योग्य भाव मिळतो.

क) साठवणुकीच्या सुविधा : सहकारी संस्था शेतमाल साठविण्यासाठी व्यवस्था करीत असतात. उदा. गुदामे बांधणे. त्यामुळे शेतकऱ्यांचा माल सुरक्षित राहतो; तसेच गुदाम पावतीच्या आधारे शेतकऱ्यांना कर्जसुद्धा मिळते.

ड) शेतकऱ्यांची क्षमता वाढते : सहकारी विक्रीसंस्था मालाच्या मोबदल्यात तात्पुरता स्वरूपात उचल देतात. त्यामुळे शेतकऱ्यांची रोख पैशांची गरज पूर्ण होऊन त्यांची प्रतीक्षाक्षमता वाढते.

इ) शेतमाल वाहतूक : शेतकऱ्याला शेतमालाची जादा किंमत मिळू शकते. तेथे वाहतुकीच्या सोयी कमी खर्चात उपलब्ध करून दिल्या जातात.

ई) प्रक्रिया संस्था : सहकारी संस्था शेतमालावर प्रक्रिया करतात. उदा. तेलबियांपासून तेल बनविणे; हरभरा, तूर, मूग यांपासून डाळी तयार करणे इ., प्रक्रिया उद्योगामुळे शेतकऱ्यांना लाभ मिळतो.

उ) इतर फायदे : सहकारी संस्था शेतकऱ्यांना खते, बी-बियाणे, कीटकनाशके उपलब्ध करून देतात. त्यामुळे शेतकऱ्यांचा उत्पादनखर्च कमी होतो.

ऊ) सहकार भावना वाढते : सहकारी विक्रीसंस्थांमुळे सभासद शेतकऱ्यांमध्ये सहकाराची भावना वाढीस लागते. त्यामुळे उत्पादन आणि उत्पादकता वाढण्यास मदत होते.

महाराष्ट्र, आंध्रप्रदेश, तामिळनाडू, उत्तरप्रदेश, बिहार इ. राज्यात सहकारी विक्रीसंस्थांची प्रगती चांगली झाली आहे.

प्राथमिक सहकारी विक्रीसंस्थांची संख्या सहा हजार असून त्यापैकी ३५०० या विशिष्ट वस्तू विक्री करणाऱ्या आहेत. राज्यपातळीवर सहकारी विक्रीसंस्था संघाची संख्या २९ आहे; तर विशिष्ट वस्तू विक्रीसंस्था संघाची संख्या १६ आहे. राष्ट्रीय पातळीवर राष्ट्रीय सहकारी विकास महामंडळ आणि नाफेडची स्थापना केली आहे, अशा रीतीने संपूर्ण देशात सहकारी विक्रीसंस्थांचे जाळे पसरले आहे. सध्या २४०० सहकारी प्रक्रिया संस्था स्थापन झाल्या आहेत. त्यामध्ये साखर उद्योगांचा महत्त्वाचा वाटा आहे. यामध्ये २२० साखर कारखाने असून देशात साखर उत्पादनांपैकी ५८% उत्पादन सहकारी क्षेत्रात होते.

जागतिक दृष्टिकोनातून शेतमालाची विक्रीव्यवस्था (Agricultural Marketing in Global Perspective)

जागतिकीकरणाची अशी व्याख्या करता येते की, 'ही अशी प्रक्रिया आहे ज्यामध्ये अनेक देश आपापल्या देशांच्या भौगोलिक सीमांचा विचार न करता एकत्र येतात. आंतरराष्ट्रीय व्यापार मुक्त करण्यात येतो. वस्तू आणि सेवा, तंत्रज्ञान, भांडवल आणि

श्रमिकांसारखे किंवा मानवी संसाधन यांची बंधने नसतात. दुसऱ्या शब्दांत, जागतिकीकरण म्हणजे आंतरराष्ट्रीयीकरण तसेच उदारीकरण होय.' जागतिकीकरणाचे समर्थन करणारे मुद्दे पुढीलप्रमाणे सांगता येतात -

१) जागतिकीकरणात भांडवलाचा प्रवाह विकसनशील देशांकडे झुकलेला असतो. त्या देशांच्या भांडवालात वाढ होण्यासाठी त्यांना उपकृत न करता आंतरराष्ट्रीय पातळीवर मदत केली जाते.

२) विकसनशील अर्थव्यवस्थांना विकसित देशांच्या तंत्रज्ञानाचा फायदा घेता येतो. हे लाभ कोणत्याही गुंतवणुकीविना, संशोधनाविना आणि विकासात्मक कार्यक्रमाविना मिळतात.

३) जागतिकीकरणामुळे विकसनशील देशातील उत्पादने विकसित देशात निर्यात करण्याची संधी निर्माण होते. तसेच विकसनशील देशांतील उपभोक्त्यांना चांगल्या दर्जाचा माल किंवा वस्तू कमी किमतीला उपलब्ध होतात.

४) जागतिकीकरणामुळे विकसनशील देशांना मोठ्या प्रमाणात जलद गतीने माहिती उपलब्ध होते; त्यामुळे उत्पन्न आणि उत्पादकता वाढविता येते.

५) जागतिकीकरणामुळे किमती कमी ठेवण्याकडे कल वाढतो. त्यामध्ये वाहतूक आणि दळणवळण, तसेच जकात कराचाही त्यात समावेश होतो. अशा प्रकारे जागतिक व्यापारामुळे देशातील एकूण अंतर्गत उत्पादनात वाढ होते.

जागतिकीकरणासंदर्भात असे म्हणता येते की, ते आर्थिक विकासाचे इंजिन आहे. तांत्रिक प्रगती, श्रमिकांची उत्पादकता वाढविण्याचा तो मार्ग किंवा किल्ली आहे. त्यायोगे देशाच्या दरडोई उत्पन्नपातळीत वाढ होते.

अशा रीतीने जागतिकीकरणाच्या अनेक बाबींचा विचार करता विकसनशील देशापेक्षा विकसित देशांना जास्त फायदा होत आहे. तरीही व्यापारात उदारीकरणावर उपाययोजना केल्या जात आहेत. जागतिकीकरणात व्यापाराचा हिस्सा नाकारता येत नाही.

भारताचे कृषी व त्या संबंधीत उत्पादनाची निर्यात २०००-०१ मध्ये २८५८२ कोटी रुपयांची होती. ती २०१३-१४ पर्यंत २६०९५३ कोटी रुपयांपर्यंत वाढली. ही वाढ ९ पटीने झाली आहे.

भारताने आयातीबाबत विचारपूर्वक निर्णय घेतले आहेत. स्थूल देशांतर्गत उत्पादनात भारताची व्यापारातील तूट १९९६-९७ मध्ये २.५% होती, ती २००२-०३ मध्ये ४% झाली.

देशांतर्गत आयात १९९१-९२ मध्ये ८.३% होती. ती २०००-०१ मध्ये १३% वाढली.

भारतीय बाजारपेठ महत्त्वाची आहे असे जगाला दिसून आले आहे. मात्र, भारताला परदेशी बाजारपेठेचा मार्ग मोकळा झाला आहे.

भारताची कृषी व संबंधिताच्या उत्पादनाची निर्यात २०००-०१ मध्ये २८,५८२ कोटी रुपयांची होती, ती २०१३ - १४ पर्यंत २,६०,९५३ कोटी रुपयांपर्यंत वाढली. ही वाढ ९ पटीने झाली आहे.

२.६ किंमत धोरण - किमान आधारभूत किंमत (Price Policy - Minimum Support price - MSP)

देशात अन्नधान्याची संतुलित आणि एकात्मिक किंमत संरचना विकसित करण्याचा प्रयत्न कृषिमूल्य धोरण आणि अन्न व्यवस्थापन याद्वारे केला जातो. शेतकऱ्यांच्या मालाला योग्य भाव मिळवून देण्यासाठी तसेच ग्राहकांना योग्य भावात वस्तू मिळवून देण्यासाठी कृषिमूल्य धोरणाचे उद्दिष्ट असते.

किमान आधारभूत किंमत म्हणजे सरकार प्रत्येक हंगामाच्या ठरावीक पिकांसाठी पेरणीपूर्वी घोषित किंमतीद्वारे माल विकत घेण्याची सरकारने घेतलेली पूर्ण हमी होय.

शेतकऱ्यांच्या पिकांना योग्य किंमत मिळण्यासाठी; तसेच त्यांच्या हिताचे रक्षण करण्यासाठी काही ठरावीक पिकांसाठी केंद्र सरकार आधारभूत किंमत जाहीर करते.

कृषी पिकांची आधारभूत किंमत केंद्रीय कृषी मंत्रालय जाहीर करते. परंतु सरकारला शिफारस करण्याचे काम कृषी खर्च व मूल्य आयोग करते.

उद्दिष्टे :

१) त्या त्या पिकांच्या पेरणीपूर्वी किमान आधारभूत किंमत जाहीर करणे. त्यामुळे शेतकऱ्यांना पेरणीपूर्वीच आपल्या पिकाला किती किंमत मिळेल हे समजते.

शेतकरी जास्तीत जास्त उत्पादन घेण्याचा त्यामुळे प्रयत्न करेल. तसेच शेतीमध्ये जास्तीत जास्त गुंतवणूक करून शेतीत सुधारणा करू शकेल, असा त्यामागील उद्देश आहे.

कृषिमूल्य आयोगाची स्थापना १९६५ मध्ये झाली. १९८५ मध्ये त्याचे कृषी खर्च व मूल्य आयोग असे नामकरण केले गेले. सध्या हा आयोग २५ मुख्य पिकांच्या किमान आधारभूत किमतीची शिफारस करते. ही शिफारस राज्य सरकारकडून उपलब्ध होणारा पिकांचा उत्पादनखर्च, उत्पन्न व इतर अनुषंगिक माहितीद्वारे केली जाते.

महाराष्ट्रात कृषिमूल्य आयोगाला शिफारस करण्यासाठी शेतमाल किंमतसमिती काम करते. त्यामध्ये चार कृषी विद्यापीठे व इतर खात्याकडून पीक उत्पादनखर्च आणि उत्पन्नाविषयी माहिती जमा केली जाते.

सराव प्रश्न :

१. खालील प्रश्नांची प्रत्येकी २० शब्दांत उत्तरे लिहा.

अ) भारताच्या राष्ट्रीय उत्पन्नातील शेतीच्या हिश्श्याबाबत माहिती सांगा.

ब) आर्थिक विकासात शेतीचे महत्त्व सांगा.

क) शेती विकासातील अडथळे थोडक्यात सांगा.

ड) ग्रामीण ऋणग्रस्तता म्हणजे काय?

इ) शेती विपणन म्हणजे काय?

ई) किमान आधारभूत किंमत म्हणजे काय?

२. खालील प्रश्नांची प्रत्येकी ५० शब्दांत उत्तरे लिहा.

अ) भारतीय अर्थव्यवस्थेत शेतीचे स्थान थोडक्यात स्पष्ट करा?

ब) शेती विकासातील अडथळे थोडक्यात स्पष्ट करा.

क) ग्रामीण कर्जबाजारीपणा म्हणजे काय?

३. खालील प्रश्नांची प्रत्येकी १५० शब्दांत उत्तरे लिहा.

अ) भारतीय अर्थव्यवस्थेत शेतीचे स्थान स्पष्ट करा.

ब) भारतीय शेती विकासातील अडथळे स्पष्ट करा.

क) ग्रामीण ऋणग्रस्ततेची कारणे विशद करा.

ड) शेतमाल विक्रीव्यवस्थेच्या समस्या सांगून उपाय सांगा.

इ) किंमत धोरणाविषयी सविस्तर माहिती सांगा.

४. खालील प्रश्नांची प्रत्येकी ३०० शब्दांत उत्तरे लिहा.

अ) भारतीय अर्थव्यवस्थेत शेतीचे स्थान स्पष्ट करा.

ब) ग्रामीण ऋणग्रस्ततेची कारणे व उपाय स्पष्ट करा.

क) शेतमाल विपणनव्यवस्थेतील समस्या व उपाय स्पष्ट करा.

ड) किमान आधारभूत किमतीबाबत विवेचन करा.

प्रकरण ३

१९९१ पासूनचा भारतातील औद्योगिक विकास
(Industrial Development in india since, 1991)

३.१ प्रास्ताविक (Introduction)

३.२ आर्थिक विकासातील औद्योगिक करणाची भूमिका (Role of Industrilisation in Economic Development)

३.३ लघु, मध्यम आणि मोठ्या उद्योगांची भूमिका (Role of small medium and large scale enterprises)

३.४ लहान, मध्यम आणि मोठ्या उद्योगांच्या समस्या आणि भवितव्य (Problem and prospects of small, medium and large scale enterprises)

३.५ १९९१ चे नवीन औद्योगिक धोरण (New Industrial Policy, 1991)

३.६ १९९१ च्या औद्योगिक धोरणाचे मूल्यमापन (Evaluation of Industrial Policy, 1991)

३.१ प्रास्ताविक (Introduction)

देशाचा आर्थिक विकास होताना कृषि - अर्थव्यवस्थेतून औद्योगिक अर्थव्यवस्थेकडे वाटचाल होताना दिसून येते. आर्थिक विकासाच्या इतिहासावरून असे दिसून येते की, आर्थिक विकासाचा संबंध दरडोई उत्पन्न वाढीशी आणि औद्योगिक विकासाशी दिसून येतो. त्यामुळे अर्थशास्त्रज्ञ औद्योगिकीकरणाची शिफारस करतात.

औद्योगिकीकरणाच्या व्याख्येवरून असे दिसून येते की, औद्योगिकीकरण ही अशी प्रक्रिया आहे की, ज्यामध्ये उत्पादन कार्याच्या तंत्रात अथवा व्यूहरचनेत सतत परिवर्तन घडून येते. त्यामध्ये उपक्रमांचे यांत्रिकीकरण, नवीन बाजारपेठांचा शोध, नवीन उद्योगांची उभारणी, नवीन प्रदेशांचा शोध, इ. चा समावेश होतो. दुसऱ्या शब्दांत औद्योगिकीकरणाची प्रक्रिया ही विस्तारीकरण आणि भांडवलावर अवलंबून असते. परिणामी, कृषी समाजाचे रूपांतर औद्योगिक समाजात होते. त्यामुळे वर्तणुकीत बदल, मूलपद्धती, धार्मिक श्रद्धा,

सामाजिक संरचना आणि आर्थिक संस्थेत बदल होतात.

विकसित देशांत आर्थिक विकासात औद्योगिकीकरण ही विकासाची गुरुकिल्ली मानली जाते. विशेषत भारतासारख्या मोठ्या देशात विपुल मानव संशोधन आणि विविध संसाधने, विस्तृत बाजारपेठ उपलब्ध आहे. त्या दृष्टीने औद्योगिकीकरणास महत्त्व प्राप्त होत आहे. भारताने १९४८ मध्ये आपले औद्योगिक धोरण जाहीर केले. आर्थिक धोरणात वारंवार सुधारणा केल्या. त्यानंतर १९९१ मध्ये भारताने नवीन आर्थिक धोरण स्वीकारून नवीन सुधारणा अमलात आणल्या आहेत.

औद्योगिकीकरण (Industrialisation)

औद्योगिकीकरणाची व्याख्या पुढीलप्रमाणे करता येते -

१) वि कँग चँग यांच्या मते, औद्योगिकीकरण ही अशी प्रक्रिया आहे की, ज्या प्रक्रियेद्वारे उत्पादन फलामध्ये बदल घडवून आणले जातात. अशी प्रक्रिया म्हणजे औद्योगिकीकरण होय.

२) ए. एच. हॅन्सेन यांच्या मते, ''औद्योगिकीकरण ही भांडवलाच्या गहणीकरणाची त्याचप्रमाणे भांडवलाच्या विस्तारीकरणाची प्रक्रिया होय.''

भांडवलाचे गहणीकरण म्हणजे उत्पादनाच्या प्रत्येक नगासाठी भांडवलाचा जास्तीत जास्त वापर करणे. तसेच भांडवलाचे विस्तारीकरण म्हणजे अंतिम वस्तूच्या उत्पादनाच्या वाढीबरोबर भांडवलनिर्मितीमध्ये वाढ होणे.

अर्थव्यवस्थेत द्वितीयक क्षेत्राला उद्योग असे म्हटले जाते. उद्योगात कारखानदारी, बांधकाम, वायू, पाणी, वीजपुरवठा या क्षेत्रांचा समावेश होतो. उद्योग क्षेत्रात अनेक वस्तूंचे उत्पादन केले जाते. कार्यक्षम अशा उद्योगांच्या विकासावरच अर्थव्यवस्थेचा विकास अवलंबून असतो.

औद्योगिकीकरणामुळे औद्योगिक क्षेत्राचा वेगाने विकास होऊन उद्योग क्षेत्राचा एकूण राष्ट्रीय उत्पन्नातील हिस्सा वाढतो. भारताचा जलद आर्थिक विकासासाठी औद्योगिकीकरणाकडे पाहिले जाते. औद्योगिकीकरणाची भूमिका / महत्त्व पुढीलप्रमाणे सांगता येते -

३.२ आर्थिक विकासातील औद्योगिकीकरणाची भूमिका / महत्त्व
(Role of Industrialisation in Economic Development)

विकसनशील देशांत आर्थिक विकासात औद्योगिकीकरण ही विकासाची गुरुकिल्ली मानली जाते. विशेषत भारतासारख्या मोठ्या देशात विपुल मानवी संसाधन आणि विविध साधने, विस्तृत बाजारपेठ इ. उपलब्ध आहेत.

औद्योगिकीकरणाची भूमिका / महत्त्व पुढीलप्रमाणे सांगता येते :

१) दरडोई उत्पन्नात जलद गतीने वाढ : शेती आणि उद्योगांची तुलना करता उद्योगांच्या विकासामुळे देशाच्या दरडोई उत्पन्नात वाढ झाली आहे. विकसित देशांत तंत्रज्ञानाची प्रगती आणि औद्योगिक उत्पादन क्षमतेत सतत वाढ झाल्याचे दिसून येते.

औद्योगिक विकास झालेले देश व विकसनशील देश यांचे दरडोई उत्पन्न आणि एकूण देशांतर्गत उत्पन्नातील हिस्सा पुढीलप्रमाणे दिसून येतो -

स्थूल देशांतर्गत उत्पादन आणि दरडोई उत्पन्न यांची औद्योगिक विभागणी (२००९)

देश	दरडोई उत्पन्न डॉलर (२००८)	मुलभूत औद्योगिक अंतर्गत उत्पादन घटखर्चानुसार (%)		
		शेती	उद्योग	सेवा
अमेरिका	४६४३६	१.३	२०.८	७७.३
बेल्जिअम	४४,४२९	०.८	२३.१	७६.१
इंग्लड	३५१६४	०.७	२३.७	७५.१
जपान	३९७२६	१.४	२९.३	६९.३
चीन	३७४४	१०.३	४६.३	४३.४
भारत	११३४	१७.१	२८.२	५४.६

(Source : Indian Economy - Datt & Mahajan, 70th Edition P.667) (अमेरिका बेल्जिअम इंग्लड व जपानचे अंतर्गत उत्पादन २००८ चे आहे)

वरील व्यवसायावरून असे दिसून येते की, अमेरिका, बेल्जियम, इंग्लड, जपान या विकसित देशांचा उद्योग आणि सेवा क्षेत्रातील एकूण देशांतर्गत उत्पादनातील हिस्सा भारत आणि चीन या देशांपेक्षा जास्त आहे. त्यामुळे अशा देशांचे दरडोई उत्पन्न सुद्धा अधिक आहे.

२) रोजगार संधीत वाढ : भारतासारख्या विकसनशील देशात लोकसंख्यावाढीचा दर उच्च दिसून येतो. त्यामुळे श्रमिकांची संख्या वाढताना दिसून येते. भारतात लोकसंख्येचा दबाव कृषिक्षेत्रात दिसून येतो. कृषिक्षेत्रात छुपी बेकारी दिसून येते. छुप्या बेकारीचे प्रमाण जवळजवळ २५% आहे. त्यामुळे शेती क्षेत्रातील श्रमिक औद्योगिक क्षेत्राकडे वळविता येतील. वाढत्या श्रमिकांच्या संख्येसाठी औद्योगिकीकरणाची भूमिका महत्त्वाची आहे. त्यामुळे रोजगार संधीत वाढ होईल.

३) उच्च उत्पन्न गटातील एकत्रित मागणी : उच्च उत्पन्न गटातील लोकांची

मागणी कृषिक्षेत्रातील वस्तुनिर्मितीपेक्षा औद्योगिक वस्तुनिर्मितीची मागणी लवचीक दिसून येते. औद्योगिक वस्तू या गरजेच्या वाटतात. उदा. धुलाई, मशीन, रेफ्रीजरेटर, स्कूटर, मोटार सायकल, कार इ.

४) आयात आणि निर्यातीतील तफावत दूर करणे : विकसित देशांच्या मानाने विकसनशील देशांच्या निर्यातीत कृषी अथवा प्राथमिक क्षेत्रांतील वस्तूंची निर्यात खूपच कमी आहे. विकसनशील देशांच्या निर्यात वाढीचा दर ३.६% आहे. तर विकसित देशांच्या निर्यात वाढीचा दर ६.२% आहे. विकसनशील देशांत व्यापार समतोलाची समस्या निर्माण होते व व्यापारात तूट निर्माण होते. म्हणून भारताने आयातीला पर्याय. निर्यातीला प्रोत्साहन ही धोरणे अवलंबली आहेत. औद्योगिकीकरणामुळे उत्पादन वाढून तसेच औद्योगिक वस्तूंचे उत्पादन वाढून निर्यात वाढ होत आहे. तसेच सेवा क्षेत्राचासुद्धा मोठ्या प्रमाणात विकास होत आहे व राष्ट्रीय उत्पन्नात वाढ होण्याला मदत होत आहे.

५) संरक्षण अथवा सुरक्षिततेची तजवीज : औद्योगिकीकरण हे देशाच्या सुरक्षिततेबाबत महत्त्वाची भूमिका बजावते. विशेषत: आणीबाणीच्या काळात अथवा संकटाच्या काळात संरक्षणाच्या बाबतीत दुसऱ्या देशावर अवलंबून राहणे धोक्याचे ठरते. कोणत्याही परिस्थितीत देशाची सुरक्षा महत्त्वाची असते. देशाचे राष्ट्रीय उद्दिष्ट साध्य करण्यासाठी स्वसंरक्षण साधनसामग्रीत आत्मनिर्भर होणे आवश्यक असते. तसेच देशाचे सार्वभौम महत्त्वाचे असते. त्यासाठी आवश्यक शस्त्रास्त्रे, दारूगोळा, संरक्षक वाहने, विमाने, युद्धनौका इ. उत्पादन करणे आवश्यक असते. हे सर्व औद्योगिकीकरणामुळे शक्य होते.

६) कृषिक्षेत्राचा विकास : शेती आणि उद्योग ही दोन्ही क्षेत्रे परस्परपुरक आहेत. औद्योगिकीकरणामुळे रासायनिक खते, शेती साहित्य, जलद वाहतूक, साठवणगृह इ. सुविधा उपलब्ध होऊन शेतीची उत्पादकता वाढते. शेतीच्या विकासाला चालना मिळते. औद्योगिक क्षेत्रातील उत्पादनांना मागणी येवून शेतमालाला वाजवी भाव मिळू शकतो. उत्पादन वाढविण्यासाठी शेतीत नव्या यंत्रांचा आणि तंत्रज्ञानाचा स्वीकार केला जातो. त्यामुळे शेतकऱ्यांच्या उत्पादनात वाढ होते व राष्ट्रीय उत्पन्नात शेती क्षेत्राचा हिस्सा वाढतो. त्यामुळे शेतीक्षेत्राच्या विकासासाठी औद्योगिकीकरणाची भूमिका महत्त्वाची ठरते.

७) राष्ट्रीय उत्पन्न वाढण्यासाठी : कृषिक्षेत्रात घटत्या फलाचा अनुभव येतो कारण तो निसर्गावर बहुतांशी अवलंबून असतो. परंतु औद्योगिक विकासामुळे घटत्या फलाऐवजी वाढत्या उत्पादनफलाचा अनुभव येतो. देशात औद्योगिकीकरण झाल्यास अनेक मोठे, मध्यम आणि छोटे उद्योग वाढतील त्यामुळे रोजगाराच्या संधी

निर्माण होऊन श्रमिकांची उत्पादनक्षमता वाढेल व देशाचे राष्ट्रीय उत्पन्न वाढण्याला मदत होईल.

८) दारिद्र्य कमी करण्यासाठी : ग्रामीण लोकसंख्या शेतीवर अवलंबून राहते. शेतीची उत्पादकता कमी आहे. तसेच शेतीचे आकारमान कमी, पारंपरिक पद्धतीने शेती केली जात असल्याने शेतकऱ्यांचे उत्पन्न कमी राहते. शेतकऱ्यांचा अज्ञानीपणा, दारिद्र्य, कर्जबाजारीपणा, सिंचन सुविधांचा अभाव इ. कारणाने शेतकऱ्यांचे उत्पन्न कमी राहते. बचत कमी असते. गुंतवणूक कमी असते त्यामुळे दारिद्र्यात अर्थव्यवस्था अडकते त्यासाठी औद्योगिकीकरण महत्त्वाचे ठरते. औद्योगिकीकरणामुळे रोजगार संधी उपलब्ध होतात. लोकांचे उत्पन्न वाढते. बचत वाढते. गुंतवणूक पातळी वाढते आणि दारिद्र्य दूर होऊन आर्थिक विकास होतो.

९) साधनसंपत्तीचा जास्तीतजास्त वापर : भारतासारख्या विकसनशील देशात विविध प्रकारची नैसर्गिक साधनसामग्री उपलब्ध असते. जसे जंगले, जलसंपत्ती, सागरी संपत्ती, खनिजे, कोळसा, कच्चे लोखंड, खनिज तेल इ. साधनसामग्री पूर्ण क्षमतेने वापरली जात नाही. औद्योगिक विकास झाल्यास या साधनसंपत्तीचा जास्तीतजास्त वापर वाढेल. अनेक प्रकारचे उद्योगधंदे वाढतील. त्यामुळे साधनसामग्री पूर्ण क्षमतेने वापरता येईल व कारखानदारी क्षेत्राची वाढ होण्याला मदत होईल.

१०) लोकसंख्यावाढ रोखण्यासाठी : लोकसंख्या वाढल्यामुळे अनेक प्रश्न निर्माण होतात. लोकसंख्यासंदर्भात भारताचा चीननंतर दुसरा क्रमांक लागतो. लोकसंख्यावाढ कमी करण्यासाठी औद्योगिकीकरणाची भूमिका महत्त्वाची ठरते. औद्योगिकीकरणामुळे व्यापारी केंद्रे व शहरे यांमध्ये वाढ होते. शहरीकरणाला वेग येतो. रोजगार संधी प्राप्त होते त्यामुळे लोकांचे उत्पन्न वाढते. सांस्कृतिक प्रगती, शिक्षणाचा प्रसार, विभक्त कुटुंबपद्धती, आरोग्य सुविधा, स्त्री-पुरुष समानता इ. मुळे शहरी लोकसंख्यावाढीचा वेग कमी राहतो. म्हणजेच औद्योगिकीकरणामुळे शहरीकरण त्यातून जलद वाढणाऱ्या लोकसंख्येला आळा बसतो.

११) उत्पन्न विषमता कमी : औद्योगिकीकरणामुळे रोजगारात वाढ होते. दरडोई उत्पन्न तसेच राष्ट्रीय उत्पन्नात वाढ होते. परिणामी, देशातील गरीब आणि श्रीमंत यांच्यातील विषमता कमी होते.

१२) विविध वस्तूंचे उत्पादन : उद्योगामुळे देशात विविध प्रकारच्या वस्तूंचे उत्पादन होते. यंत्रसामग्री, उपकरणे, जीवनावश्यक वस्तू, उद्योग, कृषी, सेवाक्षेत्रासाठी लागणाऱ्या अनेक वस्तूंचे उत्पादन औद्योगिकीकरणामुळे शक्य होते. देशांतर्गत वस्तू निर्माण होत असल्यास दुर्मीळ परकीय चलनही वाचते.

१३) सामाजिक विकास : औद्योगिकीकरण हे सामाजिक विकासासाठी महत्त्वाचे ठरते. उदा, रेल्वे, सिंचन प्रकल्प इ. साठी उपयुक्त ठरते. या आर्थिक पायाभूत सुविधा उपलब्ध झाल्यास भविष्यात आर्थिक विकासाच्या दरात जलद वाढ होते.

१४) औद्योगिक संस्कृती : उद्योगांच्या विकासामुळे लोकांमध्ये शिस्त, स्वावलंबन, सहकार्याची भावना, स्पर्धात्मकता, शास्त्रीय दृष्टिकोन इ. ची वाढ होते. यामुळे सामाजिक विकासाला उद्योगधंद्यांचा विकास पूरक ठरतो.

१५) पायाभूत उद्योग व सेवांचा विकास : उद्योग क्षेत्र व सेवा क्षेत्र यांचा विकास एकमेकांना पूरक ठरतो. वाहतूक व दळणवळण, बँका, विमा, ऊर्जा, सेवा व्यवसाय इ. चा विकास उद्योगांच्या विकासामुळे होतो त्यातून मोठ्या प्रमाणात रोजगार निर्माण होतो.

१६) अर्थव्यवस्था बळकट करणे : औद्योगिकीकरणामुळे अनेक मार्गांनी अर्थव्यवस्था बळकट होते. औद्योगिकीकरणामुळे वैज्ञानिक संशोधन आणि तांत्रिक प्रगतीला चालना मिळते. त्यामुळे अर्थव्यवस्था गतिमान होऊन धरणे, लोहमार्ग इ. बांधणे शक्य होते. विविध क्षेत्रांना लागणाऱ्या वस्तू उद्योगक्षेत्र पुरविते. त्यामुळे इतर क्षेत्राच्या विकासाला चालना मिळते. या सर्वांचा परिणाम म्हणून अर्थव्यवस्था बळकट होते.

१७) राहणीमानात वाढ : जगातील सर्वच विकसित देशांचा विकास औद्योगिकीकरणामुळे झाला आहे. औद्योगिकीकरणामुळे रोजगाराच्या संधी निर्माण होतात. लोकांच्या उत्पन्नात वाढ होते. लोकांच्या उपभोगात विविधता येते. त्यांची विविध वस्तूंची मागणी वाढते. वाढती मागणी पूर्ण करण्यासाठी पुन्हा उत्पादनात वाढ करावी लागते. उत्पादनात वाढ करण्यासाठी उत्पादन मागणी वाढते हे चक्र सुरू राहते आणि त्यामुळे राहणीमानाचा दर्जा उंचावतो.

१८) बचत व गुंतवणुकीत वाढ : लोकांच्या उत्पन्नात औद्योगिकीकरणामुळे वाढ होते. त्यामुळे बचत प्रवृत्ती वाढते. त्यातूनच भांडवलाची उभारणी होते. बँका व वित्तीय संस्था लोकांच्या बचती गोळा करून औद्योगिक क्षेत्राला भांडवल पुरवितात. बचत वाढल्यामुळे बँकाचे व्याजदर कमी होतात. व्याजदर कमी झाल्यामुळे उत्पादन खर्च कमी होऊन नफा वाढतो. नफा वाढल्याने उद्योजक नवीन गुंतवणूक करतात व उत्पादनात वाढ होते.

१९) राष्ट्राच्या उत्पादनात स्थैर्य अथवा स्थिरता : राष्ट्राच्या उत्पन्नात स्थैर्य प्राप्त करणे महत्त्वाचे असते. अर्थव्यवस्थेत अनेक घटकांपैकी मुख्यत: प्राथमिक उत्पादनांच्या निर्यातीपासून ते अशा अनेक प्रश्नांच्या स्थैर्याबाबत अडचणी निर्माण होतात म्हणून असे म्हटले जाते की, भारतात भांडवलाची कमी उपलब्धता आणि श्रमिकांची मोठ्या प्रमाणात

उपलब्धता असल्याने त्यासाठी भारताने लघु उद्योगांचा आणि कुटीरोद्योगांचा विकास केला पाहिजे. कारण यामध्ये कमी भांडवल लागते व त्यामुळे स्थानिक पातळीवर रोजगार निर्माण होतो. परंतु लघुउद्योगामुळे व कुटीरोद्योगामुळे आर्थिक विकासाचा उच्च दर गाठू शकणार नाही. म्हणून असे सुचविले जाऊ शकते की, भांडवली वस्तूंसाठी भांडवल प्रधान तंत्राचा व उपभोग्य वस्तूंसाठी श्रमप्रधान तंत्राचा उपयोग केला पाहिजे. तरच आर्थिक विकासाचा उच्च दर गाठण्याचे उद्दिष्ट पूर्ण होईल आणि आपोआपच रोजगारनिर्मितीला प्राधान्य दिले जाईल.

थोडक्यात, स्वयंधारी आणि स्वयंजनक अर्थव्यवस्था निर्माण करण्यासाठी आणि सातत्याने विकास करण्यासाठी औद्योगिकीकरणाची भूमिका महत्त्वाची आहे.

३.३ लघु, मध्यम आणि मोठ्या उद्योगांची भूमिका (Role of Small, Medium & Large scale enterprises)

भारतीय औद्योगिक क्षेत्रामध्ये मोठे, मध्यम आणि लघु उद्योगांना महत्त्वाचे स्थान आहे. देशातील लाखो लोकांना रोजगार उपलब्ध होऊन देशाच्या विकासाचे उद्दिष्ट पूर्ण होण्याला मदत होत आहे.

लघुउद्योगांची अथवा उपक्रमांची भूमिका (Role of Small Scale Enterprises)

स्वातंत्र्य प्राप्तीनंतर लघुउद्योग क्षेत्राची जलद प्रगती झाली. १९५६ आणि १९७७चे औद्योगिक धोरणातील ठरावामुळे लघुउद्योग क्षेत्रातील अतिरिक्त रोजगारनिर्मिती त्याचबरोबर कमी भांडवल गुंतवणूक यांची महत्त्वाची भूमिका दिसून येते.

लघुउद्योगांच्या व्याख्येत सामान्यपणे असे दिसून येते की, सयंत्र आणि यंत्रसामग्रीची मूळ किंमत आणि त्यात होणारे प्रत्येक वर्षाचे फेरबदल.

सुरुवातीला १९५५ मध्ये लघुउद्योगाची व्याख्या करताना ''ज्या उद्योगात भांडवल गुंतवणूक पाच लाखांपेक्षा कमी आणि विजेचा वापर केला जात नाही व १०० पेक्षा कमी श्रमिक काम करतात.'' त्यांना लघुउद्योग असे म्हणतात किंवा समजा विजेचा वापर केला असेल आणि ५० पेक्षा कमी श्रमिक काम करत असतील तर अशा उद्योगांना लघुउद्योग असे म्हणतात.

१९६० नंतर भांडवल गुंतवणूक हा निकष विचारात घेतला. इ. स. २००० मध्ये लघुउद्योगाची भांडवल मर्यादा एक कोटी रुपये केली. तर अति लघुउद्योगाची गुंतवणूक मर्यादा २५ लाख रुपये केली.

मोठ्या उद्योगांच्या स्पर्धेमुळे झालेले दुर्लक्ष आणि सरकारचे असमाधानकारक साहाय्य त्यामुळे भारतीय लघुउद्योगांच्या प्रगतीत अडथळे निर्माण झाले. नोंदणी झालेल्या लघुउद्योगांची संख्या १९५० मध्ये १६०० होती ती २००-२००१ मध्ये ३३.७ लाख

एवढी झाली. १९९० च्या दशकात नवीन लहान उद्योग सुरू झाले जसे - इलेक्ट्रॉनिक वस्तू, सूक्ष्म लहरी साधने, दूरदर्शन संचन, वैद्यकीय उपकरणे, यंत्रे, सुटे भाग इत्यादी. लघुउद्योगांचा १९९० च्या दरम्यान उत्पादनवाढीचा दर १५.१% होता आणि निर्यात मूल्य रु. ७०,००० कोटी होते २०००-०१ मध्ये जवळजवळ दोन कोटी लोकांना रोजगार उपलब्ध झाला.

लघुउद्योगांचे महत्त्व लक्षात घेऊन २००६ मध्ये सूक्ष्म, लघु आणि मध्यम उपक्रम विकास अधिनियम २००६ हा कायदा समंत करण्यात आला. २ ऑक्टोबर, २००६ पासून तो लागू करण्यात आला. या कायद्याद्वारे उद्योगाऐवजी उपक्रम ही संकल्पना वापरली आहे. त्यानुसार उपक्रमांचे अ) वस्तू उत्पादक उपक्रम ब) सेवा पुरविणारे उपक्रम अशा दोन गटांत विभागणी केली. त्यात सूक्ष्म, लघु व मध्यम उपक्रम असे वर्गीकरण केले.

अ) वस्तू उत्पादक उपक्रमांचे वर्गीकरण त्यांचा प्रकल्प व यंत्रसामग्रीतील गुंतवणूक या आधारावर करण्यात आले.
   त्यानुसार सूक्ष्म उपक्रम म्हणजे २५ लाख रुपये भांडवल गुंतवणूक होय.
   लघु उपक्रम म्हणजे ५ कोटी रुपयांपर्यंत केलेली गुंतवणूक होय.
   मध्यम उपक्रम म्हणजे ५ ते १० कोटी रुपयांपर्यंत केलेली गुंतवणूक होय.

ब) सेवा पुरविणाऱ्या उपक्रमांचे वर्गीकरण पुढीलप्रमाणे केले आहे -
   सूक्ष्म उपक्रम म्हणजे १० लाख रुपयांपर्यंतची केलेली भांडवली गुंतवणूक होय.
   लघु उपक्रम म्हणजे २ कोटी रुपयांपर्यंत केलेली गुंतवणूक होय.
   तर मध्यम उपक्रम म्हणजे २ ते ५ कोटी रुपयांपर्यंत केलेली गुंतवणूक होय.

२०१०-११ मध्ये सूक्ष्म, लघु आणि मध्यम उपक्रमांची गणना केली आहे. या गणनेचा कालावधी २००६-०७ या वर्षाचा आहे.

या गणनेनुसार या क्षेत्रातील उपक्रमांची संख्या १५.६४ लाख एवढी होती. त्यांपैकी ९४.९४% सूक्ष्म उपक्रम होते. ४.८९% लघु उपक्रम होते तर ०.१७% मध्यम उपक्रम होते. या उपक्रमापैकी ४५.२३% उपक्रम हे ग्रामीण भागात होते तर ५४.७७% उपक्रम हे शहरी भागात होते. या उपक्रमापैकी वस्तू उत्पादक उपक्रम ६७.१% होते. आणि सेवा उपक्रम ३२.९% इतके होते.

लघुउद्योग, कुटीरोद्योग हे मुख्यत: घरगुती स्वरूपाचे असतात. उदा., हातमाग, गालिचे विणणे. वेत वा बांबूपासून वस्तू तयार करणे, लाकूड काम, लाकडी खेळणी, चित्रकारी, हिऱ्यांना पैलू पाडणे, शोभेच्या वस्तू तयार करणे इ. ग्रामोद्योगात मुख्यत: ग्रामीण भागातील व स्थानिक बाजारपेठ असलेल्या उद्योगांचा समावेश होतो. उदा.,

गुळाचे उत्पादन (गुळाचे गुऱ्हाळ) चामड्याच्या वस्तू, लोकरीच्या वस्तू, हातकागद, मधमाश्या पालन, आगपेटी उत्पादन इ.

लघुउद्योगांच्या विकासासाठी केंद्र आणि राज्यपातळीवर अनेक संस्था काम करतात. लघु उद्योग विकास संघटना लघुउद्योगांच्या विकासाबद्दल धोरणे आखणे व अंमलबजावणीवर लक्ष ठेवते. तर राष्ट्रीय लघुउद्योग महामंडळ हे लघु उद्योगांची वाढ होण्यासाठी प्रोत्साहन व (आर्थिक) मदत करते. तसेच राष्ट्रीय उद्योजकता संस्था, लघुउद्योगांच्या विकासासाठी प्रशिक्षण, संशोधन व सेवा पुरविते.

केंद्रीय पातळीवर स्मॉल इंडस्ट्रीज डेव्हलपमेंट बँक (सिडनी) ही शिखर बँक स्थापन करण्यात आली. तसेच राज्य स्तरावर स्मॉल इंडस्ट्रिज डेव्हलपमेंट कार्पोरेशन्स तसेच स्टेट इंडस्ट्रियल अॅण्ड इन्व्हेस्टमेंट कार्पोरेशन्स स्थापन करण्यात आलेली आहे. बीजभांडवल, कमी व्याजदराने भांडवल, प्रदर्शने, सरकारी खरेदीत अग्रक्रम इ. मार्गांनी सरकार लघुउद्योगांना प्रोत्साहन देत आहे. कुटीरउद्योग व ग्रामोद्योगांना चालना देण्यासाठी खादी व ग्रामोद्योग मंडळे राज्यात स्थापन झालेली आहेत. या उद्योगांना कमी व्याजदराने कर्ज पुरवठा केला जातो. राष्ट्रीयीकृत व्यापारी बँकाही या उद्योगांना अग्रक्रमाने कर्जपुरवठा करतात.

भारतीय अर्थव्यवस्थेत लघुउद्योगांची भूमिका किंवा महत्त्व पुढीलप्रमाणे सांगता येते -

१) अल्प भांडवलाची आवश्यकता : मोठ्या उद्योगांच्या तुलनेत लघुउद्योगांना कमी भांडवल गुंतवणूक करावी लागते. सूक्ष्म, लघु उपक्रम हे कमी भांडवलात सुरू करता येतात. भारतासारख्या विकसनशील देशात भांडवलाची टंचाई भासते. त्यामुळे अल्प भांडवलात लघुउद्योग अधिक फायदेशीर ठरतात. त्यामुळे अशा उद्योगांना अधिक महत्त्व प्राप्त झाले असावे.

लघुउद्योगांचे देशाच्या GDP मध्ये आठ टक्के योगदान आहे.

२) रोजगार निर्मिती : भारतासारख्या अतिरिक्त असणाऱ्या लोकसंख्येच्या देशात बेकारी, भांडवल, टंचाई यासाठी श्रमप्रधान तंत्र वापरणे फायद्याचे ठरते. लघु आणि कुटिरोद्योगांमध्ये मुख्यत: मानवी श्रमाचा उपयोग केला जातो. भारतातील ग्रामीण भागात शेतीमध्ये पूर्ण वेळ रोजगार मिळत नाही. त्यामुळे लघु व कुटिरोद्योग निघाल्यास रोजगार प्राप्त होईल. १९७३-७४ मध्ये ४.२० लाख लघु व कुटिरोद्योगात ३९.७ लाख लोकांना रोजगार प्राप्त झाला. सध्या देशभरातील सुमारे २६१ लाख उपक्रमांमध्ये सुमारे ५९५ लाख लोकांना रोजगार प्राप्त झाला आहे. हे क्षेत्र स्वयंरोजगारासाठी आणि मजुरी रोजगारासाठी उत्तम संधी उपलब्ध करून देत आहे. यावरून लघु, सूक्ष्म, मध्यम उपक्रमांच्या भूमिकेचे महत्त्व लक्षात येते.

३) साधनसामग्रीचा पर्याप्त वापर : लघुउद्योगांमुळे स्थानिक साधनसामग्रीचा वापर करता येतो. त्यामुळे वाहतूक खर्च वाचतो तसेच त्या भागातील लोकांना रोजगार मिळतो. लघुउद्योगांत परंपरागत वस्तूंपासून ते हायटेक वस्तूंपर्यंत सुमारे ६०० वस्तूंचे उत्पादन केले जाते. तसेच स्थानिक बाजारपेठेत वस्तूंची विक्री होत असल्याने ग्राहकांची मागणी पूर्ण केली जाते. साधनसामग्रीचा पर्याप्त वापर करता येतो कारण या उद्योगांना फार मोठ्या भांडवलाची गरज नसते. तसेच साधनसामग्रीच्या अपव्ययातून होणारी हानी टाळता येते. ग्रामीण भागात जास्तीतजास्त लघु उपक्रम सुरू झाल्यास रोजगारनिर्मिती करता येते.

४) शेतीवरील अवलंबित्व कमी : ग्रामीण भागात अद्यापही मोठ्या प्रमाणात लोकसंख्या राहते. ही लोकसंख्या शेतीवर मुख्यत: अवलंबून असल्याने या अतिरिक्त लोकसंख्येचा शेतीवर भार पडत आहे. परिणामी, शेतीच्या विकासात अडथळे निर्माण होतात त्यासाठी ग्रामीण भागात सूक्ष्म, लघु व मध्यम उपक्रम सुरू केल्यास रोजगाराच्या संधी निर्माण होतील तसेच अनेक प्रकारच्या ग्राहकोपयोगी वस्तूंची निर्मिती करणे शक्य होईल. लघुउद्योगांचे ग्रामीण भागात विकासात मोठे योगदान आहे.

५) साधे तंत्रज्ञान : लघुउद्योगात साधे तंत्रज्ञान व खादी यंत्रे व हत्यारे वापरून उत्पादन केले जाते. अशी तंत्रे परदेशांतून आयात करण्याची गरज नसते. मोठ्या उद्योगांत मात्र यंत्रसामग्री व तंत्रज्ञान यांचा जास्तीतजास्त वापर केला जातो. प्रसंगी परदेशांतून यंत्रसामग्री खरेदी केली जाते. तसे लघुउद्योगांत घडत नाही. कामगार कामाची थोडी बहुत माहिती करून घेऊन उत्पादन प्रक्रियेत सहभागी होतो. या उद्योगात फारसे कौशल्य लागत नसल्याने उद्योगांचा विकास कमी खर्चात व वेगाने वाढतो.

६) समतोल प्रादेशिक विकास : प्रादेशिक असमतोल कमी करण्यासाठी उद्योगांचे विकेंद्रीकरण महत्त्वाचे ठरते. लघु आणि कुटिरोद्योगांमुळे असे विकेंद्रीकरण शक्य होते. पायाभूत सुविधांचा अल्प विकास झाल्यासाठी लघु व कुटिरोद्योग सुरू करता येतात. तसेच औद्योगिकदृष्ट्या मागासलेल्या प्रदेशांतही लहान उद्योग सुरू करून उद्योगांचे विकेंद्रीकरण करता येते. त्यामुळे विविध प्रदेशांतील झालेला असमतोल दूर करता येतो. थोडक्यात, औद्योगिक केंद्रीकरणाचे दुष्परिणाम टाळण्यासाठी लघुउद्योग महत्त्वाचे ठरतात. लघुउद्योग देशाच्या सर्व भागांत पसरलेले असतात.

७) लघुउद्योगातून परकीय चलन : भारतातील लघु आणि कुटिरोद्योग विविध प्रकारच्या वस्तूंची निर्यात करतात. या वस्तूंना परदेशांतून मागणी असते. जसे रेशीम, कलाकुसरीच्या वस्तू, हस्त कौशल्याच्या वस्तू इ. ची निर्यात केली जाते. सन २००७-०८ मध्ये या निर्यातीतून २०२०१७ कोटी रुपये भारताला प्राप्त झाले. या लघुउद्योगांमुळे

परकीय चलन प्राप्त होते. देशाचा आर्थिक विकास जलद घडवून आणण्यासाठी पुरेसे परकीय चलन उपलब्ध असणे आवश्यक असते. देशाच्या एकूण निर्यातीत या क्षेत्राचे योगदान ४०% आहे.

८) अल्प काळात उत्पादन : सूक्ष्म, लघु आणि मध्यम उपक्रमात भांडवल गुंतवणूक केल्यानंतर ताबडतोब उत्पादन सुरू करता येते. स्थानिक साधनसामग्रीच्या साहाय्याने उत्पादन सुरू करून लोकांची मागणी त्वरित पूर्ण करता येते. जीवनावश्यक वस्तू स्थानिक पातळीवर उपलब्ध होतात. त्यामुळे वस्तूंच्या किमती नियंत्रित ठेवता येतात. कारखानदारी क्षेत्राच्या उत्पादनात या क्षेत्राचे योगदान ४५% आहे.

९) भांडवलनिर्मितीस प्रोत्साहन : लघु आणि कुटीरोद्योगांमुळे ग्रामीण भागांतील बेरोजगारांना काम उपलब्ध होते. त्यामुळे लोकांना रोजगार प्राप्त होऊन उत्पन्नात वाढ होते. लोकांचे बचतीचे प्रमाण वाढते. त्यातून भांडवलनिर्मिती होते व आर्थिक विकासाला चालना मिळते.

१०) प्रदूषण होत नाही : मोठ्या उद्योगांत जलप्रदूषण, वायुप्रदूषण मोठ्या प्रमाणात होते. लघु आणि कुटिरोद्योगांमुळे प्रदूषण होत नाही. लघुउद्योग वेगवेगळ्या ठिकाणी निघाल्यामुळे उद्योगांचे विकेंद्रीकरण होते. त्यामुळे राहण्याची समस्या, गलिच्छ वस्त्या, सांडपाण्याच्या व्यवस्थेचा अभाव, जल आणि वायू प्रदूषण इ. समस्या निर्माण होत नाहीत. पर्यावरण संवर्धनासाठी लघुउद्योग महत्त्वाचा मानला जातो.

११) आर्थिक स्थैर्य : भांडवलशाही अर्थव्यवस्थेत तेजी-मंदीची चक्रे नेहमीच उद्भवतात. त्यामुळे त्याचा रोजगारावर आणि राहणीमानावर परिणाम होतो. तसा लघु-उद्योगांवर व्यापारचक्राचा विशेष परिणाम होत नाही. त्यामुळे आर्थिक स्थैर्यासाठी लघु आणि कुटिरोद्योगांना महत्त्वाचे स्थान आहे. मागणीनुसार उत्पादन घेतले जात असल्याने अति उत्पादनाचा धोका नसतो. वस्तूंचा साठा करण्याची गरज नसते. लोकांची आवड-निवड लक्षात घेऊन उत्पादन केले जाते. त्यामुळे लघुउद्योगांत व्यापार चक्राचा प्रभाव दिसून येत नाही.

१२) औद्योगिक संबंध सलोख्याचे : लघुउद्योगांचा वृद्धिदर हा उर्वरित औद्योगिक क्षेत्राच्या वृद्धिदरापेक्षा नेहमीच अधिक ठरला आहे. लघु उद्योगांत शांतता टिकवून ठेवणे सोपे असते. उत्पादक कामगारांच्या बरोबरीने काम करतो त्यामुळे मालक व कामगारांचे मैत्रीचे संबंध राहतात. औद्योगिक शांतता राहिल्याने उत्पादन प्रक्रियेत खंड पडत नाही. त्यामुळे या उद्योगाची वृद्धी होते.

१३) आर्थिक विषमता कमी करणे : मोठ्या उद्योगांमुळे उद्योगांची केंद्रीकरण होऊन आर्थिक विषमता वाढली आहे. परंतु अशी विषमता कमी करण्यासाठी लघु-

उद्योग महत्त्वपूर्ण ठरतात. संपत्तीचे समान वाटप होण्याला मदत होते. छोट्या उद्योगांची संख्या वाढल्याने लोकांना रोजगाराची संधी विविध स्तरांवर उपलब्ध होते. त्यामुळे उत्पन्न व संपत्तीतील विषमता कमी होण्याला मदत होते.

१४) आर्थिक विकासाला पोषक : लघुउद्योगांत विविध प्रकारच्या वस्तूंचे उत्पादन होते. लोकांना दैनंदिन जीवनात लागणाऱ्या उपभोग्य वस्तूंचे उत्पादन घेतले जाते. ते मोठ्या उद्योगांना साहाय्यक ठरते. या लहान उद्योगांत भांडवल अल्प प्रमाणात लागते. रोजगारनिर्मिती होते. व्यापार चक्रावर मात करता येते. त्यामुळे आर्थिक स्थैर्य निर्माण होऊन देशाच्या आर्थिक विकासाला पोषक वातावरण निर्माण होते.

लघुउद्योगांच्या कक्षा सध्या रुंदावत आहेत. कारण उपभोक्त्यांसाठी आणि औद्योगिक क्षेत्राला या वस्तूंची गरज असते. मोठ्या उद्योगांना लागणारे अनेक सुटे भाग आणि इतर साधने लघुउद्योगांतून निर्माण होतात. रोजगार प्रदाण, उच्च वृद्धी व उद्योगांचे विकेंद्रीकरण या वैशिष्ट्यांमुळे व लघुउद्योग समावेशी वृद्धीचे उद्दिष्ट निर्माण करण्यास निर्णायक ठरू शकते.

१५) परकीय चलनाची बचत : लघुउद्योगांना लागणारा कच्चा माल स्थानिक पातळीवरच उपलब्ध होतो. तसेच वस्तूनिर्मितीसाठी लागणारी साधने, यंत्रे, तंत्रज्ञान ही देशात उपलब्ध होत असल्याने या साधनांची आयात करण्याची गरज नसते त्यामुळे परकीय चलनाची बचत होते.

महाराष्ट्रात डिसेंबर २०१३ अखेर ४३६२४ कोटी रु. गुंतवणुकीचे १,८१,११९ सूक्ष्म, लघु आणि मध्यम उपक्रम असून त्या द्वारे १०.९५ लाख लोकांना रोजगार प्राप्त झाला आहे. त्यातील सर्वाधिक उपक्रम पुणे विभागातून असून रोजगारसुद्धा पुणे विभागातच निर्माण झाला आहे.

मध्यम आणि मोठ्या उद्योगांची भूमिका (Role of Medium & Large Scale Industries) :

लघु उद्योगाप्रमाणेच मध्यम आणि मोठे या उद्योगांना महत्त्व असते कारण अर्थव्यवस्थेच्या विकासात मध्यम आणि मोठ्या उद्योगांची भूमिका महत्त्वाची ठरते. जल औद्योगिकीकरणासाठी मध्यम व मोठे उद्योग उभारणे आवश्यक असते. त्यासाठी जाणीवपूर्वक प्रयत्न करावे लागतात. १९४७ नंतर भारताने अनेक अवजड आणि मूलभूत उद्योग सुरू केले. तसेच खाजगी क्षेत्राला उद्योग सुरू करण्याला प्रेरणा व मदत दिली. खाजगी क्षेत्राशी स्पर्धा न करता सहकार्य करण्याचे धोरण स्वीकारले. मध्यम व मोठ्या उद्योगाच्या प्रगतीबरोबरच सामाजिक आणि आर्थिक परिवर्तन घडून घेण्याला मदत झाली. त्यामुळे मध्यम व मोठ्या उद्योगांची भूमिका पुढीलप्रमाणे सांगता येते.

१) औद्योगिकीकरणाचा पाया : औद्योगिकीकरण आणि आर्थिक विकास यांचा घनिष्ट संबंध असतो. देशात मध्यम व मोठे उद्योग स्थापन झाल्याने औद्योगिकीकरणाचा पाया भक्कम होतो. सार्वजनिक क्षेत्राने मोठ्या पायाभूत उद्योगांत आणि भांडवली वस्तू उद्योगांत गुंतवणूक केल्याने देशाची उत्पादनक्षमता लक्षणीय वाढली. तसेच मोठ्या व मध्यम उद्योगांत खाजगी गुंतवणुकीमुळे औद्योगिक बदल घडून आले. आता जगातील मुख्य उद्योगप्रधान देशांत भारताचा दहावा क्रमांक आहे.

२) आधुनिक तंत्राचा पाया : मोठ्या व मध्यम उद्योगांनी आधुनिक तंत्रज्ञानाचा पाया घातला आहे. पेट्रोलिअम, रासायनिक, अभियांत्रिकी, सॉफ्टवेअर इ. उद्योगांत तंत्रज्ञानाचा उपयोग केला जातो. शिवाय औद्योगिक क्षेत्रात प्रगत तंत्रज्ञान वापरले जाते. प्रगत तंत्रज्ञानामुळे आर्थिक विकासाचा वेग वाढत आहे.

३) पायाभूत सोयींचा विकास : देशाचा औद्योगिक व आर्थिक विकास हा पायाभूत सोयींवर अवलंबून असतो. जसे वाहतुकीच्या सोयी, दळणवळण, वीजपुरवठा, इमारती, पूल, धरणे इ. सुविधा महत्त्वाची भूमिका बजावतात. पायाभूत सुविधा वाढल्यास नंतर अनेक उद्योगधंदे वाढतात. त्यामुळे आर्थिक विकासाचा वेग वाढतो.

४) निर्यातीत वाढ : मध्यम व मोठ्या उद्योगांत मोठ्या प्रमाणावर उत्पादन केले जाते. त्यातील अतिरिक्त उत्पादन निर्यात केले जाते. त्यामुळे परकीय चलन उपलब्ध होते. भारत सध्या मध्यम व मोठ्या उद्योगांद्वारे मोठ्या प्रमाणात निर्यात करत आहे. या निर्यात व्यापारातून मिळालेल्या परकीय चलनामुळे औद्योगिक विकासास चालना मिळालेली आहे. पारंपरिक वस्तूंव्यतिरिक्त इतर वस्तूंचीसुद्धा निर्यात केली जाते. जसे अभियांत्रिकी वस्तू, रासायनिक व त्यांवर आधारित उत्पादने यामुळे मध्यम व मोठ्या उद्योगांचा निर्यातीमध्ये मोठा सहभाग आहे. त्याचा अर्थव्यवस्थेला फायदा होत आहे व आर्थिक विकासाचा उच्च दर गाठण्यात मदत होत आहे.

५) रोजगारनिर्मिती : मध्यम व मोठ्या उद्योगांत रोजगारनिर्मितीची क्षमता अधिक असते. भारतात मध्यम आणि मोठ्या उद्योगांत रोजगार उपलब्ध झाल्याने बेकारीची समस्या सुटण्यास मदत झाली आहे. तसेच ग्रामीण भागातील श्रमिकांना मोठ्या प्रमाणात रोजगार उपलब्ध झाला.

६) कामगारकल्याण : कामगारांच्या परिस्थितीत सुधारणा करण्यात मध्यम व मोठ्या उद्योगांचा सहभाग मोठा आहे. किमान वेतन आणि इतर सुविधा उपलब्ध होत असल्याने कामगारांच्या राहणीमानात सुधारणा झाली. त्यामुळे औद्योगिक विकसित देशांतील लोकांचे राहणीमान उंचावलेले दिसून येते.

७) गाभाक्षेत्रांचा विकास : गाभाक्षेत्रांतील उद्योगधंदे अर्थव्यवस्थेच्या

विकासासाठी महत्त्वाची असतात. उदा., लोखंड, पोलाद, पेट्रोलिअम वस्तू, शस्त्रास्त्रे, युद्धसाहित्य, विमानबांधणी, कोळसा, जहाजबांधणी इत्यादी वस्तूंच्या बाबतीत परकीय लोकांवर अवलंबून राहणे जोखमीचे असते. यासाठी देशातीलच उद्योगांमुळे या गाभा-क्षेत्रांचा विकास करणे महत्त्वाचे असते. त्यासाठी मध्यम व मोठ्या, सार्वजनिक उद्योगांची भूमिका महत्त्वाची ठरते.

८) आयात पर्यायीकरण : परदेशांतून आयात केल्या जाणाऱ्या वस्तूंचे उत्पादन देशातच व्हावे या उद्देशाने अनेक मध्यम व मोठे उद्योग सुरू करण्यात आले. त्यामुळे आयातीला पर्याय निर्माण होऊन अनेक वस्तू देशातच तयार होत आहेत. त्यामुळे परकीय चलनाची बचत होत आहे. देश आत्मनिर्भर बनण्याला मदत होत आहे.

९) लघुउद्योगांना साहाय्य : अनेक मध्यम व मोठ्या उद्योगांतील छोट्या छोट्या वस्तू लघुउद्योगात निर्माण केल्या जातात. त्यामुळे लघुउद्योगांनाही साहाय्य होत आहे. मध्यम व मोठ्या उद्योगांची भूमिका लघुउद्योगांना पूरक ठरत आहे. अनेक मोठे व मध्यम उद्योग लघुउद्योगांच्या उत्पादनावर आधारित आहेत.

१०) राष्ट्रीय उत्पन्नात वाढ : भारताच्या स्थूल देशांतर्गत उत्पादनात उद्योगांचा वाटा वाढत आहे. १९५०-५१ मध्ये उद्योगक्षेत्राचा वाटा ७.५% होता तो २०१३-१४ पर्यंत २६.१% पर्यंत वाढला. म्हणजे एकूण राष्ट्रीय उत्पादनाचा एक चतुर्थांशपेक्षा जास्त हिस्सा उद्योगक्षेत्रातून होतो. सार्वजनिक आणि खाजगी उद्योगांच्या विकासामुळे देशाच्या आर्थिक विकासाचा वेग वाढत आहे.

११) कर उत्पन्नात वाढ : औद्योगिक क्षेत्रातून कर रूपाने उत्पन्नात वाढ होत आहे.

विक्रीकर, जकात, उत्पादन कर, महामंडळ कर इ. मार्गाने सरकार उत्पन्न मिळवत असते. त्यामुळे सरकार निश्चित स्वरूपाचे उत्पन्न प्राप्त होते.

१२) शेतीवरील भार कमी होतो : भारतात शेती क्षेत्रात छुपी बेकारी मोठ्या प्रमाणात दिसून येते हे प्रमाणे २५% च्या आसपास आहे. भारतात मध्यम व मोठे उद्योग स्थापन झाल्यामुळे शेतीवरील लोकसंख्येचा भार कमी होतो. औद्योगिक विकसित देशांत शेतीवर अवलंबून असणारी लोकसंख्या १ ते ५ टक्क्यापेक्षा कमी आहे.

१३) बाजारपेठांचा विस्तार : मध्यम आणि मोठ्या उद्योगांच्या विकासामुळे बाजारपेठांचा विकास आणि विस्तार होतो. आयात-निर्यातीद्वारे बाजारपेठांचा विस्तार होतो. जसे कच्चा मालाच्या बाजारपेठा व पक्क्या मालाच्या बाजारपेठा यांची आवक-जावक वाढते. त्यातून इतर व्यवसायांचासुद्धा विकास होतो.

३.४ लघु (लहान), मध्यम आणि मोठ्या उद्योगांच्या समस्या आणि भवितव्य (Problem and Prospects of small, medium and large scale Enter prises) :

प्रथम लघुउद्योगांच्या समस्या आणि भवितव्याचा विचार करता लघुउद्योगांच्या समस्या पुढीलप्रमाणे सांगता येतात.

लघुउद्योगांच्या समस्या : भारतीय अर्थव्यवस्थेत लघु आणि कुटिर उद्योगांना महत्त्वाचे स्थान आहे. लघुउद्योगांमुळे रोजगारात वाढ झाली तसेच राष्ट्रीय उत्पादनातही वाढ झाली. ग्रामीण विकासाच्या दृष्टीने लघुउद्योग महत्त्वाचे ठरले आहेत. लघुउद्योगांतील विकासातील अडथळे दूर करण्याचा प्रयत्नसुद्धा होत आहे. परंतु अजूनही लघुउद्योगांना अनेक प्रकारच्या समस्यांना तोंड द्यावे लागत आहे. त्या समरचा पुढीलप्रमाणे -

१) भांडवल टंचाई : कच्च्या मालाची खरेदीविक्री खर्च, वाहतूक खर्च, यंत्र-सामग्री इ. साठी लघुउद्योगांना भांडवलाची गरज भासते. तसेच खेळत्या भांडवलाची नेहमी गरज भासते. लघुउद्योजकांकडे स्वत:चे भांडवल खूपच कमी असते. त्यामुळे त्यांना कर्जाऊ भांडवलावर अवलंबून राहावे लागते. पुरेशा भांडवलाअभावी लघुउद्योगांना विकासाच्या योजना राबविता येत नाहीत.

२) कच्चा मालाची टंचाई : लघुउद्योगांची प्रमुख समस्या म्हणजे त्यांना लागणारा कच्चा माल पुरेसा आणि वेळेवर उपलब्ध न होणे ही होय. लघुउद्योजकांकडे कच्चा माल साठवून ठेवण्याची आर्थिक क्षमता नसते. त्यामुळे त्यांना प्रसंगी जादा भाव देऊन कच्चा माल विकस घ्यावा लागतो. परिणामी, उत्पादन खर्च वाढतो.

३) पारंपरिक उत्पादन तंत्र : ग्रामीण भागातील बहुतांशी लघु व कुटिर उद्योगांत जुन्या व कालबाह्य उत्पादन तंत्राचा वापर केला जातो. त्यामुळे लघुउद्योग व कुटिरोद्योग दर्जेदार व गुणवत्तापूर्ण वस्तूंचा सातत्याने पुरवठा करू शकत नाहीत. त्यामुळे त्यांची स्पर्धाशक्ती कमी होते.

४) कच्च्या मालाची टंचाई : लघु व कुटिरोद्योगांतील मालाचा दर्जा हा कामगाराबरोबर कच्च्या मालावरसुद्धा अवलंबून असतो. तसेच तो वेळेवरसुद्धा व्हावा लागतो. परंतु चांगल्या प्रकारचा कच्चा माल पुरेशा प्रमाणात योग्य वेळी व योग्य किमतीला त्यांना मिळत नाही. त्यामुळे कामगारांना काही वेळ बेकार राहण्याची वेळ येते.

५) विक्रीची समस्या : लघुउद्योगांना वस्तूंची विक्री करताना प्रमाणीकरणाचा अभाव, विक्रय कलेचा अभाव, आधुनिक तंत्रज्ञान इ. अडचणी निर्माण होतात. तसेच वस्तूंना योग्य बाजारपेठा, योग्य किंमत मिळत नसल्याने तसेच योग्य प्रमाणात विक्री होत नसल्याने लघु व कुटिरोद्योगांना कमी लाभ मिळतो.

६) प्रशिक्षण व संशोधनाची समस्या : लघु व कुटिरोद्योगांच्या बाबतीत प्रशिक्षण व संशोधन सोयींचा अभाव दिसून येतो. प्रशिक्षणासाठी या उद्योगांत कोणत्याही प्रकारची व्यवस्था नाही. तसेच संशोधनासाठी खर्च करण्याची या उद्योगांची ऐपत नसते. त्यामुळे हे उद्योग मोठ्या उद्योगांशी स्पर्धा करू शकत नाहीत.

७) वीज टंचाई : विजेच्या टंचाईमुळे लघुउद्योगांच्या उत्पादनक्षमतेवर अनिष्ट परिणाम होतो. विजेचे भारनियमन केले जात असल्याने उत्पादनक्षमता पूर्णपणे वापरता येत नाही. उत्पादन खर्चात वाढ होते.

८) स्पर्धा : लघुउद्योगांना मोठ्या उद्योगांशी स्पर्धा करावी लागते. मोठ्या उद्योगांच्या वस्तूंचा दर्जा लघुउद्योगांच्या वस्तूंच्या दर्जापेक्षा चांगला व प्रमाणित असतो. त्यामुळे लघुउद्योगांना स्पर्धेत टिकणे अवघड होते. नवीन औद्योगिक धोरणामुळे तर या स्पर्धेत मोठ्या प्रमाणात वाढ झाली आहे.

९) उत्पादन खर्च जास्त : जुन्या आणि परंपरागत पद्धतीत लघु व कुटिरोद्योगांत उत्पादन केले जाते. तसेच कच्चा माल अधिक दराने खरेदी करावा लागतो. अनेकदा निकृष्ट प्रतीचा कच्चा माल वापरला जातो. तसेच शिक्षण व प्रशिक्षणाच्या अपुऱ्या सुविधा यांमुळे उत्पादनक्षमता लघुउद्योगांत कार्यक्षमतेने वापरली जात नाही. त्यामुळे उत्पादन खर्च जास्त राहतो. तसेच दुय्यम प्रतीचा माल निर्माण होतो.

लघु उद्योगांचे भवितव्य :

लघुउद्योगांच्या विकासासाठी केंद्र व राज्य शासनाच्या पातळीवर अनेक महत्त्वपूर्ण संस्थांची स्थापना करण्यात आली आहे. त्यांना बीजभांडवल, कमी व्याजदराने भांडवल, प्रदर्शने, सरकारी खरेदीत अग्रक्रम इ. मार्गांनी सरकार लघुउद्योगांना प्रोत्साहन देत आहे.

कुटीरउद्योग व ग्रामोद्योगांना चालना देण्यासाठी खादी व ग्रामोद्योग मंडळे राज्यांत स्थापन झालेली आहेत. या उद्योगांना कमी व्याजदराने कर्जपुरवठा केला जातो. राष्ट्रीयीकृत व्यापारी बँकाही या उद्योगांना अनुक्रमाने कर्जपुरवठा करत आहेत. भारतात कुटीरोद्योग आणि ग्रामोद्योग यांची प्रदीर्घ परंपरा आहे. उदा. काश्मीरचे गालिचे, शाळ व्यवसाय, मुराबादच्या कलाकुसरीच्या पितळी वस्तू, अलीगडचे कुलपे, शोभेच्या दारूकामाचा शिकाशीचा उद्योग, हिऱ्यांना पैलू पाडण्याचा नवसारी (गुजरात)चा उद्योग, येवल्याची पैठणी उद्योग अशा अनेक कुटीरोद्योगांनी व ग्रामोद्योगांनी जगभर प्रशंसा मिळवलेली आहे. या उद्योगांच्या समस्या दूर झाल्यास या उद्योगांना जगभर मोठी बाजारपेठ प्राप्त होऊ शकते.

इ.स. १९९१ मध्ये भारताने नवीन औद्योगिक धोरण स्वीकारले त्यानुसार उदारीकरण, खाजगीकरण, व जागतिकीकरण, हे धोरण भारताने स्वीकारले. त्याचा परिणाम भारताच्या

लघुउद्योगांवर होत आहे. जागतिकीकरणापूर्वी लघुउद्योगांची वार्षिक सरासरी वाढ ९.३६% इतकी होती. जागतिकीकरणानंतर त्यात ४.०७% इतकी घट झाली. तसेच उत्पादनाच्या बाबतीतही जागतिकीकरणापूर्वी वार्षिक सरासरी वाढ १९.४५% होती. जागतिकीकरणा-नंतर यात १३.५% घट झाली.

निर्याताभिमुख उद्योगांनी मात्र चांगली कामगिरी केली असल्याचे दिसून येते जागतिकीकरणापूर्वी निर्यात वार्षिक सरासरी वाढ १८.६६% होती. जागतिकीकरणानंतर १७.५६% एवढी वाढ लघुउद्योगांनी नोंदविलेली आहे. जागतिकीकरणामुळे नवीन बाजारपेठा लघुउद्योगांना उपलब्ध झाल्या. परंतु स्पर्धात्मकता, उत्पादन तंत्र, भांडवल-क्षमता इ. चे कमतरता असल्यामुळे लघुउद्योगांवर जागतिकीकरणाचा एकूण परिणाम अनिष्ट झाला असे म्हणावे लागते. जागतिकीकरणापूर्वी लघुउद्योगांमध्ये वार्षिक सरासरी वाढ ९.३६% होती. ती १९९०-९१ नंतर ४.०७% इतकी कमी झालेली आहे. त्यामुळे लघुउद्योगांना स्पर्धेत टिकून राहण्यासाठी मोठ्या प्रमाणात प्रयत्न करणे गरजेचे आहे तसेच भारत सरकारने व राज्य सरकारांनी या उद्योगांच्या वाढीसाठी सेवासुविधांसाठी मोठ्या प्रमाणात प्रयत्न करणे व सरंक्षण देणे गरजेचे आहे.

रोजगार निर्मितीसाठी लघुउद्योग महत्त्वाचे आहेत. जलद विकासाशिवाय राहणीमानाचा दर्जा उचांवू शकत नाही. त्यासाठी लघुउद्योगांत तांत्रिक सुधारणा केल्या पाहिजेत. विजेचा प्रसार ग्रामीण भागात झालेला आहे. विजेवर चालणाऱ्या लहान यंत्राचा वापर करणे शक्य झाले आहे. त्यामुळे मध्यम व मोठ्या उद्योगांना लागणाऱ्या काही वस्तू लघुउद्योगांनी पुरविल्यास लघुउद्योग हे मोठ्या उद्योगांस परस्परपूरक होऊ शकतील. ज्या ठिकाणी गरज असेल तेथे मोठे उद्योग व शक्य तेथे लघुउद्योग असे धोरण अवलंबल्यास रोजगारात वाढ व आर्थिक विकास साधन शक्य होईल. व लघुउद्योगांचा विकास होईल.

मध्यम व मोठ्या उद्योगांच्या समस्या :

जलद आर्थिक विकासासाठी औद्योगिकीकरण औद्योगिकीकरण महत्त्वाचे मानले जाते. लघुउद्योगाबरोबरच मध्यम व मोठ्या उद्योगांना महत्त्व देण्यात येते. मध्यम व मोठ्या आकाराच्या उद्योगांमुळे अर्थव्यवस्थेचा मोठ्या प्रमाणात विकास होत असताना या उद्योगांच्या समस्यासुद्धा दिसून येतात. १९९१ च्या नवीन आर्थिक धोरणामुळे भारतात अनेक परदेशी कंपन्यांनी आपले उद्योग भारतात सुरू केले. मोठ्या प्रमाणात परकीय गुंतवणूक, नवे तंत्रज्ञान, व्यवस्थापन कौशल्य या कंन्यामुळे भारतात आले त्यामुळे उपभोग्य वस्तू, भांडवली वस्तू व चैनीच्या वस्तूंचे उत्पादन करणाऱ्या भारतीय उद्योगांवर उत्पादन बंद करण्याची वेळ आली. त्यामुळे मध्यम मोठ्या उद्योगांच्या समस्या जाणून घेणे महत्त्वाचे आहे.

१) **जादा उत्पादन खर्च :** भारतीय उद्योगांतील यंत्रसामग्री जुन्या पद्धतीची असल्याने उत्पादन खर्च जास्त येतो. त्यामुळे वस्तूंच्या किमती अधिक आकारल्या जातात. तर विकसित देशांतून आयात केलेल्या वस्तूंच्या किमती कमी असल्याने प्रतिकूल परिणाम भारताच्या मध्यम व मोठ्या उद्योगांच्या वस्तूंवर होतो.

२) **उत्पादनक्षमतेचा अपुरा वापर :** खाजगी आणि सार्वजनिक क्षेत्रांतील उद्योग पूर्ण क्षमतेने उत्पादन करीत नाहीत. १९९८-९९ मध्ये सार्वजनिक क्षेत्रातील ५०% उद्योग, ७५% उत्पादन क्षमतेचा वापर करीत होते. ३०% उद्योग ५०% पेक्षाही कमी उत्पादन क्षमतेचा वापर करत होते. भिलाई येथील लोखंड व पोलादाच्या क्षेत्रांतील कारखान्याची क्षमता ९४% वापरली जाते. खाजगी क्षेत्रातील टिस्कोसारख्या खाजगी कंपन्यांची क्षमता ९८% इतकी आहे. उद्योगांची उत्पादनक्षमता बऱ्याच प्रमाणात सुप्तावस्थेत पडून असल्याने दिसून येते. पेट्रो-रसायन उद्योगांची फक्त ७३% उत्पादनक्षमता वापरली जाते. त्यामुळे उत्पादन खर्चात वाढ होते.

३) **जुने तंत्रज्ञान :** अनेक भारतीय उद्योगांतील तंत्रज्ञान, यंत्रसामग्री जुनी आहे. ती कालबाह्य झालेली आहे. त्यामुळे विकसित देशांतील नव्या तंत्रज्ञानाला, यंत्रसामग्रीला भारतीय उद्योग तोंड देऊ शकत नाहीत. जसे भारतीय कापडगिरण्यांची यंत्रसामग्री तसेच तंत्रज्ञान जुनाट व मागासलेले आहे, त्यामुळे उत्पादन खर्चात वाढ होत आहे.

४) **अधिक किमती :** भारतीय उद्योगातील वस्तूंच्या किमती अधिक दिसून येतात. जसे भारतातील ज्यूटचा उत्पादन खर्च अधिक असल्याने ज्यूट उत्पादनाच्या किमतीही अधिक आहेत. भारताच्या ज्यूट उद्योगाला पर्यायी वस्तूंशी स्पर्धा करावी लागते.

५) **वाढती स्पर्धा :** उदारीकरणामुळे भारतातील उद्योगांच्या उत्पादनांना जागतिक स्पर्धेला तोंड द्यावे लागते. जसे भारताची बाजारपेठ जगातील अन्य कापडउत्पादन देशांनाही खुली झाली आहे. जपान, तैवान, चीन या देशांच्या कापडउद्योगाशी स्पर्धा करण्याचे भारतासमोर आव्हान आहे. तसेच असंघटित क्षेत्रातील लहान उत्पादकांकडूनही संघटित क्षेत्रातील उत्पादकांना स्पर्धा करावी लागते. १९९१ ते २००६ या कालखंडात संघटित क्षेत्रातील कापडगिरण्यांचा कापडउत्पादनातील एकूण हिस्सा ७९% वरून ३% पर्यंत घसरला आहे.

६) **किंमत निश्चितीच्या समस्या :** लोखंड व पोलादाच्या किमती सरकार निश्चित करते. तसेच लोखंड व पोलादाच्या वितरणावर सरकारची अनेक नियंत्रणे आहेत. वाढती मागणी व कमी पुरवठा यांमुळे काळाबाजार (बाजारभावापेक्षा चढ्या किमतीला वस्तू विकणे) हा दुष्परिणाम होतो.

७) **कच्च्या मालाची समस्या :** भारतातील अनेक मध्यम व मोठ्या उद्योगांना

कच्च्या मालाची टंचाई जाणवते. जसे कापडउद्योग. सूतगिरण्यांना पुरेसा कापूस उपलब्ध होत नाही. कापसाच्या उत्पादन व किमतीतील चढ-उतारामुळे सुतगिरण्या व कापडगिरण्या यांच्याही उत्पादनात अनिश्चितता निर्माण होते. तसेच प्लॅस्टिक उद्योगात नाफ्या हा कच्चा माल पेट्रोकेमिकल उद्योगातून मिळतो. नाफ्याच्या देशातंर्गत किमती या आंतरराष्ट्रीय किमतीपेक्षा अधिक असल्याने प्लॅस्टिक उद्योगाचा उत्पादन खर्च जास्त आहे. आंतरराष्ट्रीय बाजारपेठेत स्पर्धा करण्यात प्लॅस्टिक उद्योगाला यामुळे अडचणी निर्माण होतात.

८) अत्याधिक करांचा भार : उत्पादन कर, आयात शुल्क, राज्य सरकारचे विक्रीकर यामुळे वस्तूंच्या उत्पादनाच्या किमती वाढतात. त्यामुळे त्याचा भार शेवटी ग्राहकांवर पडतो. उदा., पेट्रोउत्पादने.

९) मोठी गुंतवणूक : मध्यम व मोठ्या उद्योगांना मोठ्या प्रमाणात भांडवल गुंतवणूक करावी लागते. जसे लोखंड, पोलाद, अभियांत्रिकी उद्योग, पेट्रो रसायन उद्योग इ. त्याचबरोबर प्रकल्प उभारणीनंतर प्रत्यक्ष उत्पादन सुरू करण्यास बराच कालावधी लागतो. त्यामुळे नफा मिळण्यास विलंब होतो. काही वेळा नफा मिळत नाही. बरेच सार्वजनिक उद्योग तोट्यात असल्याचे दिसून येते. त्यामुळे सार्वजनिक क्षेत्रातील उद्योग परकीय उद्योगांशी स्पर्धा करू शकत नाहीत.

१०) पायाभूत सोयींवर मोठा खर्च : भारतातील मध्यम व मोठ्या उद्योगांना पायाभूत सोयींवर मोठ्या प्रमाणात खर्च करावा लागतो. जसे रस्ते, वीज, आरोग्यविषयक सुविधा, कामगारांना राहण्यासाठी घरे इ. त्यामुळे नफ्याचा दर कमी होतो. उलट परदेशांतील उद्योगांना पायाभूत सुविधांवर मोठ्या प्रमाणात खर्च करण्याची गरज नसते. त्यामुळे भारतीय उद्योग त्यांच्याशी स्पर्धेत कमी पडतो.

११) कर्जाचे मोठे प्रमाण : खाजगी किंवा सार्वजनिक उद्योग कर्जाच्या माध्यमातूनच उभारले जातात. त्यासाठी व्याजावर मोठी रक्कम खर्च केली जाते. प्रत्यक्ष, उत्पादनाला बराच कालावधी लागतो त्यामुळे या उद्योगांना व्याज सहन करावे लागते. व्याजाचा खर्च वाढल्याने तोच सहन करावा लागतो.

मध्यम व मोठ्या उद्योगांचे भवितव्य :

वरील समस्यामुळे मध्यम व मोठ्या उद्योगांना जागतिक स्पर्धेला तोंड देताना अनेक अडथळे निर्माण होतात. त्यासाठी प्रत्येक उद्योगाने स्पर्धेला तोंड देण्यासाठी उद्दिष्ट ठेवले पाहिजे. जगातील अनेक देशांनी जागतिकीकरणाला तोंड देण्यासाठी आपली अर्थव्यवस्था बाजाराभिमुख व जागतिक अर्थव्यवस्था करण्याचा प्रयत्न केलेला आहे. भारताने १९९१

मध्ये नवीन आर्थिक धोरण जाहीर केले. त्यानुसार भारतीय उद्योगांना परकीय कंपन्यांशी सहयोग करण्याची परवानगी मिळाली. तसेच बहुराष्ट्रीय कंपन्यांना भारतातील प्रवेशावरील बंधने दूर केली आहे. फेरा कायदा रद्द केला. प्रत्यक्ष परकीय गुंतवणुकीला परवानगी देण्यात आली. भारतीय सहयोगी निधींना परकीय कंपनीत भांडवल गुंतवणुकीची परवानगी देण्यात आली. त्यामुळे भारतीय उद्योगांत नवे तंत्रज्ञान, नवीन उत्पादनपद्धती, व्यवस्थापन इ. चा वापर होऊ लागला. त्यामुळे भारतीय उद्योगांत स्पर्धाशक्ती निर्माण होऊ लागली. जागतिक स्पर्धेत टिकून राहण्यासाठी भारतीय उद्योगांत शक्ती निर्माण होत आहे.

आर्थिक सुधारणा कार्यक्रमानंतर भारतीय निर्यातीत वाढ झाली. सार्वजनिक क्षेत्रातील उद्योगांच्या नफ्यात वाढ झाली. आर्थिक सुधारणा कार्यक्रमामुळे कामगारांच्या संपाचे प्रमाण कमी झाले आहे. परंतु जागतिकीकरणाच्या स्पर्धेत टिकून राहण्यासाठी भारतीय उद्योगांना फार मोठे प्रयत्न करावे लागणार आहेत.

३.५ १९९१ चे नवीन औद्योगिक धोरण (New Industrial Policy, 1991)

जलद औद्योगिकीकरण म्हणजे जलद आर्थिक विकास असा औद्योगिकीकरणाचा सध्या अर्थ घेतला जातो. विसाव्या शतकाच्या सुरुवातीपासून भारतासारख्या अनेक विकसनशील देशांनी औद्योगिकीकरणास महत्त्व दिले व त्यासाठी प्रयत्न सुरू केले. कारण जलद औद्योगिकीकरणमुळे देशाचा जलद आर्थिक विकास साधता येतो. त्याचे अनेक फायदे देशाला आणि समाजाला मिळतात. ज्या देशाचे दरडोई उत्पन्न कमी असते अशा देशात मुख्यत: शेती व्यवसाय केला जात असून कारखानदारी उद्योगव्यवसायांत वाढ झालेली नसते. तर विकसित देशांत दरडोई उत्पन्न जास्त असते तेथे उद्योग व सेवाक्षेत्राचा आणि शेतीक्षेत्राचा विकास झालेला असतो.

औद्योगिक धोरण म्हणजे सरकारने देशाच्या औद्योगिक विकासासाठी स्वीकारलेलेले डावपेच होय. तसेच ''औद्योगिक धोरण म्हणजे देशाच्या औद्योगिकीकरणाचा सिद्धांत, उद्योगाचे व्यवस्थापन, औद्योगिकीकरणाची पद्धती तसेच वेग या बाबतीत सरकारचा दृष्टिकोन स्पष्ट करणारी अधिकृत घोषणा होय.''

औद्योगिक धोरणात उद्योगांशी संबंधित नियम, परवानापद्धती, आग्रक्रम नियंत्रणे, गुंतवणूक, स्थाननिश्चिती, वित्तपुरवठा, व्यवस्थापन, कामगार-मालक संबंध इ. चा समावेश केला जातो.

स्वातंत्र्याच्या दृष्टीने धोरणे आखली व त्याची अंमलबजावणी केली. सरकार औद्योगिक धोरणाच्या माध्यमातून औद्योगिक धोरणाबाबतची भूमिका स्पष्ट करते. स्वातंत्र्यानंतर १९४८ चे धोरण, १९५६ चे धोरण, १९७७ चे औद्योगिक धोरणे निश्चित केली होती. परंतु १९९१ चे औद्योगिक धोरण या धोरणांपेक्षा वेगळे होते.

१९९१ चे नवीन औद्योगिक धोरण (New Industrial Policy, 1991) **:**

२४ जुलै, १९९१ रोजी नवीन आर्थिक धोरण जाहीर केले. सातत्याने वाढत जाणारे परकीय कर्ज, घटते औद्योगिक उत्पादन, वाढती आयात व घटती निर्यात यांमुळे बिघडलेला व्यवहारतोल, भांडवलविषयक समस्या इ. मुळे औद्योगिक धोरण बदलण्याची गरज निर्माण झाली. जगातील अनेक देशांनी मुक्त अर्थव्यवस्थेचा स्वीकार केला. भारताने नवीन आर्थिक धोरण स्वीकारले. यालाच आर्थिक सुधारणा असेही म्हटले जाते. नवीन आर्थिक धोरणात उदारीकरण, खाजगीकरण आणि जागतिकीकरण ही तत्त्वे स्वीकारण्यात आली. यावर आधारित नवीन औद्योगिक धोरण ठरविण्यात आले. या नवीन आर्थिक धोरणाची उद्दिष्टे पुढीलप्रमाणे -

उद्दिष्टे :

१) औद्योगिक परवाना पद्धत शिथिल करणे.

२) भारतीय उद्योगांना जागतिक प्रवाहात आणणे.

३) मक्तेदारी कायदा शिथिल करून स्पर्धेचे वातावरण निर्माण करणे.

४) भारतीय अर्थव्यवस्थेला नोकरशाहीच्या अनावश्यक जोखडातून मुक्त करणे.

५) प्रत्यक्ष विदेशी गुंतवणुकीवरील निर्बंध कमी करणे.

६) सार्वजनिक क्षेत्रातील उद्योगांची व्याप्ती कमी करणे. दीर्घकाळ मोठ्या प्रमाणात तोट्यामुळे आजारी असलेले सार्वजनिक उपक्रम बंद करणे.

७) जागतिक अर्थव्यवस्थेचा एक भाग म्हणून भारतीय अर्थव्यवस्थेचा विकास करणे.

८) सार्वजनिक क्षेत्रातील उद्योगात व्यापारी तत्त्वांचा स्वीकार करणे. आजारी उद्योगांचे खाजगीकरण करणे आणि त्यांची उत्पादनक्षमता वाढविणे.

९) आयात मूल्य देण्यासाठी निर्यातवृद्धी घडवून आणणे आणि आत्मनिर्भर बनणे.

नवीन आर्थिक धोरणात सरकारने आवश्यक त्या सुधारणा केल्या आहेत.

१) नवीन औद्योगिक परवाना धोरण : या औद्योगिक धोरणात सरकारच्या भूमिकेत बदल करण्याचे ठरविण्यात आले. म्हणजे उद्योगावर नियंत्रण ठेवण्यापेक्षा उद्योगांना मार्गदर्शन आणि मदत करण्याची भूमिका सरकारने स्वीकारली. त्यासाठी सरकारच्या औद्योगिक परवाना पद्धतीत पारदर्शकता आणण्याचे ठरविण्यात आले. परवाना त्याचप्रमाणे परवाना देण्यातील दिरंगाई टाळण्यासाठी परवाना पद्धत साधी, सोपी, सुटसुटीत करण्याचे ठरविण्यात आले. त्यासाठी ठरावीक उद्योगाशिवाय इतर उद्योगांच्या बाबतीत परवाना सक्तीचा राहील. परंतु त्यात मुख्यत: देशाच्या सुरक्षिततेच्या दृष्टीने तसेच सामाजिक हिताच्या दृष्टीने महत्त्वाच्या उद्योगांचा समावेश आहे. त्याचप्रमाणे प्रदूषण निर्माण करणाऱ्या उद्योगांना

परवाना सक्तीचा राहील. १८ उद्योग सोडून इतर कोणत्याही उद्योगासाठी परवान्याची आवश्यकता राहणार नाही. कोळसा, दारूसारखी पेये, साखर, सिगारेट, चामडी, कागद, औद्योगिक, स्फोटके, औषधी वस्तू, रंगीत टेलेव्हिजन, व्हीसीआर, टेपरेकॉर्डर इ. करमणुकीची इलेक्ट्रॉनिक्स सामग्री, घरगुती टिकाऊ वस्तू, फ्रीज, वॉशिंग मशीन, पेट्रोलिअम आणि पेट्रोलिअम पदार्थ, तंबाखू पदार्थ इ. १८ वस्तूंमध्ये समावेश आहे. उद्योग कोठे सुरू करावा त्यात गुंतवणूक किती रुपयांची करावी, याबाबत सरकारचे बंधन असणार नाही.

सध्या फक्त ५ उद्योग क्षेत्रांसाठी परवाना अनिवार्य आहे. ही पाच क्षेत्रे १) मद्यार्क पेयांचे उत्पादन २) इलेक्ट्रॉनिक, ऐरोस्पेस आणि सर्व प्रकारचे संरक्षण साधने ३) सिगार, सिगारेट व तंबाखूच्या इतर पर्यायी वस्तूंचे उत्पादन ४) काही ठरावीक घातक रसायने आणि ५) औद्योगिक स्फोटके, आगपेट्या सहीत.

सार्वजनिक क्षेत्रात राखीव उद्योग :

शस्त्रास्त्रे, दारुगोळा, युद्धासाठी हवाई जहाजे व सागरी नौका, अणुऊर्जा, कोळसा, खनिज तेले, विविध धातूंच्या खाणी इ. वस्तूंचे उत्पादन करणारे उद्योग सार्वजनिक क्षेत्रासाठी राखीव असतील.

सध्या फक्त दोन उद्योगक्षेत्रे सार्वजनिक क्षेत्रात आरक्षित आहेत.

१) अणुऊर्जा २) रेल्वे वाहतूक

लघुउद्योगांसाठी धोरण :

लघुउद्योगांसाठी राखीव वस्तूंचे उत्पादन करण्यासाठी लघुउद्योगांना परवाना देण्याची सवयी नसते.

सध्या सूक्ष्म, लघु व मध्यम उपक्रम कायदा, २००६ लागू करण्यात आला आहे. काही वस्तूंचे उत्पादन फक्त लघुउद्योगांसाठीच आरक्षित ठेवणे हे या धोरणाचे वैशिष्ट्य आहे. गेल्या पाच वर्षांत ६०० पेक्षा अधिक वस्तू अनारक्षित करण्यात आला असून सध्या फक्त २० वस्तू लघुउद्योगांसाठी आरक्षित ठेवण्यात आल्या आहेत.

लघुउद्योगांना आरक्षित वस्तूंचे उत्पादन मोठ्या उद्योगांना करावयाचे असेल तर त्याला औद्योगिक परवाना घ्यावा लागतो. तसेच वार्षिक उत्पादनाच्या ५०% उत्पादनाची निर्यात करण्याचे बंधन पाळावे लागते. तसेच लघु उपक्रम यातील गैर-लघु उपक्रमाच्या महत्तम २४% च्या भागीदारीचे बंध १९९७ मध्ये काढून टाकण्यात आले आहे.

विदेशी गुंतवणूक : आर्थिक विकासाच्या दृष्टीने प्राधान्य क्रमावरच्या उद्योगांना मोठ्या प्रमाणावर भांडवल गुंतवणूक करणाऱ्या उद्योगांना तसेच प्रगत तंत्रज्ञान असणाऱ्या

उद्योगांना भाग भांडवलापैकी ५१% पर्यंत गुंतवणुकीला मान्यता देण्यात आली. त्यानंतर पुढे ७४% आणि १००% गुंतवणुकीला संमती देण्यात आली.

विदेशी तंत्रज्ञान : नव्या औद्योगिक धोरणात भारतीय उद्योगांना विदेशी तंत्रज्ञान मिळविण्यासाठी विदेशी कंपन्याशी तंत्रज्ञान सहसोयी कसर करण्याचे स्वातंत्र्य देण्यात आले. तंत्रज्ञान हस्तांतरणासंबंधी करार करण्याचे स्वातंत्र्य देण्यात आले.

सार्वजनिक क्षेत्राबाबत धोरण : सार्वजनिक उपक्रमांचा सरकारी तिजोरीवर पडणारा भार दूर करण्यासाठी अत्यल्प नफा देणारे तसेच तोट्यात चालणारे सार्वजनिक उद्योग क्रमश: बंद करण्याचे सरकारने ठरविले आहे.

सार्वजनिक क्षेत्रातील जनतेचा सहभाग वाढविण्यासाठी या उद्योगातील काही भागभांडवल, म्युच्युअल फंड, वित्तीय संस्था, सर्वसामान्य जनता आणि कामगार यांना विकले जाईल.

सार्वजनिक उद्योगांतील व्यवस्थापनाला सरकार मोठ्या प्रमाणात स्वायत्तता देणार आहे. आजारी उद्योगांचे अंदाजपत्रकीय साहाय्य कमी केले जाईल. सतत मोठ्या प्रमाणावर तोटा झाल्यामुळे आजारी असलेल्या सार्वजनिक उद्योग पुनरुज्जीवनासाठी औद्योगिक आणि वित्तीय पुनर्रचना महामंडळ (BIFR) यांच्याकडे सोपविले जाईल.

मक्तेदारी कायद्यात दुरुस्ती : मक्तेदारी आणि प्रतिबंधक व्यवहार कायदा (MRTR) नव्या उदारीकरणाच्या वातावरणात बदल करणे आवश्यक होते त्या दृष्टीने कायदा दुरुस्त करण्यात आला.

मक्तेदारी उद्योगांतील गुंतवणुकीची कमाल मर्यादा रद्द केल्यामुळे आता कोणत्याही उद्योगाला किंवा उद्योगसमूहाला आपल्या आकारमानात वाढ करण्यासाठी नवीन प्रकल्प सुरू करण्यासाठी, प्रकल्पाच्या एकत्रीकरणासाठी तसेच संचालकांची नियुक्ती करण्यासाठी केंद्र सरकारची परवानगीची गरज नाही.

३.६ १९९१ च्या औद्योगिक धोरणाचे मूल्यमापन (Evaluation of Industrial Policy, 1991)

औद्योगिक धोरणाचे मूल्यमापन / परीक्षण : १९९१ च्या नवीन औद्योगिक धोरणांचे यशापयश अथवा फायदे, दोष पुढीलप्रमाणे सांगता येतात.

अ) यश किंवा फायदे

१) नवीन औद्योगिक धोरणाचे 'परमिट राज' समाप्त करण्याची भारतीय उद्योगांची बऱ्याच दिवसांची मागणी पूर्ण झाली व नोकरशाहीचा वरचष्मा कमी झाला.

२) MRTP कंपन्यांवर मालमत्तेच्या मर्यादेबाबत जी बंधने होती ती काढून टाकण्यात आली. त्यामुळे कंपन्यांच्या विकासाला चालना मिळाली.

३) नोकरशाही व राजकारणी यांच्याकडून औद्योगिक प्रगतीमध्ये निर्माण केले जाणारे अडथळे कमी झाले.
४) कंपन्यांनाचे एकत्रीकरण, ताब्यात घेणे, विलिनीकरण याबाबत उद्योगांना पूर्ण स्वांतत्र्य प्राप्त झाले.
५) कंपन्यांचे विविधीकरण, विस्तार आणि आधुनिकीकरण करून यासाठी भांडवल उभारणी करणे सुलभ झाले.
६) सार्वजनिक क्षेत्रातील खासगी सहभागामुळे स्पर्धा आणि व्यवसायाभिमुखता वाढवण्यास मदत झाली.

ब) दोष किंवा अपयश

नवीन औद्योगिक धोरणामुळे पुढील संकटे निर्माण होण्याची शक्यता वाढली आहे.

१) विदेशी भांडवलाचा वाढता धोका : नव्या औद्योगिक धोरणावर महत्त्वाची टीका करण्यात येते, ती म्हणजे मुक्त विदेशी भांडवल भारताच्या सार्वभौमत्वाला धोका आमंत्रित करण्याचे आहे. मोठ्या प्रमाणावर भांडवलाची आयात केल्यास भारतीय अर्थव्यवस्था विदेशींच्या ताब्यात जाण्याची आणि सार्वभौमत्वाला धोका निर्माण होण्याची भीती व्यक्त केली जाते. परंतु सार्वभौमत्वाला विदेशी भांडवलापासून धोका नाही असा निर्वाळा भूतपूर्व पंतप्रधान डॉ. मनमोहनसिंग यांनी अनेक वेळा दिला आहे. थायलंड, मलेशिया बरोबरच चीनमध्ये भारतापेक्षा विदेशी भांडवल आहे.

२) मक्तेदारी वाढण्याचा धोका : नव्या औद्योगिक धोरणात मक्तेदारी शिथिल करण्याचा हेतू आहे. परंतु हा कायदा शिथिल झाल्यास भारतीय अर्थव्यवस्थेत मोठ्या प्रमाणात विषमता निर्माण होईल. हा फार मोठा धोका मानला जातो.

३) प्रादेशिक विषमता : नव्या औद्योगिक धोरणानुसार स्थान संबंधी काटेकोरपणा नसल्याने आणि उद्योगांत स्थान निश्चितीबाबत स्वातंत्र्य असल्याने प्रादेशिक विषमता निर्माण होण्याचा धोका आहे.

४) लघुउद्योगांना मारक : नव्या औद्योगिक धोरणामुळे मोठ्या उद्योगांना कोणत्याही क्षेत्रात प्रवेश करण्याचे स्वातंत्र्य आहे. साहजिकच, लघुउद्योगांच्या क्षेत्रात मोठे उद्योग प्रवेश करण्याचा धोका आहे, त्यामुळे लघुउद्योग अडचणीत येण्याचा धोका आहे.

६) बेकारीत वाढ होण्याची शक्यता : या धोरणामुळे स्पर्धा वाढणार असून स्पर्धेत टिकण्यासाठी नवे तंत्रज्ञान वापरले जाते. हे तंत्रज्ञान श्रमाची बचत करणारे आहे त्यामुळे बेकारी वाढेल.

७) सार्वजनिक क्षेत्रासंबंधीची टीका : सार्वजनिक क्षेत्रात आजारी उद्योग औद्योगिक आणि वित्तीय पुनर्रचना मंडळाकडे (BIFR) सोपविण्याचा निर्णय घेतल्याने कामगारांच्या संभाव्य बेकारीकडे दुर्लक्ष केले. तसेच सरकारची निर्गुंतवणूक आणि आजारी सार्वजनिक उद्योगांची मालकी खासगी क्षेत्राकडे हस्तांतरित करण्याची नीती संशयास्पद आहे. कारण उत्तर प्रदेश सरकारने सार्वजनिक क्षेत्रातील सिमेंट उद्योगाच्या मालमत्तचे निव्वळ मूल्य रु. ३०६ कोटी होते, हा कारखाना उद्योगपती दालमिया यांना फक्त ५१ कोटी रु.मध्ये विकला. त्यामुळे सरकारचे मोठे नुकसान झाले.

८) आस्थरता : मेक्सिको, ब्राझील, थायलंड, मलेशिया, इंडोनिशिया इ. अर्थव्यवस्था परकीय भांडवल काढून घेतल्याने आस्थर झाल्या होत्या. हे संकट भारतात निर्माण होऊ शकते.

९) कमी महत्त्वाच्या वस्तूंचे उत्पादन : परकीय भांडवल प्राधान्यकृत क्षेत्रातील महत्त्वाच्या उद्योगांत गुंतविले जाण्याऐवजी कमी महत्त्वाच्या उपभोग्य वस्तूंच्या उत्पादनात गुंतविले जाईल. सरकारने पेप्सी, कोकाकोला कंपन्यांना दिलेल्या परवानगीने ही भीती खरी ठरली आहे.

१०) अवास्तव अवलंबित्वाचा धोका : दक्षिण अमेरिका खंडातील देश, पूर्व आशिया खंडातील देश व रशिया यांच्यावर कोसळलेल्या आर्थिक संकटांमुळे बाजारयंत्रणा, उदारीकरण आणि जागतिकीकरण यांच्यावरील अवास्तव अवलंबित्व धोकादायक आहे, हे दाखवून दिले आहे.

११) मक्तेदारी प्रतिबंधक कायदा शिथिल केल्यामुळे संपत्तीचे केंद्रीकरण वाढेल आणि समाजवादी समाजरचनेचे ध्येय गाठता येणार नाही.

१२) चैनीच्या वस्तूंचे उत्पादन वाढेल कारण कोणत्या वस्तूचे कोठे उत्पादन करावे किती व कसे घ्यावे याबाबत निर्बंध नाहीत.

सराव प्रश्न :

१. खालील प्रश्नांची प्रत्येकी २० शब्दांत उत्तरे लिहा.

अ) औद्योगिकीकरण म्हणजे काय?

ब) लघु, मध्यम व मोठे उद्योग म्हणजे काय?

क) लघुउद्योगांची व्याख्या सांगा.

ड) आर्थिक विकासात लघुउद्योगांची भूमिका थोडक्यात सांगा.

इ) १९९१ चे नवीन औद्योगिक धोरण म्हणजे काय?

२. **खालील प्रश्नांची प्रत्येकी ५० शब्दांत उत्तरे लिहा.**

अ) आर्थिक विकासात औद्योगिकीकरणाची भूमिका थोडक्यात सांगा.

ब) लघुद्योगांचे महत्त्व सांगा.

क) लघुउद्योगांचे भवितव्य स्पष्ट करा.

ड) मोठ्या उद्योगांचे भवितव्य स्पष्ट करा.

इ) १९९१ च्या नवीन औद्योगिक धोरणाची उद्दिष्टे सांगा.

३. **खालील प्रश्नांची प्रत्येकी १५० शब्दांत उत्तरे लिहा.**

अ) लघुउद्योगांची भूमिका स्पष्ट करा.

ब) मध्यम व मोठ्या उद्योगांची भूमिका स्पष्ट करा.

क) लघु उद्योगांच्या समस्या सांगा?

ड) मोठ्या व मध्यम उद्योगांच्या समस्या सांगा.

इ) १९९१ चे नवीन आर्थिक धोरण स्पष्ट करा.

४. **खालील प्रश्नांची प्रत्येकी १५० शब्दांत उत्तरे लिहा.**

अ) आर्थिक विकासात औद्योगिकीकरणाची भूमिका स्पष्ट करा.

ब) लघुउद्योगांच्या समस्या सांगून भवितव्यावर विवेचन करा.

क) मध्यम व मोठ्या उद्योगांच्या समस्या सांगून त्यांच्या भवितव्यावर विवेचन करा.

ड) १९९१ च्या औद्योगिक धोरणाचे मूल्यमापन करा.

प्रकरण ४

१९९१ पासूनच्या भारतातील पायाभूत सुविधा
(Infrastructure in India since, 1991)

- ४.१ **प्रास्ताविक** (Introduction)
- ४.२ **भारतातील आर्थिक विकासात पायाभूत सुविधांची भूमिका** (Role of Basic infrastructure in economic development of India)
- ४.३ **पायाभूत संरचनेच्या विकासासाठी खाजगी विरुद्ध सार्वजनिक गुंतवणूक** (Private v/s Pubic investment in Infrastructure development)
- ४.४ **पायाभूत संरचनेच्या विकासात खाजगी क्षेत्राची भूमिका** (Role of Private sector in infrastructural development)
- ४.५ **पायाभूत संरचनेच्या विकासात सार्वजनिक क्षेत्राची भूमिका** (Role of Public in infrastractural development)

४.१ प्रास्ताविक (Introduction) :

आर्थिक विकासाच्या दृष्टीने पायाभूत सुविधांना महत्त्वाचे स्थान आहे. पायाभूत सुविधा ज्या देशांत अथवा राज्यांत पुरेशा प्रमाणात उपलब्ध असतात, त्या देशांचा अथवा राज्यांचा जलद गतीने विकास होतो. पायाभूत सुविधा उत्पादन कार्यासाठी अप्रत्यक्षपणे साहाय्य करतात. देशाच्या आर्थिक विकासात शेती, उद्योग आणि सेवा क्षेत्रांचे अनन्य साधारण महत्त्व आहे. त्यांच्या उत्पादनासाठी पायाभूत सुविधांची मोठ्या प्रमाणात गरज भासते. पायाभूत सुविधा ही व्यापक अशी संकल्पना आहे. तिच्यात अनेक आर्थिक कार्याचा समावेश असतो. त्याला सामाजिक वरकड भांडवल असे म्हटले जाते. या सामाजिक भांडवलात सर्व सुविधांचा समावेश असतो. पायाभूत सुविधांमुळे वाहतूक, दळणवळण, उर्जा, व्यापार, बँकिंग व विमा, शिक्षण आरोग्य, पाणीपुरवठा इ. चा समावेश होतो.

आधारभूत संरचना (Infrastructure) :

विकसित देशांत शेती, उद्योग इ. विकास वाहतूक आणि दळणवळण क्षेत्रांत झालेल्या क्रांतीमुळेच झाला. वीज, पाणी, वाहतूक व दळणवळण सोयी, बँक, विमा व्यवस्थापन इ. अर्थव्यवस्थेत आधारभूत संरचना म्हटले जाते.

व्याख्या :

१) उत्पादन प्रक्रियांना अप्रत्यक्षपणे साहाय्य करणाऱ्या विविध स्वरूपांतील सामाजिक भांडवलाला आधारभूत संरचना असे म्हणतात.

२) अर्थव्यवस्थेतील गुंतवणुकीपासून उत्पादन ज्या घटकांच्या मदतीशिवाय होऊ शकत नाही, अर्थव्यवस्थेतील अशा भांडवलाला आधारभूत संरचना असे म्हणतात.

पायाभूत सुविधांमध्ये ज्या शेती आणि उद्योगासारख्या प्रत्यक्ष उत्पादन प्रक्रियेसाठी मदतीच्या ठरतात. या सुविधांचे स्वरूप खूप मोठे आहे. त्यात वाहतूक, दळणवळण उर्जा, सिंचन, आरोग्य, शिक्षण, बँक सुविधा इ. चा समावेश होतो. आधारभूत संरचना प्रत्यक्षपणे उत्पादन करीत नाहीत. परंतु आर्थिक व्यवहाराची उंचपातळी निर्माण करण्यासाठी अनुकूलता निर्माण करतात. भारतात स्वातंत्र्यानंतर अनेक वर्षे पायाभूत सुविधा सार्वजनिक क्षेत्राद्वारे केल्या जात असत. परंतु १९९१ वे नवीन आर्थिक धोरणात उदारीकरण, खाजगीकरण व जागतिकीकरण या आर्थिक सुधारणाकाळात पायाभूत सुविधांच्या कामाचे स्वरूप बदलले. पायाभूत सुविधांमध्ये खाजगीकरणातर्गत गुंतवणुकीसाठी टकले झाले. बांधा वापरा हस्तांतरित करा. (BOT) या धोरणाचा वापर सुरू झाला. खाजगीकरणाद्वारे वीजनिर्मिती, रस्ते, विमानतळ बांधणी, बंदरांचा विकास, दूरसंचार इ. प्रकल्प सुरू झाले. त्याबरोबरच या क्षेत्रात परकीय गुंतवणुकीलासुद्धा परवानगी दिली आहे. त्यामुळे १९९१ पूर्वीचीच पायाभूत सुविधांची पद्धत व नंतरची पद्धत यांमध्ये फरक दिसून येतो. सध्या पायाभूत सुविधा निर्मितीमध्ये सरकारचा व्यापक दृष्टिकोन दिसून येतो.

पायाभूत संरचनेत पुढील काही घटकांचा समावेश होतो.

पायाभूत सुविधांचे दोन प्रकार केले जातात.

१) भौतिक पायाभूत सुविधा संरचना

 - उर्जा - कोळसा, वीज, अपारंपरिक ऊर्जा, खनिज तेल इ.

 - वाहतूक - रस्ते, रेल्वे, जल, हवाई इ.

 - दळणवळण - टपाल, तार, दूरध्वनी

 - बँक व विमा

 - व्यापार

२) सामाजिक पायाभूत सुविधा संरचना :
- आरोग्य - पिण्याचे पाणी - सामाजिक व वैयक्तिक सेवा
- शिक्षण - स्वच्छता

४.२ भारतातील आर्थिक विकासात पायाभूत सुविधांची भूमिका
(Role of Basic Infrastructure in Economic Development of India)

देशाचा आर्थिक विकास करण्यासाठी पायाभूत संरचनेची गरज असते. तसेच सामाजिक आणि सांस्कृतिक विकासासाठीसुद्धा पायाभूत संरचना महत्त्वाची ठरते. भारताने स्वातंत्र्यानंतर पायाभूत संरचनेवर विशेष भर दिला आहे. त्यामुळे पायाभूत संरचनेची आर्थिक विकासातील भूमिका पुढीलप्रमाणे सांगता येते.

१) उद्योगांचा विकास : उद्योगांच्या विकासासाठी पायाभूत संरचनेच्या सुविधांची गरज असते. जसे पाणी, वीज, रस्ते, बाजारपेठ, दूरध्वनी, बँका व विमा इ. सेवा तसेच कुशल मनुष्यबळ व वाहतूक व दळणवळणाच्या जेवढ्या सोयी अधिक असतील तेवढा उद्योगांचा विकास होतो. तसेच बाजारपेठांचाही विस्तार होऊन उत्पादित मालाची विक्री मोठ्या प्रमाणात होते व औद्योगिकीकरणाला चालना मिळते.

भारतात औद्योगिक विकासात जो असमतोल दिसून येतो त्याचे कारण असमतोल पायाभूत संरचना हे आहे.

२) कृषिक्षेत्राचा विकास : कृषिक्षेत्राचा विकास पायाभूत सुविधांची उपलब्धता आणि गुणवत्ता यांवर अवलंबून असतो. कृषिक्षेत्राच्या विकासासाठी सिंचन, ऊर्जा, रस्ते, पतपुरवठा, साठवणसुविधा इ. सारख्या पायाभूत सुविधांची गरज असते, तसेच बीयाने खते, किटकनाशके, धान्य इ. साठी वेगवान वाहतुकीची साधने उपलब्ध झाल्यास कृषिक्षेत्रातील उत्पादन आणि विक्री व्यवस्थेत कार्यक्षमता निर्माण होते. बाजारपेठांच्या विस्तारासाठी वाहतूक व दळणवळण व्यवस्थांमध्ये वाढ होणे आवश्यक ठरते.

३) बाजारपेठांचा विकास : बाजारपेठांचा विकास होण्यासाठी रस्ते वाहतूक, रेल्वेवाहतूक, जल वाहतुकीचा विकास झाला पाहिजे तसेच बँक व विमा सुविधा, वीजपुरवठा, इ. मध्ये सुधारणा झाल्यास बाजारपेठांचा विकास होतो. शेतीक्षेत्रातील उत्पादन बाजारपेठांपर्यंत वाहून आणणे आणि औद्योगिक उत्पादन बाजारपेठेपर्यंत पोहोचविण्यासाठी वाहतूक महत्त्वाची असते. त्यामुळे बाजारपेठांचा विकास होतो.

४) आर्थिक वृद्धी व आर्थिक विकासाला चालना : पायाभूत संरचनेत वाढ झाल्यास भांडवल प्रवाहात वाढ होऊन विकासाला चालना मिळते. अर्थशास्त्रात रोस्टोव्ह यांनी असे स्पष्ट केले की आर्थिक विकासासाठी पायाभूत संरचना आवश्यक असते. अविकसित देशांत पायाभूत सुविधांची कमतरता असल्यामुळे हे देश प्रगतदेशांच्या मागे

राहतात. पायाभूत संरचनेच्या विकासामुळे उत्पादन घटकांची उत्पादकता वाढते. तसेच बहुस्तरीय उत्पादन वाढण्यास मदत होते.

पायाभूत सुविधांवरील खर्च आणि GDP मधील वृद्धी यांमध्ये जवळचा संबंध आहे. अभ्यासावरून असे दिसून आले आहे की, पायाभूत सुविधांसाठ्यात एक टक्क्यांनी वाढ झाल्यास दरडोई GDP मध्ये सुद्धा एक टक्का वाढ होते.

पायाभूत सुविधांचा एकूण मूल्यवर्धानात उच्च उत्पन्न देशांमध्ये १२ ते १२% हिस्सा असतो. मध्यम उत्पन्न गटातील देशांत ९% असतो; तर कमी उत्पन्न देशात ६ ते ७% हिस्सा असतो.

पायाभूत संरचनेमुळे आर्थिक वृद्धीस प्रोत्साहन मिळते. तसेच आर्थिक वृद्धीमुळे पायाभूत संरचनेला मागणी वाढते.

५) लोकाच्या जीवनमानात सुधारणा : पायाभूत सुविधांमुळे आर्थिक वाढ घडून येते. तसेच लोकांच्या जीवनमानात सुधारणा होते. जसे, पाणीपुरवठा आणि आरोग्य, स्वच्छता या सुधारणांमुळे रोग व आजारपण कमी होण्यास मदत होते. त्यामुळे लोकांच्या गुणवत्तेतसुद्धा सुधारणा होते.

६) नैसर्गिक आपत्ती : प्रत्येक देशाला नैसर्गिक मानवनिर्मित आपत्तीला तोंड द्यावे लागते. जसे दुष्काळ, अतिवृद्धी, भूकंप, गारपीट इ. त्यासाठी लोकांना अन्नधान्य व इतर अत्यावश्यक सेवा वेळेवर उपलब्ध होण्यासाठी वाहतूक व्यवस्था पाणीपुरवठा, वीज इ. ची व्यवस्था महत्त्वाच्या ठरतात.

७) ग्रामीण विकास : भारतात अजूनही मोठ्या प्रमाणात लोक ग्रामीण भागात राहतात. ग्रामीण भाग रस्त्याने शहरास जोडल्यास ग्रामीण भागातील उत्पादित माल शहरी बाजारपेठेत योग्य किमतीला विकून ग्रामीण लोकांच्या उत्पन्नात वाढ होते, असे दिसून आले आहे. तसेच वाहतूक साधनांद्वारे विविध जातिधर्मांचे विविध भाषा बोलणारे वेगवेगळ्या आचार-विचारांचे लोक प्रवास करू लागल्यास लोकांचा दृष्टिकोन व्यापक बनतो. त्यातूनच राष्ट्रीय एकात्मता वाढीस लागते.

८) संरक्षण : देशाच्या संरक्षणाच्या दृष्टीने पायाभूत सुविधा महत्त्वाच्या ठरतात. जसे वाहतूक व्यवस्था गतिमान असणे महत्त्वाचे ठरते. त्या दृष्टीने हवाई वाहतूक, डोंगराळ भागातील रस्ते, तसेच जलवाहतुकीला महत्त्व असते. युद्धासारख्या परिस्थितीत जलद वाहतूक होणे आवश्यक असते.

९) दारिद्र्यात घट : पायाभूत सुविधांत गुंतवणूक केल्यास रोजगारात वाढ होते. त्यामुळे दारिद्र्य कमी होण्याला मदत होते. जसे रस्ते, जलसिंचन केल्यास कुशल व

अकुशल श्रमिकांना रोजगार उपलब्ध होतो. चीनने रस्ते, दळणवळण साधने, ऊर्जा इ. उपलब्ध करून दिल्याने ग्रामीण भागाचा विकास झाला. तसेच या पायाभूत संरचनेचा शहरी भागासही फायदा झाला. पिण्याचे शुद्ध पाणी मिळू लागले. आरोग्य सुधारले या सर्वांमुळे लोकांची कार्यक्षमता वाढली. परिणामी, उत्पन्नात वाढ होऊन दारिद्र्य कमी होऊ लागले हे चीनचे उदाहरण महत्त्वाचे ठरते.

१०) सामाजिक सांस्कृतिक प्रगती : पायाभूत संरचनेमुळे दळणवळण सोयीत वाढ होते. त्यासाठी आचार-विचारांची देवाण-घेवाण होते सांस्कृतिक आदान-प्रदान होते. तसेच विविध भागांतील तसेच देशांतील लोकांची भाषा, चालीरीती यांची ओळख होते ते विकासाला साहाय्यभूत ठरते.

११) उत्पादन घटकांच्या गतिशीलतेत वाढ : दळणवळणाच्या साधनांमुळे रोजगार, व्यापार, भांडवल, गुंतवणूक यांच्या नवीन संधी निर्माण होतात. वाहतूक दळणवळण सोयींमुळे उत्पादनाचे घटक एका ठिकाणाहून दुसऱ्या ठिकाणी सहज जाऊ शकतात. त्यामुळे श्रम, भांडवल अल्प संयोजक यांच्या गतिशीलतेत वाढ होते. तसेच वाहतूक व्यवस्थेने विचारांची देवाणघेवाण जलद होते.

१२) नवप्रवर्तनाला प्रेरणा : मोठ्या प्रमाणात पायाभूत सुविधा निर्माण झाल्यास नवप्रवर्तनाला प्रेरणा मिळते. त्यामुळे ते उत्पादनात नवीन तंत्रपद्धतींचा अवलंब करून वस्तूंचे उत्पादन करतात. त्यामुळे आर्थिक विकासाला वेग येतो.

४.३ पायाभूत संरचनेच्या विकासासाठी खाजगी विरुद्ध सार्वजनिक गुंतवणूक (Private Versus Public Investment in Infrastructure Development) :

अर्थव्यवस्थेच्या विकासासाठी पायाभूत संरचना महत्त्वाची ठरते. जसे, रस्ते, दळणवळण यंत्रणा, पाणीपुरवठा, वीज, इत्यादी त्यासाठी मोठ्या प्रमाणावर खर्च होतो. पायाभूत संरचनेसाठी मोठ्या गुंतवणुकीची गरज असते. या गुंतवणुकीपासून परतावा मिळण्यास फार मोठा कालावधी लागतो; त्यामुळे या क्षेत्रात गुंतवणूक करण्यास खाजगी उद्योजक आकर्षित होत नाहीत. त्यासाठी सार्वजनिक क्षेत्राला काम करावे लागते पायाभूत संरचनेसाठी वास्तवत: सार्वजनिक क्षेत्र निर्माण झाले. स्वातंत्र्यानंतर सरकारने सार्वजनिक क्षेत्राचा विकास केला. कारण जलद आर्थिक विकासासाठी सर्व पायाभूत सुविधांत वाढ करणे ही विकासाची गुरूकिल्ली आहे, हे सरकारला कळून चुकले. त्यामुळे सार्वजनिक क्षेत्राची प्रगती १९५१ पासून पुढे जलद झाली. १९५० - ५१ मध्ये सार्वजनिक क्षेत्रातील उद्योग संस्थांची संख्या फक्त पाच होती. त्यातील गुंतवणूक फक्त २९ कोटी रुपयांची होती. २००२ मध्ये या उद्योगांची संख्या २४० पर्यंत वाढली. त्यातील गुंतवणूक

३,०४,६३२ कोटी रुपयांची होती. याशिवाय जवळ जवळ ८०० सार्वजनिक उद्योग संस्था राज्याच्या मालकीच्या आहेत.

सार्वजनिक क्षेत्रामुळे लोखंड, पोलाद, खते, रसायने, अभियांत्रिकी उद्योग, रेल्वे इंजिन्स इ. इलेक्ट्रॉनिक्स इ. उद्योग सुरू झाले तसेच संरक्षण क्षेत्रातील उत्पादने, विमान बांधणी, जहाजबांधणी, पेट्रोलिअम वस्तू इ. मुख्य क्षेत्रांतील उद्योगांची मोठ्या प्रमाणात प्रगती झाली.

१९९१ पर्यंत सार्वजनिक क्षेत्र पायाभूत क्षेत्रात काम करत होते अनुभवावरून असे दिसून येते की, खाजगी क्षेत्राला काही मर्यादा होत्या त्यामुळे सरकारला मूलभूत उद्योग व भांडवली उद्योगांत उपभोग्य वस्तू उद्योगात आवश्यक ती पावले उंचलावी लागली. परंतु काही काळाने सार्वजनिक क्षेत्रात दोष निर्माण होऊ लागले. प्रकल्पांचा वाढता तोटा, काम पूर्ण होण्यास विलंब, मोठ्या प्रमाणात भांडवल गुंतवणूक, अकार्यक्षम व्यवस्थापन, अतिरिक्त कामगार भरती इत्यादी दोषांमुळे सार्वजनिक क्षेत्र व्यापले गेले.

त्यासाठी कोणतीतरी उपाययोजना करणे गरजेचे होते. त्यातून १९८८ मध्ये प्रथम सार्वजनिक क्षेत्राला अल्पसे निर्णय स्वातंत्र्य देण्यात आले. पुढे १९९१ मध्ये सरकारने नवीन आर्थिक धोरण स्वीकारले. या नवीन आर्थिक धोरणात सार्वजनिक क्षेत्रातील उद्योगांची कार्यक्षमता आणि उत्पादकता सुधारण्यासाठी उपाययोजना सुचविण्यात आल्या.

या धोरणात खाजगी क्षेत्राला अधिक प्राधान्य देण्यात आले. सार्वजनिक क्षेत्रावर मर्यादा आणण्यात आली. त्या दृष्टीने सरकारने काही निर्णय घेतले.

१) सार्वजनिक क्षेत्राचा मुख्य भर लाभदायक अशा पायाभूत बाबींसाठी देण्यात आला. तर काही राखीव उद्योगांचा समावेश सार्वजनिक क्षेत्रात केला.

२) जे सार्वजनिक उद्योग तोट्यात चालतात व नेहमी आजारी असतात; अशांना मदत करूनही सुधारणा होत नाही अशा उद्योगांच्या पुनर्रचनेची जबाबदारी बोर्ड ऑफ इंडस्ट्रियल ॲन्ड फायन्शियल रिक्न्स्ट्रक्शन (BIFR) या यंत्रणेवर सोपविण्यात आली.

३) सार्वजनिक क्षेत्रात स्पर्धा निर्माण करण्यासाठी खाजगी क्षेत्राचा सार्वजनिक क्षेत्रात समावेश केला जाईल.

४) जनतेचा सार्वजनिक क्षेत्रातील सहभाग वाढविण्यासाठी या उद्योगातील काही भागभांडवल म्युच्युअल फंड, वित्तीय संस्था, सर्वसामान्य जनता, आणि कामगार यांना विकले जाईल.

५) सार्वजनिक क्षेत्रातील व्यवस्थापन कार्यक्षम आणि जबाबदार होण्यासाठी

सार्वजनिक उद्योगातील व्यवस्थापनाला सरकार मोठ्या प्रमाणात स्वायतत्ता देणार आहे. आजारी उद्योगांचे अंदाज पत्रकीय साहाय्य कमी केले जाईल.

त्यामुळे पायाभूत संरचनेमुळे भांडवल गुंतवणुकीला खाजगी क्षेत्राला प्रोत्साहन मिळाले खाजगी क्षेत्राने सार्वजनिक क्षेत्रात मोठ्या प्रमाणात भांडवल गुंतवणूक करावी यासाठी सरकारकडून प्रमाण केले जात आहेत. जसे रस्तेबांधणी, पुलबांधणी, वीजनिर्मिती, विमानतळ, बंदरांचा विकास इत्यादी ठिकाणी खाजगी गुंतवणूक वाढत आहे.

पायाभूत संरचनेत भांडवल गुंतवणुकीला प्रोत्साहन देण्यासाठी सार्वजनिक खाजगी भागीदारी पद्धत सुरू केली. बांधा वापरा हस्तांतरित करा (BOT) धोरण स्वीकारण्यात आले, जे सरकारी उपक्रम सतत तोट्यात जातात ते बंद करण्यात आले व निर्गुंतवणुकी धोरणाआधारे खाजगी क्षेत्राला विकण्याचे धोरण स्वीकारले.

सार्वजनिक क्षेत्रातील उद्योगांना १९९०-९१ मध्ये २२७२ कोटी रु. निव्वळ नफा झाला. तो २००२ - ०३ मध्ये ३२१४१ कोटीपर्यंत वाढला. गुंतवणुकीपासून परताव्याचा दर १९९० - ९१ मध्ये २.३% होता. तो २००१ - ०२ मध्ये ६.७% एवढा झाला. सार्वजनिक क्षेत्रातील उद्योगांची राजकोषीय वाढ १९९० - ९१ उद्योगांची राजकोषीय वाढ १९९० - ९१ मध्ये १९८५१ कोटी रु. होती ती २००२ - ०३ मध्ये ८१९२६ कोटी रु. पर्यंत वाढली. ही वाढ साडेतीन टक्के होती.

अशा रीतीने या उद्योगांच्या सहभागाने गुंतवणुकीत भांडवलापासून नफ्याचा दर मागील पातळीच्या २ ते २.५% या दरम्यान आहे. त्यामुळे असे म्हटले जाते की, सार्वजनिक क्षेत्रातील उद्योगांमध्ये गुंतवणुकीच्या मानाने नफ्याचे प्रमाण कमी असते. तसेच केंद्र सरकारची राजकोषीय तूट हीसुद्धा महत्त्वाची बाब असते.

मोठ्या प्रमाणात पायाभूत सुविधा निर्माण करण्याची गरज सार्वजनिक क्षेत्राला असल्याने सरकारने सार्वजनिक खाजगी भागीदारीला पायाभूत सुविधांत महत्त्व देण्यात आले.

सार्वजनिक खाजगी भागीदारी आणि पायाभूत संरचना :

पायाभूत संरचनेत एकूण भांडवल उभारणी

	१९९३ - ९३	१९९७ - ९८	२००१-०१	२००९-१०
अ) पायाभूत क्षेत्रात एकूण भांडवल उभारणी	४५९४०	६२९०३	९४२२६	२,८९,४६६
१) ऊर्जा, वायू व पाणी	२३१७०	३०७५६	३६९०७	१२६११०
२) वाहतूक, साठवण व दळणवळण	२२७७०	३२१४७	५७३१९	१६३३५६
३) रेल्वे	५५८०	५०६९	५४९१	३३३३७
४) वाहतूक, रस्ते, पाणी इ.	११३०४	१०४६०	२५८०२	५६७२०
५) साठवणूक	१३६	४५६	१३६२	१७१७
६) दूरसंचार	५७५०	१०१६२	२४६६४	७२५८२
ब) एकूण अंतर्गत उत्पादन	७८१३४५	१३९०१४८	१९०२९९८	६१३३२३०
क) अ चे बी शी प्रमाण	५.८८%	४.४५%	४.९५%	४.७%

(Source - Indian Economy Datte & Mahjan 70th Edition P 161 - 2009 - 10 Quick Estimate)

पायाभूत संरचनेत वरील तक्त्यावरून असे दिसून येते सार्वजनिक खाजगी भागीदारी तत्त्वावर मोठ्या प्रमाणात भांडवल गुंतवणूक होत आहे.

तक्ता ४.१

क्षेत्राप्रमाणे खाजगी सार्वजनिक (PPP) प्रकल्प

क्षेत्र	संख्या कोटी रु पर्यंत	२५० २५०० रु. पर्यंत	२५१ कोटी रु. पुढे	५०० कोटी रु. कोटी रु.	कराराचे मूल्य
विमानतळे	५	०	३०३	१८८०८	१९१११
ऊर्जा	२४	७३४	२६६९	१३७०८	१७१११
बंदरे	४३	१०६६	२४४०	६२९९३	६६४९९
रस्ते	२७१	८६८९	३२८६२	६०४५४	१०२००५
शहरी विकास	७३	२७५३	२४०४	१०१३२	१५२८८
इतर क्षेत्रे	३४	१६१३	९०५	१६४४	४१६२

Source - Economic Survey 2009 - 10

वरील नफ्यात क्षेत्रनिहाय सार्वजनिक खाजगी भागीदारी तत्त्वावरील प्रकल्प दर्शविलेले आहेत.

अकराव्या पंचवार्षिक योजनेत ग्रामीण पायाभूत सुविधांवर भर देण्यात आला. त्यामध्ये मुख्यत: जलसिंचन ग्रामीण रस्ते जोडणी ग्रामीण भागासाठी पिण्याचे पाणी इत्यादी. तसेच अकराव्या योजनेत उर्जा, रस्ते, रेल्वे बंदरे, विमानतळे दूरसंचार इ. वर खर्च करण्यात आला. तो दहाव्या योजनेत जी. डी. पी. च्या ४.५% होता. तो अकराव्या योजनेत ९.००% पर्यंत वाढला. भौतिक पायाभूत सुविधांवर अकराव्या योजनेत २००२ हजार कोटी रु. खर्च करण्यात आले. ह्या सर्व रकमेत केंद्र सरकाचा सहभाग ३७% राज्य सरकारचा ३३% आणि खाजगी क्षेत्राचा ३०% वाटा होता. अशा रीतीने सरकारने सार्वजनिक खाजगी सहभागाबाबत व्यूहरचना आखली.

सार्वजनिक खाजगी सहभागातील प्रकल्प हे राष्ट्रीय महामार्ग, विमानतळे, बंदरे हे महत्त्वपूर्ण ठरत आहेत. त्यामध्ये खाजगी गुंतवणूक आकर्षित होत आहे. त्यातून कार्यक्षमता वाढत आहे. तसेच चांगल्या प्रकारे सेवा दिली जात आहे.

इ. स. १९९४ मध्ये सरकारने एअर इंडिया आणि इंडियन एअरलाईन्सची मक्तेदारी संपुष्टात आणली. हवाई वाहतूक सेवा ही खाजगी क्षेत्रास खुली करण्यात आली. त्याला Oey Sky Policy म्हटले जाते सध्या देशात विमान सेवा देणाऱ्या सहा खाजगी अनुसूचित एअरलाईन्स आहेत तर काही कंपन्यांना बिगर अनुसूचित परवाना देण्यात आला आहे; तर तीन कंपन्या शेड्यूल्ड कार्गो सेवा उपलब्ध करून देत आहेत. नुकतीच सहारा एअर लाईन्स आणि जेट एअरलाईन्स यांना आंतरराष्ट्रीय विमान सेवा देण्याची परवानगी दिलेली आहे.

अशा प्रकारे पायाभूत संरचनेची जबाबदारीचे स्वरूप बदलताना दिसून येते. परंतु सरकारला त्यातून पूर्णपणे अंग काढून घेणे सोईचे ठरणारे नाही.

४.४ पायाभूत संरचनेच्या विकासात खाजगी क्षेत्राची भूमिका (Role of private sector in infrastracture development)

इ. स. १९९१ मध्ये भारताने नवीन आर्थिक धोरण स्वीकारले व उदारीकरण, खाजगीकरण, जागतिकीकरणाचा स्वीकार केला. खाजगी क्षेत्राला अधिक स्वायत्तता देण्यात आली. त्यामुळे पायाभूत सरंचनेत खाजगी क्षेत्राला भांडवल गुंतवणूक करण्याला प्रोत्साहन मिळाले. भारताच्या आर्थिक विकासासाठी पायाभूत सुविधांच्या क्षेत्रात सरकारला भांडवल गुंतवणूक करण्यामध्ये अडचणी येत असल्यामुळे खाजगी क्षेत्राने या क्षेत्रात गुंतवणूक करावी यासाठी सरकारकडून प्रयत्न होत आहे.

रस्ते, बंदरांच्या विकास, वीजनिर्मिती, विमानतळ बांधणी, पुलबांधणी इ. मध्ये

खाजगी क्षेत्रातील गुंतवणूक वाढत आहे. पायाभूत संरचनेच्या विकासासाठी सरकारने परकीय भांडवल गुंतवणुकीला प्रोत्साहन दिले आहे.

रस्ते बांधणीत 'बांधा वापरा हस्तांतरित करा' हे धोरण स्वीकारले आहे. आधारभूत संरचनेत सरकारने खाजगी व सार्वजनिक क्षेत्रांची भूमिका महत्त्वाची आहे. त्यांनी परकीय भांडवल, तंत्रज्ञान व जागतिक वित्तीय संस्थांची मदत घेऊन मोठ्या प्रमाणात गुंतवणूक करणे आवश्यक आहे. त्यामुळे देशातील पायाभूत सुविधांत जलद वाढ होईल व देशाच्या विकासात महत्त्वाची भूमिका खाजगी क्षेत्र बजावू शकेल.

ऊर्जा, गॅस आणि पाणी या पायाभूत सुविधांसाठी १९९३-९४ मध्ये २३१७० कोटी रुपयांची गुंतवणूक केली होती. ती २००९-१० पर्यंत १,२६,११० कोटी रु. पर्यंत वाढली.

वाहतूक साठवण व दळणवळण यांमध्ये १९९३-९४ मध्ये २२७७० कोटी रु. गुंतवणूक झाली होती. ती २००९-१० मध्ये १,६३३५६ कोटी रु. पर्यंत वाढली. खाजगीकरणामुळे पायाभूत सुविधांत भांडवल गुंतवणूक वाढत आहे.

सार्वजनिक खाजगी भागीदारी तत्त्वावर पायाभूत सुविधांत मोठ्या प्रमाणावर गुतंवणुकीला महत्त्व प्राप्त झाले आहे. पाच विमानांमुळे या तत्त्वावर प्रकल्प चालू आहेत. तर २४ ऊर्जा प्रकल्प सार्वजनिक खाजगी तत्त्वावर चालू आहेत. २७५ रस्ते ४३ बंदरे इ. कामे सार्वजनिक खाजगी तत्त्वावर चालू आहेत. तसेच त्यात खाजगी क्षेत्राने मोठ्या प्रमाणात गुतंवणूक केली आहे. त्यामुळे पायाभूत सुविधांच्या विकासाला चालना मिळत आहे.

ऊर्जा क्षेत्र हे औद्योगिक विकासाच्या दृष्टीने टीकात्मक बनले आहे. त्यांचा मुख्य प्रश्न वितरणव्यवस्थेत आहे. तो राज्य सरकारच्या हातात आहे. कंपन्यानी वितरण व्यवस्थेत सुधारणा केली आहे. खाजगी क्षेत्र ऊर्जा क्षेत्रातसुद्धा चांगली भूमिका पार पाडत आहे.

४.५ पायाभूत संरचनेच्या विकासात सार्वजनिक क्षेत्राची भूमिका (Role of Public sector in infrastracture development)

देशाच्या आर्थिक विकासात पायाभूत संरचनेला महत्त्वाचे स्थान आहे. देशात पायाभूत संरचनेत सार्वजनिक क्षेत्राची महत्त्वाची भूमिका राहिलेली आहे. स्वातंत्र्यानंतर पायाभूत सुविधा उपलब्ध करून देण्यात सार्वजनिक क्षेत्राची भूमिका अतिशय महत्त्वाची ठरली आहे. ते पुढील मुद्यांच्या आधारे स्पष्ट करता येते.

१) गाभा क्षेत्रांचा विकास : सार्वजनिक क्षेत्राने गाभा क्षेत्रांचा विकास घडवून आणला. उदा. कोळसा, लोखंड, पोलाद इ. सार्वजनिक क्षेत्राने गाभा उद्योगांचा विकास करून पायाभूत उद्योगांबाबत स्वयंपूर्णता निर्माण केली. या महत्त्वाच्या उद्योगासाठी आता

परकीय देशांवर अवलंबून राहण्याची गरज नाही. सार्वजनिक क्षेत्राने या गाभा उद्योगांत कार्य केल्याने भारताच्या औद्योगिक विकासाला भक्कम आधार मिळाला.

२) औद्योगिक व आर्थिक विकास : देशाच्या सार्वजनिक क्षेत्रातील उपक्रमांनी केलेल्या कार्यामुळे औद्योगिक आणि आर्थिक विकासाला चालना मिळाली. जसे वीज- पुरवठा, वाहतुकीच्या सोयी, दळणवळण, संपर्क माध्यमे इ. पायाभूत सुविधांत गुंतवणूक करण्याची तयारी खाजगी क्षेत्राची नसते. कारण त्यामध्ये मोठ्या प्रमाणात गुंतणूक करावी लागते. त्यापासून नफा खूप कमी मिळतो. त्यामुळे पायाभूत क्षेत्रात खाजगी गुंतवणूक झाली नाही. सार्वजनिक क्षेत्रातील उपक्रमांनी केलेल्या गुंतवणुकीमुळे पायाभूत क्षेत्रांत खाजगी गुंतवणूक झाली नाही. सार्वजनिक क्षेत्रातील उपक्रमांनी केलेल्या गुंतवणुकीमुळे पायाभूत सुविधात मोठ्या प्रमाणात वाढ होऊन औद्योगिक व आर्थिक विकास होण्यास मदत झाली.

३) मूलभूत सुविधांत वाढ : सार्वजनिक क्षेत्राने वीजपुरवठा, पाणीपुरवठा, वाहतुकीच्या सोयी, दळणवळण, वित्तीय सेवा इ. सारख्या मूलभूत सुविधा निर्माण केल्या. त्यामुळे खाजगी क्षेत्रातील औद्योगिकीकरणाला चालना मिळाली.

४) राष्ट्रीय उत्पन्नातील वाटा : भारताच्या स्थूल राष्ट्रीय उत्पन्नात सार्वजनिक क्षेत्राचा वाटा वाढत आहे. १९५०-५१ मध्ये राष्ट्रीय उत्पादनातील सार्वजनिक उपक्रमांचा हिस्सा ७.५% होता. तो २००९-१० मध्ये २०.५% झाला. देशाच्या राष्ट्रीय उत्पन्नात खाजगी क्षेत्राचे वर्चस्व दिसून येते. परंतु स्वातंत्र्यानंतर सार्वजनिक क्षेत्राचा हिस्सा वाढत आहे.

५) ऊर्जा विकास : वीज, तेल व इतर अपारंपरिक स्रोतावर सार्वजनिक क्षेत्राने भर दिला. त्यामुळे उद्योग, शेती तसेच घरगुती वापरासाठी वीज उपलब्ध होण्यास मदत झाली. त्यामुळे सर्व क्षेत्रांची प्रगती होण्याला चालना मिळाली. ऊर्जा हा विकासातील महत्त्वाचा घटक मानला जातो. त्यामुळे औद्योगिक विकासाला मोठी चालना मिळते.

६) परिवहन (रस्ते वाहतूक) : रेल्वे, रस्ते, जलपर्यटन, नागरिक वाहतूक, हवाई वाहतूक इ. चा यात समावेश होतो. सध्या भारतातील रस्त्यांचे जाळे जगातील सर्वांत मोठे दुसऱ्या क्रमांकाचे जाळे आहे. रस्ते वाहतूक शेत, कारखाने, बाजारपेठ यांत सुलभ संपर्क निर्माण करतात. तसेच द्वार ते द्वार सेवा (door to door service) उपलब्ध करून देतात. रस्त्यांची बांधणी व देखभाल तुलनेने स्वस्त व सोपे असते. रस्तेमार्ग लोह मार्गांना पूरक कार्य करतात. भाज्या, फळे, दुध इ. सारख्या नाशवंत वस्तूंची वाहतूक रल्वेपेक्षा रस्तेमार्गाने अधिक सुलभ व ताबडतोब केली जाऊ शकते.

७) रेल्वे वाहतुकीत वाढ : लोहमार्ग हे भारतातील व्यक्तींच्या व मालवाहतुकीचे प्रमुख साधन आहे. रेल्वे देशाच्या सर्व ठिकाणावरील व्यक्तींना एकत्र आणते आणि त्यामुळे व्यापार, पर्यटन, शिक्षण इ. शक्य बनविते. रेल्वेने भारतीय आर्थिक जीवनाची बांधणी केली आहे. शेती व औद्योगिक विकासास गती देण्याचे काम केले आहे. रेल्वेने देशाच्या आर्थिक, औद्योगिक व सामाजिक विकासांस महत्त्वाचा हातभार लावला आहे. सार्वजनिक क्षेत्राने रेल्वेसारख्या पायाभूत सुविधेत महत्त्वाची भूमिका बजावल्याचे दिसून येते.

८) जल वाहतूक : भारतीय अर्थव्यवस्थेत वाहतूक क्षेत्रात जहाज वाहतूक महत्त्वाची भूमिका बजावते. देशाच्या परकीय व्यापारापैकी आकारमानानुसार ९५% व्यापार सागरी मार्गाने होतो. विकसनशील देशांपैकी भारताकडे सर्वांत मोठा व्यापारी जहाजांचा ताफा आहे. किनाऱ्याजवळील जहाजवाहतूक हा भारतातील वाहतूक जाळ्यांपैकी एक ऊर्जा कार्यक्षम पर्यावरण सुसंगत व कमी खर्चीक वाहतुकीचे माध्यम आहे. भारतात १३ मोठी बंदरे आणि २०० लहान बंदरे आहेत. मोठ्या बंदरांचा विकास व प्रशासन केंद्र सरकारच्या अंतर्गत; तर लहान बंदराचे प्रशासन त्या-त्या सरकारद्वारे पाहिले जाते. २००८-०९ मध्ये मोठ्या बंदरातून देशातील सुमारे ७१% सागरी माल वाहतूक झाली.

९) विमान वाहतूक : नागरी विमान वाहतुकीमध्ये पायाभूत सुविधानिर्मिती भारतीय विमानातील निर्मिती विभागाकडे आहे. व्यक्ती आणि मालाची वाहतूक विमानाने जलद करता येते. तसेच कमी वेळात महत्त्वाची सुविधा प्राप्त करून देते.

१०) पाणीपुरवठा : पिण्याचे शुद्ध पाणी व स्वच्छता या दोन किमान आवश्यक गरजा पुरवविण्याची जबाबदारी, राज्य सरकार व स्थानिक स्वराज्य संस्था करते. केंद्र सरकार पिण्याच्या पाण्याला सर्वोच्च प्राधान्य देते. ग्रामीण भागात २००५ पासून सहा प्रकारच्या पायाभूत सुविधा भारत निर्माण योजनेअंतर्गत सुरू केल्या आहेत. त्यामध्ये ग्रामीण पाणीपुरवठा हा महत्त्वाचा घटक आहे. त्यामुळे ग्रामीण भागातील पाणीप्रश्न सोडविण्याला मदत होत आहे.

११) स्वच्छता : केंद्रीय ग्रामीण स्वच्छता अंतर्गत २००२ मध्ये संपूर्ण स्वच्छता अभियान सुरू केले. शौचालये बांधून आरोग्य व स्वच्छतेला प्रोत्साहन दिले जाते. घरगुती शौचालयाची सुविधा असले तर ग्रामीण कुटुंबाचे प्रमाण २००१ मध्ये २१.९% होते. ते २०१० मध्ये ६७.८७% पर्यंत वाढले आहे.

अशा प्रकारे सार्वजनिक क्षेत्राने पायाभूत संरचनेत महत्त्वाची भूमिका बजावल्याचे दिसून येते

सराव प्रश्न :

१. **खालील प्रश्नांची प्रत्येकी २० शब्दांत उत्तरे लिहा.**

अ) पायाभूत सुविधा म्हणजे काय?

ब) पायाभूत सुविधांचे दोन प्रकारांत विभाग करा.

क) सार्वजनिक क्षेत्रातील गुंतवणूक म्हणजे काय?

ड) खाजगी क्षेत्रातील गुंतवणूक म्हणजे काय?

२. **खालील प्रश्नांची प्रत्येकी ५० शब्दांत उत्तरे लिहा.**

अ) पायाभूत सुविधा म्हणजे काय? थोडक्यात सांगा.

ब) पायाभूत सुविधांची भूमिका थोडक्यात सांगा.

क) सार्वजनिक क्षेत्राचे पायाभूत संरचनेतील योगदान स्पष्ट करा.

३. **खालील प्रश्नांची प्रत्येकी १५० शब्दांत उत्तरे लिहा.**

अ) पायाभूत सुविधांची आर्थिक विकासातील भूमिका स्पष्ट करा.

ब) पायाभूत सुविधांच्या विकासातील खाजगी विरुद्ध सार्वजनिक क्षेत्रातील गुंतवणुकीबाबत विवेचन करा.

४. **खालील प्रश्नांची प्रत्येकी ३०० शब्दांत उत्तरे लिहा.**

अ) भारतातील पायाभूत सुविधांची आर्थिक विकासातील भूमिका स्पष्ट करा.

ब) पायाभूत संरचनेच्या विकासात खाजगी क्षेत्राची भूमिका स्पष्ट करा.

क) क्षेत्राची भूमिका विशद करा.

प्रकरण ५

मानवी संसाधन विकास
(Human Rosource Development)

५.१ प्रास्ताविक (Introduction)

५.२ आर्थिक विकासातील मानवी संसाधनाची भूमिका (Role of Human Resource in Economic Development)

५.३ मानवी विकास निर्देशांकाची संकल्पना (Concept of Human Development Index - HDI)

५.४ मानवी दारिद्र्याच्या निर्देशांकाची संकल्पना (Concept of Human Poverty Index)

५.५ लिंगाधारित विकास निर्देशांकाची संकल्पना (Concept of Gender related Development Index)

५.६ लिंगाधारित रोजगार उपाययोजना (Gender Employment Measures)

५.१. प्रास्ताविक (Introduction) :

देशाच्या आर्थिक विकासात मानवी संसाधनाचे महत्त्व ॲडम स्मिथने लक्षात आणून दिले. त्यानंतर विविध अर्थशास्त्रज्ञांनी मानवी विकासाला महत्त्व दिल्याचे दिसून येते. देशाचा आर्थिक विकास लोकसंख्येच्या आकारावर अवलंबून नसून लोकसंख्येच्या गुणवत्तेवर अवलंबून असतो. याचे महत्त्व आज साऱ्या जगाला पटलेले आहे.

१९६० पासून अर्थशास्त्रज्ञांनी मानवी संसाधनावरील गुंतवणुकीला महत्त्व दिले. मानवी संसाधन विकास ही विकासाची गुरूकिल्ली आहे. हे समजून आले. सुरुवातीला मानवी संसाधन विकासाची संकल्पना विकसित झाली. मानवी संसाधन अथवा मानवी भांडवल म्हणजे 'लोकांच्या ज्ञानात वाढ करण्याची प्रकिया आणि लोकांच्या क्षमता व कौशल्यात वाढ करण्याची प्रक्रिया होय.'

१९९२ च्या संयुक्त राष्ट्राच्या जागतिक लोकसंख्या अहवालावरून असे दिसून येते

की, शालेय शिक्षण सरासरी तीन वर्षे एकत्रितपणे झाल्यास २७% ने देशाची आर्थिक वाढ होते. तर सहा वर्षे शिक्षणात वाढ झाल्यास वार्षिक वाढीचा दर ३९% ने उंचावतो. जागतिक बँकेच्या ८० देशाच्या अभ्यासात असेही दिसून आले की, पायाभूत शिक्षणाच्या संख्येतील दर आणि उत्पन्नाची पातळी यांचा स्पष्टपणे सहसंबंध दिसून येतो.

मानवी संसाधनात औषधोपचारावर आणि उपभोगावर खर्च केला जातो आणि औषधोपचाराबरोबरच मानवी भांडवल उभारणीवर गुंतवणूक केली जाते.

फक्त पैसा लोकांची आर्थिक, सामाजिक, सांस्कृतिक अशा सर्व बाजूंनी सुस्थिती निर्माण करू शकत नाही. त्यासाठी संयुक्त राष्ट्राने (UN) मानवी विकास या संकल्पनेचा स्वीकार केला. मानवी विकास म्हणजे लोकांच्या निवडीच्या विस्ताराची प्रक्रिया होय. मानवी विकासात सर्वांत महत्त्वाचा घटक म्हणजे दीर्घ आणि आरोग्यसंपन्न जीवन. यामध्ये शिक्षण, उत्तम राहणीमान इ. चा समावेश केला जातो.

५.२ आर्थिक विकासात मानवी संसाधनाची भूमिका (Role of Human Resource in Economics Development)

मानवी विकासाबाबत बिल गेट्स यांनी असे स्पष्ट केले की, २१ व्या शतकाची उभारणी लोकांच्या सहभागाने व तंत्रज्ञानाने जलद गतीने होईल आणि हे कोणी नाकारू शकत नाही. यावरून मानवी संसाधनाचे महत्त्व लक्षात येते.

सध्या सगळीकडे बौद्धिक क्षमताप्रधान विकास करणारे उद्योग स्थापन झालेले दिसून येतात. म्हणून ज्या देशात मानवी बौद्धिक शिक्षण दिले जाते त्या देशाचा जलद गतीने विकास होईल. तसेच भौतिक तंत्रज्ञानाच्या सुधारणांसाठी पायाभूत सामाजिक सुधारणा होणे गरजेचे आहे. शिक्षणाची पातळी आणि गुणवत्ता यावरून देशाच्या मानवी संसाधनांच्या विकासाची पातळी ठरते, सार्वजनिक दारिद्र्य हे मानवी विकासातील न्यूनतेचा परिणाम आहे. मानवी विकासासाठी सार्वजनिक खर्चात वाढ केल्याने दारिद्र्य कमी होणार नाही; परंतु मानवी विकासात सुधारणा होईल.

मानवी संसाधन विकास गरजेचा आहे; कारण त्यामुळे लोकांचा आधुनिकतेकडे कल वाढतो, तसेच लोकांची विचारशक्ती वाढते. मानवी संसाधन विकास हा उत्पादन वाढीसाठी आवश्यक आहे. मानवी संसाधन विकास हा एका बाजूने श्रमिकांच्या सेवेचा पुरवठा करतो तसेच उद्योजकता पुरवतो तर दुसऱ्या बाजूने आर्थिक उपक्रमांद्वारे लोकांच्या जीवनमानात सुधारणा घडवून आणतो. मानवी संसाधन हे उपभोगाचे एकक आहे. ते वस्तू आणि सेवा यांची मागणी करते.

मानवी संसाधन विकासासाठी शिक्षण, आरोग्य, प्रशिक्षण, संशोधन या संपत्तीत पुरेशी भांडवल गुंतवणूक करून चांगल्या दर्जाची श्रमशक्ती निर्माण करणे महत्त्वाचे ठरते.

मानवी संसाधन विकासावरच देशाचा आर्थिक विकास अवलंबून असतो. त्यामुळे आर्थिक विकासातील मानवी संसाधनाची भूमिका अभ्यासणे महत्त्वाचे आहे.

आर्थिक विकासातील मानवी संसाधनाविषयीची भूमिका पुढीलप्रमाणे -

१) बिल गेट्स यांच्या मते : २१ व्या शतकाच्या उभारणी मानवी संसाधनाच्या सहभागाने आणि तंत्रज्ञानाने जलद गतीने होईल आणि हे कोणी नाकारू शकत नाही. यावरून मानवी संसाधनाची भूमिका महत्त्व लक्षात येते.

२) उद्योगांचा विकास : तंत्रज्ञानातील बदल आणि बौद्धिक शक्ती या बाबी उद्योगाचा पाया आहेत. सुरवातीच्या कालखंडात उद्योगाचे स्थान हे नैसर्गिक साधन संपत्तीवर निश्चित केले जात असे. परंतु सध्या सगळीकडे बौद्धिक क्षमतेवर आधारित उद्योग विकसित झाले आहेत. म्हणून ज्या देशात मानवी बौद्धिक शिक्षण दिले जाईल त्या देशाचा जलद गतीने आर्थिक विकास होईल.

३) सामाजिक तंत्रज्ञानाच्या विकासासाठी : आधुनिक भौतिक तंत्रज्ञान व्यापक स्वरूपाचे आहे. त्याचा प्रत्यक्षात वापर योग्य प्रकारे केला जात नाही. त्यासाठी सामाजिक तंत्रज्ञानाची गरज असते. सामाजिक तंत्रज्ञान हे वैयक्तिक कौशल्यासारखे नसते. परंतु समाजातील सर्व घटकांना एकत्रित काम करण्यासाठी एकत्रित वाढीसाठी सरकारची धोरणे चालू ठेवण्यासाठी; तसेच सामाजिक व राजकीय संस्थासाठी सामाजिक तंत्रज्ञान महत्त्वाचे आहे. भौतिक तंत्रज्ञानाच्या सुधारणेसाठी पायाभूत सामाजिक सुधारणा होण्याची गरज असते.

४) आर्थिक विकास : मानवी संसाधनाच्या विकासावर देशाचा आर्थिक विकास अवलंबून असतो हे जपानने जगाला दाखवून दिलेले आहे. प्रतिकूल परिस्थितीवर मात करून मानवी संसाधनाच्या आधारावर जपानने आर्थिक विकास वेगाने केला आहे. ज्या देशात मानवी संसाधनाचा विकास अल्प झाला असेल तेथे आर्थिक विकाससुद्धा अल्प झाल्याचे दिसून येते. म्हणून आर्थिक विकासात मानवी संसाधनाला अनन्यसाधारण महत्त्व आहे.

५) शिक्षणाची पातळी आणि गुणवत्ता : शिक्षणाची पातळी आणि गुणवत्ता यावरून देशाच्या मानवी संसाधनाच्या विकासाची पातळी ठरते.

६) नैसर्गिक साधनसंपत्तीचा विकास : मानवी संसाधनाचा विकास अधिक झाल्यास नैसर्गिक साधनसंपत्तीचा पर्याप्त वापर करणे शक्य होते. भारतासारख्या विकसनशील देशात नैसर्गिक साधनसामग्री विपुल आहे; परंतु मानवी संसाधनाचा पुरेसा विकास झालेला नसल्याने नैसर्गिक साधनसंपत्तीचा जास्तीत जास्त चांगल्या प्रकारे वापर करणे शक्य होत नाही. त्या दृष्टिने मानवी संसाधनाचा विकास महत्त्वाचा ठरतो.

७) सार्वजनिक दारिद्र्य : सार्वजनिक दारिद्र्य हे मानवी संसाधन विकासातील न्यूनतेचे कारण व परिणाम आहे. मानवी विकासासाठी सार्वजनिक खर्चात वाढ केल्यास दारिद्र्य कमी होणार नाही; परंतु मानवी विकसात सुधारणा होईल.

८) सामाजिक बदल : मानवी संसाधनाच्या विकासामुळे लोकांच्या वैचारिक पातळीत सुधारणा होते. सहकार्य, शिस्त, गतिशिलता, स्वच्छता, आधुनिकता इ. गुण दिसून येतात. त्यामुळे सामाजिक बदल घडून येण्याला मदत होते.

९) लोकसंख्येवर नियंत्रण : मानवी संसाधन विकासामुळे देशातील लोकांचा शैक्षणिक स्तर उंचावतो. साक्षरता वाढल्यामुळे लोकांचे दृष्टिकोन बदलून लोकसंख्येबाबत कुटुंब मर्यादित ठेवण्याकडे कल वाढतो व लोकसंख्येला आळा बसतो.

१०) संशोधनाला चालना : मानवी संसाधन विकासामुळे संशोधनाला चालना मिळते. आर्थिक विकासात संशोधन महत्त्वाचे असते. संशोधनामुळे उत्पादनात सुधारणा करता येते, नवीन वस्तू निर्माण करता येतात. नवीन उत्पादनपद्धती शोधून काढता येते. त्यामुळे उद्योग, व्यवसायांचा विकास होतो. संशोधन हे निरनिराळ्या प्रकारे करता येते. त्यामुळे वेगवेगळ्या क्षेत्रांचा विकास होतो. त्यामुळे आर्थिक विकास घडून येतो.

११) उच्च दर्जाच्या श्रमिकांचा पुरवठा : मानवी संसाधन व विकासामुळे श्रमिकांच्या ज्ञानात, कौशल्यात आणि क्षमतेत वाढ होते. त्यामुळे उच्च दर्जाचे श्रमिक निर्माण होतात. जर उच्च दर्जाचे श्रमिक निर्माण झाले तर देशाचा जलद आर्थिक विकास होतो.

१२) देशाचे सामर्थ्य वाढते : देशाच्या मानवी संसाधनाचा विकास झाल्यास वैज्ञानिक, तांत्रिक प्रगती होते. त्यामुळे विविध क्षेत्राचे उत्पादन वाढते; तसेच पायाभूत सुविधा मोठ्या प्रमाणात उपलब्ध होतात. त्यामुळे देश आत्मनिर्भर होऊन निर्यात मोठ्या प्रमाणावर होते. परिणामी देशाचे सामर्थ्य वाढते.

१३) ग्रामीण भागाचा विकास : शिक्षणामुळे ग्रामीण भागातील रुढी, परंपरा, कमी होऊन लोकांच्या ज्ञानान, कौशल्यात वाढ होऊन त्यांची कार्यक्षमता सुधारते, त्यांचा दृष्टिकोन विज्ञाननिष्ठ बनतो. त्यामुळे ग्रामीण भागाच्या विकासाला अनुकूलता प्राप्त होते व ग्रामीण भागाच्या विकासाला हातभार लागतो.

५.३ मानवी विकास निर्देशांकाची संकल्पना (Concept of Human Development Index - HDI) :

संयुक्त राष्ट्र विकास कार्यक्रमांतर्गत (United Nations Development Programme - UNDP) नुसार विविध देशातील मानवी विकासाचा स्तर मोजण्यासाठी विविध निर्देशांकाची रचना केलेली आहे. त्यामुळे देशांची तुलना करणे सोयीचे होते. मानवी विकास निर्देशांक हा ० ते १ प्रमाणाचा संमिश्र निर्देशांक आहे. दर वर्षी 'मानव विकास अहवाल' हा संयुक्त राष्ट्र विकास कार्यक्रमांतर्गत जाहीर केला जातो. या अहवालात विविध पाच निर्देशांकाची गणना केली जाते, जसे मानवी विकास निर्देशांक, लिंगभाव असमान निर्देशांक समायोजित मानव विकास निर्देशांक, बहुआयामी दारिद्र्य निर्देशांक आणि लिंगभाव विकास निर्देशांक.

मानवी विकास निर्देशांकासाठी पुढील उपाययोजना केल्या जातात -

अ) आरोग्यासाठी दिर्घकालीन उपाययोजना

ब) बौद्धिक पायासाठी प्रौढसाक्षरता आणि प्राथमिक व माध्यमिक शिक्षण.

क) उच्च राहणीमानासाठी स्थूल देशांतर्गत उत्पादन आणि दरडोई उत्पन्न या उपायांना महत्त्व दिले जाते.

मानवी विकास निर्देशांकानुसार सदस्य देशांचे तीन प्रकारात वर्गीकरण केले जाते.

१) उच्च मानवी विकास निर्देशांक : मानवी विकास निर्देशांक ०.८०० अथवा त्यापेक्षा अधिक असेल असे देश या गटात येतात. उदा. नॉर्वे, जर्मनी, अमेरिका इ.

२) उच्च मानवी विकास निर्देशांक : मानवी विकास निर्देशांक ०.५०० ते ०.७९९ या दरम्यान असेल असे देश या गटात मोडतात उदा. भारत, चीन, श्रीलंका, रशिया इ.

३) अल्प मानवी विकास निर्देशांक : मानवी विकास निर्देशांक ०.५०० पेक्षा कमी आहे असे देश या गटात येतात. उदा. नामजर, चाड, सिएरा लिओन. सन २०१० मध्ये ज्या घटकांच्या आधारे निर्देशांक काढला जात होता त्यात बदल करण्यात आले आहेत. त्यानुसार मानवी विकास निर्देशांकाचे निकष पुढीलप्रमाणे -

अ) आरोग्य (Health) : जन्माच्या वेळेचे आयुर्मान हा आरोग्याचा स्तर मोजण्यासाठी निर्देशक वापरला जातो.

ब) शिक्षण (Education) : शिक्षणाचा स्तर मोजण्यासाठी दोन निर्देशांक वापरले जातात -

१) २५ वर्षापेक्षा अधिक वयाच्या प्रौढांचे किंवा लोकांचे सरासरी शालेय वर्ष.

२) १८ वर्षापेक्षा कमी वयाच्या मुलांचे अपेक्षित शालेय वर्ष.

या दोन्ही निर्देशांकाचा भूमितीय मध्य असतो.

क) जीवनाचा दर्जा (Living Standards) : दरडोई स्थूल राष्ट्रीय उत्पन्न हा निर्देशांक वापरला जातो.

वरील निर्देशांकासाठी कमाल व किमान मूल्ये ठरविली जातात, त्यांना गोलपोस्ट म्हणतात. प्रत्येक देश मूल्यांच्या दरम्यान कोठे आहे. त्यानुसार वरील निर्देशांक काढले जातात व त्यांच्या सरासरीवरून मानव विकास निर्देशांक काढला जातो. त्याचे मूल्य ० ते १ या दरम्यान व्यक्त केले जाते.

निर्देशांक वाढण्याचे सूत्र -

$$\text{निर्देशांक} = \frac{\text{प्रत्यक्षमूल्य } - \text{ किमान मूल्य}}{\text{महत्तम मूल्य} - \text{किमान मूल्य}}$$

मानव विकास अहवाल UNDP ने २४ जुलै २०१४ रोजी टोकियो येथे जाहीर केला. त्यामध्ये १८७ देशांची मानव विकास निर्देशांकाची माहिती दिली आहे. भारताचे २०१३ मधील जागतिक मानव विकास निर्देशांकाचे (HDI) मूल्य ०.५८६ इतके असून १८७ देशांत १३५ वा क्रमांक आहे.

मानवी विकास निर्देशांकाबाबत भारताची विकसित देशांशी तुलना पुढील तक्त्यात केली आहे -

जागतिक मानव विकास निर्देशांकाची स्थिती विकसित देश आणि भारत (२०१३)

देश	मानव विकास निर्देशांक (मूल्य)	क्रमांक
नॉर्वे	०.९४४	१
अमेरिका	०.९१४	५
जर्मनी	०.९११	६
इंग्लंड	०.८९२	१४
रशियन फेडरेशन	०.७७८	५७
श्रीलंका	०.७५०	७३
ब्राझील	०.७४४	७९
चीन	०.७१९	९१
द. आफ्रिका	०.५८६	१३५
बांग्लादेश	०.५५८	१४२
पाकिस्तान	०.५३७	१४६

वरील तक्त्यावरून असे दिसून येते की, विकसित देशांच्या तुलनेत भारतातील मानवी विकास निर्देशांक खूपच कमी आहे. मानवी विकास अहवाल २०१४ नुसार २०१३ मध्ये नॉर्वे देशाचा मानवी निर्देशांक ०.९४४ होता. अमेरिकेचा ०.९१४, जर्मनीचा ०.९११, इंग्लंडचा ०.८९२ इतका होता. तर भारताचा ०.५८६ इतका होता. यावरून विकसित देशांच्या तुलनेत भारतातील मानवी विकास निर्देशांकाचे मूल्य खूपच कमी आहे.

लैंगिक असमानता निर्देशांक (Gender Inequality Index - GII)

लिंगभाव आधारावर विकास निर्देशांक (GDI) आणि लिंगभाव सबलीकरण परिणाम (GEM) याची जागा २०१० मध्ये लिंगभाव असमानता निर्देशांकाने घेतली आहे.

पायाभूत क्षमतेचा विकास करण्यासाठी स्त्री-पुरुष समानता महत्त्वाची असते. मूळात स्त्री-पुरुष विषमता जास्त आहे. त्यामुळे देशातील मानवी विकास निर्देशांक कमी आहे. पुरुषांच्या बरोबर सामाजिक, आर्थिक, राजकीय, व्यावसायिक क्षेत्रात स्त्रियांचा सहभागासाठी प्रयत्न केले जात आहेत. पुरुषांच्या तुलनेत विकासाच्या संधी कमी मिळतात. ती स्थिती समजण्यासाठी लिंगाधारित विकास निर्देशांक विकसित झाला.

२०१० पासून लिंगभाव असमानता निर्देशांकात तीन निकष दिले आहेत, त्या आधारे हा निर्देशांक काढला जातो.

अ) जनन आरोग्य - ते मोजण्यासाठी पुढील निर्देशक वापरले जातात.

१) माता मर्त्यता (Maternal mortality)

२) किशोरवयीन जन्यता (Adolescent fertility)

ब) सबलीकरण - ती मोजण्यासाठी पुढील निर्देशक वापरले जातात.

१) संसदीय प्रतिनिधित्व

२) शैक्षणिक स्तर - माध्यमिक व वरील स्तरावरील

क) श्रम बाजार - त्याचे प्रमाण श्रमशक्तीतील सहभागावरून मोजले जाते.

२०१४ च्या मानवी विकास अहवालानुसार २०१३ मध्ये नॉर्वे या देशाचा लिंगभाव असमानता निर्देशांक ०.३८१ होता. १८७ देशात त्यांचा क्रमांक ९ वा होता. तर अमेरिकेचा ०.२६२ होता त्यांची क्रमांक ४७ वा होता जर्मनीचा ०.०४६ होता त्यांचा क्रमांक ३ रा होता. चीनचा ०.२०२ इतका होता; त्यांचा क्रमांक ३७ होता तर भारताचा ०.५६३ इतका होता व भारताचा क्रमांक १२७ वा होता. याचा अर्थ असा होतो की लिंगभाव असमानता निर्देशांकाचे मूल्य मानवी विकास निर्देशांकाच्या मूल्यापेक्षा कमी असेल, तर त्याचा अर्थ लिंगसापेक्ष विषमता जास्त आहे असा होतो. नॉर्वे, जर्मनी, इंग्लंड, अमेरिका, चीन या देशात स्त्री-पुरुष समानता वरच्या पातळीवर आहे. याउलट भारत, नायजेरिया,

पाकिस्तान इ. देशात स्त्री-पुरुष विषमता मोठ्या प्रमाणात दिसून येते. त्यासाठी स्त्री शिक्षण, महिला सबलीकरण, स्त्रीयांचे आरोग्य इ. बाबींकडे अधिक लक्ष दिले जात आहे.

५.४ मानवी दारिद्र्याच्या निर्देशांकाची संकल्पना (Concept of Human Poverty Index - HPL) **अथवा बहुआयामी दारिद्र्य निर्देशांक** (Multi-Dimensional Poverty Index - MPI)

सुरुवातीस मानवी दारिद्र्याच्या निर्देशांकात (HPI) पुढील बाबींचा समावेश केला होता -

१) रचनात्मक साक्षरतेची टक्केवारी कमी असते.

२) दारिद्र्यरेषेखाली जीवन जगणाऱ्यांची संख्या जास्त असते.

३) दीर्घकाळ बेरोजगारीचा दर आढळतो.

४) संभाव्य जीवन ६० वर्षापेक्षा जास्त नसते. तर आता बहुआयामी दारिद्र्य निर्देशांक २०१० पासून काढला जातो. हेडलाईन आकडे दारिद्र्याचा बहुआयामीपणा दडवून ठेवतात. त्यामुळे या निर्देशांकाची रचना मानवी विकास निर्देशांकाच्या तिन्ही निकषांच्या बाबतीत आढळणारी बहुवंचितता (Multiple Deprivations) ओळखण्यासाठी करण्यात आली आहे.

हा निर्देशांक तीन निकषांच्या आधारे काढला जातो -

अ) आरोग्य - हा स्तर मोजण्यासाठी

१) पोषण

२) बाल मर्त्यता

ब) शिक्षण - हा स्तर मोजण्यासाठी

१) शालेय शिक्षण

२) बालक पटसंख्या

क) जीवनमान दर्जा - हा स्तर मोजण्यासाठी

१) मालमत्ता

२) वीज

३) पाणी

४) स्वच्छतागृह

५) स्वयंपाकाचे इंधन

६) जमीन

वरील तीन निकषांच्या आधारे बहुआयामी दारिद्र्य निर्देशांक काढला जातो.

काही निवडक देशांचा बहुआयामी दारिद्र्य निर्देशांक

देश	बहुआयामी दारिद्र्य निर्देशांक दारिद्र्यरेषेखाली	दर दिवसाला १.२५ डॉलर उत्पन्न असलेली व PPP असलेली लोकसंख्या
नॉर्वे	-	०.०
जपान	-	०.०
मेक्सिको	०.०२४	०.७
ब्राझिल	०.०१२	६.१
चीन	०.०२६	११.८
इजिप्त	०.०३६	१.७
व्हिएतनाम	०.०२६	१६.९
भारत	०.२८२	३७.७
बांग्लादेश	०.२३७	४३.३
पाकिस्तान	०.२३७	२१.०
नायजेर	०.५८४	४३.३

(Source - Indian Economey, Datt & Mahajan, 70th Edition P.72)

वरील तक्त्यावरून दिसून येते की भारतात दारिद्र्याचा निर्देशांक अधिक दिसून येतो. विकसित देशांची तुलना करता सर्वांत जास्त मानवी दारिद्र्याचा निर्देशांक नायजेरियाचा तो ०.५४ आहे, तर भारताचा ०.२८२ एवढा आहे.

वरील तक्त्यानुसार मानवी दारिद्र्याचा निर्देशांक (HPI) उत्पन्नाच्या आधारावर १.२५ डॉलरपेक्षा कमी उत्पन्न असलेली लोकसंख्या - बांग्लादेश ४९.६% व मानवी दारिद्र्य निर्देशांक ३६.१. भारताच्या बाबतीत आंतरराष्ट्रीय दारिद्र्यरेषेच्या खालील लोकसंख्या ४१.६% आहे; परंतु मानवी दारिद्र्य निर्देशांक २८.० आहे.

दारिद्र्यविषयक पुढील घटक महत्त्वाचे मानण्यात आलेले आहेत -

१) शिक्षण : दारिद्र्याचे अधिक प्रमाण असण्याचे कारण म्हणजे शिक्षण होय. ज्या देशांचा अधिक विकास झालेला नसतो त्या देशात साक्षरतेचे प्रमाण कमी असते. त्यामुळे अशा देशात रुढी, परंपरा, अपार दैववृत्ती दिसून येते. त्याचा परिणाम आर्थिक विकासावर होतो. शालेय शिक्षण आणि पटसंख्या हा निकष सध्या मानला जातो. प्राथमिक शिक्षण महत्त्वाचे असते. त्याचबरोबर शिक्षणाच्या प्रत्येक स्तरावर पटसंख्या किती आहे हेसुद्धा महत्त्वाचे आहे. त्यावरून त्या देशात शैक्षणिक स्थिती समजू शकते.

२) **आरोग्य :** दारिद्र्य जास्त असणे यामागे निकृष्ट दर्जाच्या व अपुऱ्या आरोग्यसेवा हे एक कारण आहे. जगात अनेक देशात आरोग्यसेवेकडे दुर्लक्ष होते. त्यामुळे आजारांचे प्रमाण जास्त असणे; तसेच साथीचे रोग निर्माण होतात त्यामुळे मृत्यूप्रमाण जास्त असते त्यासाठी आरोग्यस्तर मोजण्यासाठी आता पोषण आणि बालमर्तता मोजली जाते. आरोग्यासाठी आहार महत्त्वाचा असतो. त्यामुळे कार्यक्षमता वाढते. अविकसित देशात बालमर्तता प्रमाण अधिक असते. महिलांचा आरोग्याकडे दुर्लक्ष होते. त्याचा परिणाम बालमर्तता वाढण्यात होतो. त्यासाठी बालमर्तता कमी करणे महत्त्वाचे आहे.

दारिद्र्य असण्याचे कारण म्हणजे मालमत्ता नसणे, शुद्ध पाण्याची उपलब्धता नसणे, जगण्याचे साधन नसणे, मालमत्ता, स्वच्छतागृह, स्वयंपाकाचे इंधन, जमीन इ. बाबी जीवनाचा स्तर उंचावण्यासाठी महत्त्वाच्या असतात. अविकसित देशात पिण्यासाठी शुद्ध पाणी उपलब्ध होत नाही; त्यामुळे अनेक लोक रोगामुळे मृत्युमुखी पडतात. त्याचा परिणाम आरोग्यावर होतो. स्वच्छतागृह असणे महत्त्वाचे असते, अनेक देश अविकसित देशात स्वच्छता गृहांचा अभाव दिसून येतो. स्वयंपाकासाठी इंधन महत्त्वाचे असते. त्याची उपलब्धता नसणे तसेच जमीन असणे महत्त्वाचे असते. या सर्व बाबी जीवनमानावर परिणाम घडवून आणतात. त्यामुळे या बाबींकडे लक्ष देणे गरजेचे आहे. अनेक देशात याकडे दुर्लक्ष झालेले दिसून येते.

भारतातील दारिद्र्य

किमान गरजा भागविता येण्याइतका खर्च करू न शकणाऱ्या व्यक्तीला दरिद्री म्हटले जाते. प्रत्येक देशात वस्तू व सेवांच्या किमती आणि राहणीमानाचा दर्जा निरनिराळा असतो. सहाव्या पंचवार्षिक योजनेत ग्रामीण भागात प्रत्येक व्यक्तीला २४०० उष्मांक तर शहरी भागात २१ उष्मांक देणारा आहार हा किमान आवश्यक आहार मानण्यात आला.

दारिद्र्याच्या संकल्पनेचे दोन प्रकारे स्पष्टीकरण केले जाते –

अ) निरपेक्ष दारिद्र्य : या संकल्पनेनुसार जगण्यासाठी किमान आवश्यक वस्तूंचे उदा. धान्ये, डाळी, दूध, कपडे इ. चे विशिष्ट प्रमाण निश्चित केले जाते. त्याचे पैशाच्या स्वरूपात एकूण मूल्य काढले जाते. एवढा किमान दरडोई उपभोग खर्च करू न शकणाऱ्या व्यक्तीस दारिद्र्यरेषेखाली जगणारी व्यक्ती असे म्हटले जाते.

ब) सापेक्ष दारिद्र्य : या संकल्पनेनुसार देशाच्या लोकसंख्येची निरनिराळ्या उत्पन्न गटात विभागणी केली जाते व उच्च, मध्यम व निम्न स्तरावरील उत्पन्न गट असणाऱ्या गटांची एकमेकांशी तुलना केली जाते. ही तुलना अविकसित व विकसनशील देशांच्या बाबतीतच अव्यवहार्य ठरते. कारण या देशात लोकांचे प्रश्न महत्त्वाचे ठरतात.

भारतातील दारिद्र्याची मोजणी

व्यक्ती / संस्था	वर्ष	एकूण	दारिद्र्यरेषेचा निकष दरडोई उपभोग खर्च
१) पी. डी. ओझा	१९६० - ६१	१९० (४४.०)	रु. १५ - १८ (ग्रामीण) रु. ८-११ (शहरी) महिन्याचा दरडोई उपभोग खर्च
२) व्ही. एम. दांडेकर	१९७१-७२	२३८ (४६.०)	रु. ५४.४ (१९७७ - ८७) या किमतीनुसार
३) मिन्सास जैन व तेंडूलकर	१९८७-८८	३६१ (४२.७)	रु. १२२.६ (ग्रामीण) रु. १५८.३ (शहरी)
४) नियोजन आयोग	१९८७ - ८८	३१२	रु., ११५. ४३८ (ग्रामीण)
५) तज्ज्ञसमिती	१९९३	(३९.१)	रु. १६५.५८ (शहरी)
६) राष्ट्रीय नमुना पाहणी	१९९९ - २०००	२६० (२६.१)	रु. २११.३० (ग्रामीण) रु. ४५४.११ (शहरी)
७) राष्ट्रीय नमुना पाहणी	२००४-०५	३०२ (२७.५)	रु. ३५६.० (ग्रामीण) रु. ५३८.० (शहरी)

(संदर्भ - भारतीय अर्थव्यवस्था, दत्ता आणि महाजन, ७० वी आवृत्ती, २०१५, पा. ३९३)

वरील तक्त्यावरून दारिद्र्यरेषेखालील व्यक्तींच्या संदर्भात दरडोई उपभोगासंदर्भात पैशाच्या संदर्भात विचार केलेला दिसून येतो. राष्ट्रीय नमुनापाहणी २००४ - ०५ नुसार देशात २७.५% लोक दारिद्र्यरेषेखाली जीवन जगत होते.

तेंडूलकर तज्ज्ञगटाने उपभोग खर्चाच्या आधारे २००४ - ०५ मध्ये भारतातील दारिद्र्याचे प्रमाण ३७.२% होते. तसेच २००९ - १० मध्ये २९.८% एवढे प्रमाण होते. तर तोच निकष वापरला तर २०११ - १२ मध्ये हे प्रमाण २१.९% एवढे कमी झाले.

तेंडुलकर तज्ज्ञगटाने केलेल्या शिफारशींवर मोठ्या प्रमाणात टीका झाली. त्यामुळे पर्यायी पद्धत सुचविण्यासाठी २० मे २०१२ मध्ये सी. रंगराजन यांच्या अध्यक्षतेखाली एका तज्ज्ञगटाची स्थापना केली. रंगराजन समितीने तेंडुलकरपद्धती स्वीकारली नाही. त्यांनी अन्न आणि गैरअन्न वस्तू व सेवांच्या उपभोगखर्चाच्या आधारावर दारिद्र्य रेषा व प्रमाण मोजण्याची शिफारस केली. त्यांनी दारिद्र्यरेषेमध्ये तृणधान्ये, कडधान्ये, दूध व दुग्धजन्य पदार्थ, भाज्या, मीठ, साखर, अंडी व मांस, फेळे, भाज्या, इंधन, घरभाडे, चपला, वाहतूक, शिक्षण, आरोग्य, टिकाऊ वस्तू, तंबाखू इ.वस्तू व सेवांचा समावेश केला.

या समितीने कॅलरी उपभोगाचा निकष वापरला. ग्रामीण भागासाठी २१५५ कॅलरीज. प्रतिव्यक्ती प्रतिदिन; तर शहरी भागासाठी २०९० कॅलरी - प्रतिव्यक्ती प्रतिदिन गृहित धरला आहे. त्यानुसारच्या ६८ व्या फेरीच्या उपभोगखर्चाच्या आकडेवारीच्या आधारे सन २०११ - १२ मध्ये भारतातील दारिद्र्याचे प्रमाण २९.५% होते. ग्रामीण दारिद्र्याचे ३०.९% तर शहरी दारिद्र्याचे प्रमाण २६.४% होते. महाराष्ट्रात दारिद्र्याचे प्रमाण २०% होते.

५.५ लिंगभाव आधारित विकास निर्देशांकाची संकल्पना (Concept of Gender Related Development Index)

मानवी विकास अहवाल, २०१४ UNDP ने २४ जुलै २०१४ रोजी जाहीर केला. त्यामध्ये प्रथमच हा नवीन निर्देशांक दिलेला आहे. लिंगभाव आधारित विकास निर्देशांक दिलेला आहे. लिंगभाव आधारित विकास निर्देशांक हा मानव विकासातील लिंगभाव आधारित अंतर दर्शविणाऱ्या निकषाच्या आधारावर मोजला जातो.

हा निर्देशांक काढण्यासाठी प्रथमच महिला आणि पुरुषांचा स्वतंत्र मानवी विकास निर्देशांक काढला जातो. त्यावरून हा निर्देशांक काढला जातो.

लिंगभाव आधारित विकास निर्देशांक तीन निकषांच्या आधारावर मोजला जातो -

१) आरोग्य (Health) : आरोग्याच्या पातळीवर लिंगभाव अंतर मोजण्यासाठी जन्माच्या वेळचे महिला आयुर्मान आणि जन्माच्या वेळचे पुरुषांचे आयुर्मान हा निर्देशक वापरला जातो.

२) शिक्षण (Education) : शैक्षणिक पातळी वर लिंगभाव अंतर मोजण्यासाठी दोन निर्देशक वापरले जातात -

अ) २५ वर्षापेक्षा जास्त वयाच्या महिला आणि पुरुषांचे सरासरी शालेय वर्ष

ब) १८ वर्षापेक्षा कमी वयाच्या मुली व मुलांची अपेक्षित शालेय वर्षे. शिक्षणाचा निर्देशांक या दोन्ही निर्देशांकाचा भूमितीय मध्य असतो.

३) जीवनमानाचा दर्जा (Living Standards) : यामध्ये महिला आणि पुरुषांच्या अर्जित उत्पन्नाचा वापर केला जातो. त्यासाठी दरडोई स्थूल राष्ट्रीय उत्पन्न निर्देशांक वापरला जातो. अशाप्रकारे आर्थिक संसाधनावरील प्रभावाबाबत लिंगभाव अंतर मोजण्यासाठी महिला आणि पुरुषांच्या उत्पन्नाचा वापर केला जातो.

अशा रितीने लिंगभाव आधारित विकास निर्देशांक काढताना आरोग्य, शिक्षण आणि जीवनमानाचा दर्जा या निकषांचा वापर केला जातो.

लिंगभाव आधारित निर्देशांकावरून स्त्रिया आणि पुरुषांच्या मध्ये विकासाच्या दृष्टीने कितपत समानता आणि विषमता आहे हे स्पष्ट होते. जगात सर्वच देशात स्त्रियांना तुलनेत

विकासाच्या संधी कमी प्रमाणात मिळतात. त्यासाठी लिंगभाव आधारित विकास निर्देशांक विकसित केला आहे.

५.६ लिंगभाव आधारित रोजगार उपाययोजना (Gender Employment Measures)

सध्या पुरुषांच्या बरोबर सामाजिक, आर्थिक, राजकीय, व्यावसायिक क्षेत्रात स्त्रियांच्या सहभागासाठी प्रयत्न केले जात आहेत. पायाभूत क्षमतेचा विकास करण्यासाठी स्त्री-पुरुष विषमता जास्त आहे. त्यामुळे मानवी विकास निर्देशांक कमी आहे. पुरुषांच्या तुलनेत विकासाच्या संधी कमी मिळतात, ती स्थिती समजण्यासाठी लिंगभाव आधारित विकास निर्देशंक विकसित झाला. २०१४ च्या मानवी विकास अहवालानुसार भारताचा लिंगभाव असमानता निर्देशांक ०.५६३ होता. १८७ देशात भारताचा क्रमांक १२७ होता. म्हणजेच लिंगसापेक्ष विषमता जास्त आहे. नॉर्वे, जर्मनी, इंग्लंड इ. देशात स्त्री-पुरुष समानता वरच्या पातळीवर आहे. तर भारत, नायजेरिया, पाकिस्तान इ. देशात स्त्री-पुरुष विषमता मोठ्या प्रमाणात दिसून येते. त्यासाठी स्त्री-शिक्षण, महिला सबलीकरण, स्त्रियांचे आरोग्य इ. बाबीकडे लक्ष दिले जात आहे. तसेच रोजगाराच्या संधी उपलब्ध करून देण्यावर भर देण्यात येत आहे.

महिलांचा संपूर्ण विकास व्हावा त्यांच्या कार्यक्षमतेचा वापर करता यावा त्या दृष्टीने रोजगारासाठी वातावरण तयार करणे. त्यासाठी आर्थिक, सामाजिक धोरण ठरवून वातावरण निर्माण करणे महत्त्वाचे आहे.

राजकीय, आर्थिक, सामाजिक, सांस्कृतिक इ. सर्व क्षेत्रात महिलांना मानवी हक्काचा उपभोग घेता आला पाहिजे.

महिलांच्या सर्व क्षेत्रात सहभागाबरोबरच निर्माणप्रक्रियेतील सहभागसुद्धा महत्त्वाचा आहे. महिलांच्या आरोग्याची, शिक्षणाची काळजी घेण्याबरोबर रोजगारामध्ये मानधन कामाच्या ठिकाणचे वातावरण, आरोग्य, संरक्षण, सामाजिक सुरक्षितता या बाबी महत्त्वाच्या ठरतात. त्या बाबींकडे अधिक लक्ष देणे गरजेचे आहे.

तसेच कायदेशीर उपाय योजना करून महिलांविषयीचा भेदभाव नाहीसा करून टाकणे.

सामाजिक दृष्टिकोन बदलणे गरजेचे आहे. जेणेकरून महिलांचा सहभाग वाढले. तसेच विकासाच्या प्रक्रियेत स्त्री-पुरुषांना सहभागी करून घेणे महत्त्वाचे ठरते.

महिला व मुलींवरील होणारे आत्याचार बंद करणे महत्त्वाचे आहे. महिलांना व्यवसायात भागीदारीसाठी प्रोत्साहित करणे गरजेचे आहे. तसेच स्त्री-शक्ती मजबूत करणे आवश्यक आहे.

वरील सर्व बाबींचा विचार करता महिलांना रोजगार उपाययोजनात सहभागी करून घेणे गरजेचे आहे.

सराव प्रश्न :

१. खालील प्रश्नांची प्रत्येकी २० शब्दांत उत्तरे लिहा.

अ) मानवी विकास म्हणजे काय?

ब) मानवी दारिद्र्याचा निर्देशांक म्हणजे काय?

क) लिंगाधारित विकास निर्देशांक.

ड) मानवी विकास निर्देशांक म्हणजे काय?

२. खालील प्रश्नांची प्रत्येकी ५० शब्दांत उत्तरे लिहा.

अ) मानवी विकास निर्देशांकाचा अर्थ थोडक्यात सांगा.

ब) मानवी दारिद्र्याची संकल्पना थोडक्यात सांगा.

क) लिंगाधारित विकास निर्देशांकाची संकल्पना स्पष्ट करा.

ड) लिंगाधारित रोजगार उपाययोजना स्पष्ट करा.

३. खालील प्रश्नांची प्रत्येकी १५० शब्दात उत्तरे लिहा.

अ) मानवी विकास म्हणजे काय? आर्थिक विकासातील मानवी संसाधनाची भूमीका स्पष्ट करा.

ब) मानवी दारिद्र्याची संकल्पना स्पष्ट करा.

क) लिंगभाव आधारित विकास निर्देशांक स्पष्ट करा.

४. खालील प्रश्नांची प्रत्येकी ३०० शब्दांत उत्तरे लिहा.

अ) आर्थिक विकासातील मानवी संसाधनाची भूमिका स्पष्ट करा.

ब) मानवी विकासाच्या विविध संकल्पना स्पष्ट करा.

क) लिंगभाव आधारित विकास निर्देशांकाची संकल्पना स्पष्ट करा.

प्रकरण ६

जागतिक आर्थिक विकास आणि परकीय भांडवल
(Global Economic Development and Foreign Capital)

६.१ प्रास्ताविक (Introduction)

६.२ उदारीकरण, खासगीकरण आणि जागतिकीकरणाचा अर्थ व आव्हाने (Meaning and Challanges of Liberalization, Privatization and Globalization)

६.३ परकीय भांडवलाचा अर्थ आणि भूमिका (Meaning and Role of Foreign Capital)

६.४ परकीय भांडवलाची गरज (Need for Foreign Capital)

६.५ परकीय भांडवलाचे स्वरूप (Forms of Foreign Capital)

६.६ परकीय भांडवलाचे फायदे आणि तोटे (Advantages and Disadvantages of foreign Capital)

६.१ प्रास्ताविक

जगातील अर्थव्यवस्थांमध्ये १९८० ते १९९० च्या दशकात आकस्मिकरित्या महत्त्वपूर्ण बदल दिसून आले. अनेक विकसनशील देशांनी आर्थिक विकासासाठी युरोप व विकसित देशांची धोरणे, आर्थिक मार्गदर्शन; तसेच आर्थिक व राजकीय धोरणे, बाजाराचे स्वरूप, वित्तीय रचना, व्यक्तिगट संघटन व त्या देशांचे नियोजन स्विकारले. त्याचे कारण जलद आर्थिक विकास आणि स्थिर आर्थिक वाढ हे होते. भारतात १९९० च्या दरम्यान अर्थव्यवस्थेत अनेक समस्या निर्माण झाल्या. पार व्यापारेतोलातील तूट १९८० ते ८५ च्या दरम्यान सहा हजार कोटी रुपयांची होती, ती वाढून १९८५ ते ९० या दरम्यान ११ कोटींच्या जवळपास वाढली. भारतीय अर्थव्यवस्था कठीण अवस्थेत आणि सापळ्यात अडकली. परकीय गंगाजळीत घट झाली. म्हणून सरकारने आंतरराष्ट्रीय नाणेनिधी व जागतिक बँकेकडून ७ अब्ज कर्जाची मागणी केली. जागतिक बँक व

नाणेनिधीच्या सूचनेवरून शिथिलीकरणाचे धोरण व संरचनात्मक बदल करण्याचे मान्य केले. त्यानुसार भारत सरकारने जून १९९१ मध्ये नवीन आर्थिक धोरण जाहीर केले. या नवीन आर्थिक धोरणात उदारीकरण, खासगीकरण व जागतिकीकरणाचा समावेश केला.

प्रस्तुत प्रकरणात उदारीकरण जागतिकीकरण, खासगीकरणाचा अर्थ; तसेच खासगीकरणाच्या बाजूने व विरोधी युक्तिवाद, उदारीकरण, जागतिकीकरण, खासगीकरणाच्या संदर्भातील आव्हाने यांचा अभ्यास केला आहे. तसेच परकीय भांडवलाचा अभ्यास केला आहे.

६.२ उदारीकरण, खासगीकरण आणि जागतिकीकरणाचा अर्थ व आव्हाने (Meaning and Challenges of Liberalization, Privatisation and Globalization)

१) उदारीकरणाचा अर्थ व व्याख्या (Meaning and Definition of Liberalisation)

नियंत्रणकारी व हस्तक्षेपाच्या धोरणाचा परिणाम म्हणून आर्थिक उदारीकरणाची प्रक्रिया सुरू झाली. आज या प्रक्रियेने जग व्यापून टाकले आहे. देशातील संरचनेत सुधारणा घडवून आणणारे ते साधन बनले. आर्थिक उदारीकरण हे आर्थिक स्थैर्याबरोबर सामाजिक न्यायातही वृद्धी करणारा उपाय आहे.

ज्यामुळे देशाच्या आर्थिक विकासाला बाधक ठरणारी आर्थिक धोरणे, विनिमये, प्रशासकीय नियंत्रणे कमी करण्यात येतात. या सर्व प्रक्रियांचा उदारीकरणात समावेश होतो.

व्याख्या :

१) एका देशातून दुसऱ्या देशात जाणाऱ्या वस्तू व सेवांच्या मुक्त प्रवाहास प्रतिबंध करणारा व्यापारावरील निर्बंध (जकाती, शुल्क इ.) दूर किंवा कमी करणे म्हणजे उदारीकरण होय.

२) विल्यम जे. मोल यांच्या मते, 'अर्थव्यवस्थेतील सर्व क्षेत्रात उत्पादन, गुंतवणूक आय वितरणात मुक्त प्रवेश आणि मुक्तपणे बाहेर पडण्याचे स्वातंत्र्य म्हणजे उदारीकरण होय.'

३) अर्थव्यवस्थेतील गुंतवणूक, उत्पादन, आयात आणि निर्यात यावरील अनावश्यक निर्बंध-नियंत्रण आणि परवानापद्धती कमीत कमी करण्याची प्रक्रिया म्हणजे उदारीकरण होय.

४) सरकारने विविध क्षेत्रात घातलेली बंधने कमी करणे किंवा काढून टाकणे म्हणजे उदारीकरण होय.

वरील व्याख्यांवरून असे दिसून येते की, आर्थिक उदारीकरणात परवानापद्धतीतील निर्बंध कमी करणे, आयात, निर्यात, गुंतवणूक यांवरील निर्बंध कमी करणे. स्पर्धेतील अडथळे दूर करणे, बाजारयंत्रणेतील अडथळे दूर करणे इ. चा समावेश होतो.

आर्थिक उदारीकरणाची वैशिष्ट्ये

आर्थिक उदारीकरणाची वैशिष्ट्ये अथवा लक्षणे पुढीलप्रमाणे

१) व्यापक प्रक्रिया : यामध्ये विविध अंगे असलेली व्यापक प्रक्रिया असते. आर्थिक उदारीकरणात बाजारीकरण, खासगीकरण, परवानापद्धतीची नियंत्रणे यापासून मुक्तता; तसेच अनुदानात कपात करून अर्थव्यवस्थेत जागतिकीकरणावर भर देण्यात येतो.

२) उद्दिष्ट : अर्थव्यवस्था आत्मनिर्भर व प्रतिस्पर्धात्मक बनविणे आणि आर्थिक विकासाचा वेग वाढविणे.

३) दीर्घकाळ चालणारी प्रक्रिया : आर्थिक उदारीकरण ही सतत चालणारी प्रक्रिया आहे.

४) सुधरणात्मक आर्थिक कार्यक्रम : या धोरणामुळे आर्थिक व्यवस्थेत स्थैर्य व संरचनात्मक सुधारणा होतेच, पण त्याबरोबर अर्थव्यवस्था ही स्वावलंबी, आत्मनिर्भर व परकीय स्पर्धेला तोंड देण्यात सक्षम होते.

५) प्रतिस्पर्धी उदारीकरणाचे अंग : स्वदेशी उद्योगांना संरक्षण देण्याची क्षमता अर्थव्यवस्थेत आणावयाची असते. त्यामुळे प्रतिस्पर्धी हा महत्त्वाचा घटक आहे.

६) मुक्त अर्थव्यवस्था : मुक्त अर्थव्यवस्थेवर भर दिल्यामुळे विविध देशात व्यापार, तंत्रज्ञान, गुंतवणूक इ. बाबत गुंतवणूक वाढवून रोजगार, उत्पादन व उत्पन्न यांत वाढ होते.

७) निर्भरता : वेगवेगळ्या अर्थव्यवस्थेतील परस्पर निर्भरतेवर आर्थिक उदारीकरण अवलंबून असते.

८) उपभोक्ता संस्कृती : प्रदर्शन प्रभाव, उपभोगवाद, आर्थिक साम्राज्यवाद आणि उपभोक्त्याची संस्कृती यांना महत्त्व देण्यात येते.

९) मध्यम मार्ग : उदारीकरण हे विकासाचे माध्यम आहे. त्यामुळे शिक्षण, आरोग्य, रोजगार, सामाजिक गरजा भागविण्यासाठी पैशाची व्यवस्था करण्यात येते. दारिद्र्य, बेकारी कमी करण्यासाठी आर्थिक सुधारणांना वेग देता येतो.

१०) संरचनात्मक मार्ग : पुरवठ्याच्या व्यवस्थेवर भर दिला जातो व उत्पादन वाढविण्याचा प्रयत्न केला जातो. त्यात परकीय व्यापरनीती, सरकार औद्योगिक धोरण, राजकोषीय नीती, आयात-निर्यात नीती इ. वर भर देण्यात येतो.

अ) भारतातील १९९१ पर्यंतच्या काळातील उदारीकरण

सरकारने १९७५ ते १९९१ पर्यंत उदारीकरणाचे पुढीलप्रमाणे निर्णय घेतले -

अ)सन १९७५-८० या काळात परदेशी भांडवलासंबंधी उदार धोरण स्वीकारण्यात आले.

ब) ऑक्टोबर १९७५ मध्ये २१ उद्योग परवानामुक्त करण्यात आले.

क) १९८४, १९८५, १९८६ मध्ये नेमलेल्या अनेक समित्यांनीही उदारीकरणाला अनुकूल अशीच भूमिका घेतली.

ड) सन १९८६-८७ मध्ये २७ उद्योगांना मक्तेदारी प्रतिबंध कायद्यातून मुक्त करण्यात आले. तसेच इलेक्ट्रॉनिक उद्योगात तंत्रज्ञान आयात करण्यास पूर्ण स्वातंत्र्य देण्यात आले.

इ) भांडवली वस्तू, कच्चा माल, सुटे भाग यावरील निर्बंध १९७९-८० मध्ये शिथिल केले.

ई) २५% पर्यंत कोणत्याही उद्योगास उत्पादनाक्षमता वाढविण्यास परवानगी देण्यात आली.

फ) मागास भागात मक्तेदारी प्रतिबंधक कायद्याद्वारे परवानगी देण्यात आली.

भ) आयात उदारीकरणातून निर्यातवृद्धीचे तत्त्व स्वीकारण्यात आले.

म) मक्तेदारी प्रतिबंधक कायद्यांतर्गत उद्योगाच्या संपत्तीची मर्यादा २० कोटी रुपयांवरून १०० कोटी रुपये करण्यात आली.

ब) १९९१ नंतरचे उदारीकरण

१) परवाना पद्धत रद्द करण्यात आली : संरक्षणाच्या दृष्टीने आवश्यक उद्योग वगळता सर्व उद्योग परवानामुक्त करण्यात आले आहेत. सध्या पाच गोष्टींसाठीच औद्योगिक परवाना आवश्यक आहे. त्यामध्ये १) मद्यार्क पेयांचे उत्पादन २) सिगार, सिगारेट व तंबाखूच्या इतर पर्यायांची निर्मिती ३) इलेक्ट्रिक, एरोस्पेस व सर्व प्रकारचे संरक्षण साधने ४) औद्योगिक स्फोटके व आगपेट्यासहित ४) घातक रसायने.

२) सार्वजनिक क्षेत्राची भूमिका कमी करण्यात आली : १९९१ पासून सरकारने सार्वजनिक क्षेत्रातील उद्योगांचे समभाग खाजगी संस्था, वित्तीय संस्था इ. ना विकण्याचे धोरण स्वीकारले. आरक्षित क्षेत्रांची संख्या कमी करण्यात आली. १९५६ मध्ये १७ उद्योगक्षेत्रे सार्वजनिक क्षेत्रासाठी राखीव होती. त्यांची संख्या १९९१ मध्ये आठ करण्यात आली. सध्या दोनच क्षेत्रे सार्वजनिक क्षेत्रासाठी राखीव आहेत. एक ऊर्जा आणि दुसरे रेल्वे वाहतूक.

३) परकीय गुंतवणूक व तंत्रज्ञानाला मुक्त प्रवेश : सरकारने परकीय गुंतवणूक

व तंत्रज्ञान यावरील नियंत्रणे रद्द केली. भारतीय कंपन्यात ५१% पेक्षा जास्त समभागात गुंतवणूक करण्याची परकीय उद्योगांना परवानगी देण्यात आली. तसेच परकीय संस्थात्मक गुंतवणूक थेट परकीय गुंतवणूक (FDI) यांना परवानगी देण्यात आली. २६% वरून १००% पर्यंत विविध क्षेत्रात गुंतवणूक करण्यास परवानगी दिली.

४) मक्तेदारी प्रतिबंधक कायदा शिथिल करण्यात आला : पूर्वी मक्तेदारी उद्योगातील गुंतवणूक कमाल मर्यादा १०० कोटी रूपयांची होती ती आता रद्द करण्यात आली. त्यामुळे उद्योगांना आपल्या आकारमानात बदल करता येतील, तसेच नवीन गुंतवणूक, नवीन वस्तूंचे उत्पादन संमतीविना सुरू करता येईल.

५) लघु उद्योगांचे आरक्षण कमी केले : फक्त लघु उद्योगासाठी आरक्षित असलेल्या अनेक वस्तूंचे आरक्षण रद्द केले. सध्या फक्त २१ वस्तू लघु उद्योगासाठी आरक्षित आहेत.

६) पायाभूत संरचना क्षेत्र सुधारणा : वेगवेगळी पायाभूत सुविधा क्षेत्रे खासगी तसेच परकीय गुंतवणुकीसाठी खुली करण्यात आली. उदा. ऊर्जा, बंदरे, विमानसेवा कंपन्या, दूरसंचार इ.

७) खाजगीकरण व निर्गुंतवणूक : १९९१ च्या नवीन धोरणाप्रमाणे सरकारने निर्गुंतवणुकीच्या माध्यमातून सार्वजनिक उद्योगांच्या खासगीकरणाचे धोरण सुरू केले आहे.

८) आयात-निर्यातीवरील निर्बंध दूर : १९९१ मधील उदारीकरणाच्या धोरणानुसार आयात-निर्यातीमधील निर्बंध दूर करण्यात आले. जकातीचे दर कमी केले तसेच सोन्याच्या आयातीवरील निर्बंध काढून टाकण्यात आले आहेत.

९) फेरा कायद्याऐवजी फेमा करण्यात आला : परकीय चलन व्यवहार नियंत्रण (FERA) कायद्याऐवजी परकीय चलनाच्या व्यवहारावर कमीत कमी नियंत्रणे असणारा फेमा कायदा (FEMA) करण्यात आला. (परकीय चलन व्यवस्थापन कायदा)

१०) रुपयाचे परिवर्तन : १९९२ मध्ये रुपया चालू खात्यावर अंशत: तर १९९४ मध्ये पूर्ण परिवर्तनीय करण्यात आला. रुपयाच्या विनिमय दराचे विनिमयन कमी केले. ते मागणी-पुरवठ्याच्या साहाय्याने करण्यास संमती दिली. रुपया व्यापार खात्यावर व चालू खात्यावर परिवर्तनीय करण्यात आला व परकीय चलनाचे व्यवहार नियंत्रणमुक्त करण्यात आले.

११) औद्योगिक स्थानिकीकरणाचे धोरण शिथिल : सरकारच्या नवीन आर्थिक धोरणानुसार दशलक्षी शहराव्यतिरिक्त परवानामुक्त उद्योगांना कोठेही उद्योग स्थापन

करण्यासाठी सरकारच्या संमतीची गरज नाही.

१२) व्याजदरावरील नियंत्रणे रद्द : सरकारने उदारीकरणासंदर्भात बँकांच्या सुधारणेसाठी श्री. नरसिंहम समितीची स्थापना केली व त्यांच्या शिफारशी मान्य केल्या. तसेच सार्वजनिक क्षेत्रांतील बँकांचे खासगीकरणाचा निर्णय, बँकांना निर्णयस्वातंत्र्य, व्याजदराबाबतच्या निर्णयाला स्वातंत्र्य देण्यात आले.

तसेच भारतीय करपद्धती सोपी व साधी करण्यात आली. भारतीय नाणेबाजार व भांडवलबाजार यात पारदर्शकता यावी म्हणून प्रयत्न केले.

२) खासगीकरणाचा अर्थ व व्याख्या (Meaning and Definition of Privatization) :

समाजवादी अर्थव्यवस्थेत दोष दिसून येऊ लागल्याने मिश्र अर्थव्यवस्थेतील नोकरशाहीने जनता त्रस्त झाली. त्यामुळे अर्थव्यवस्था खासगीकरणाकडे वाटचाल करू लागली.

व्याख्या

१) खासगीकरण : 'सार्वजनिक क्षेत्रातील उद्योगांच्या मालकीत अथवा व्यवस्थापनात खासगी व्यक्तींना किंवा उद्योजकांना सहभागी करून घेण्याची प्रक्रिया म्हणजे खासगीकरण होय.'

२) आंतरराष्ट्रीय नाणेनिधीचे सुसान के. जोन्स यांच्या मते, 'कोणत्याही व्यवहाराचे सार्वजनिक क्षेत्रातून खासगी क्षेत्राकडे हस्तांतरण करणे होय. यात मुख्यत: सार्वजनिक क्षेत्रातील उपक्रमांचे खासगी क्षेत्रात हस्तांतरण होत असते.'

३) डी. आर. पेंडसे यांच्या मते, खासगीकरण म्हणजे देशाच्या आर्थिक व्यवहारातील सरकारचा सहभाग कमी करणे होय.

खासगीकरण ही व्यापक संकल्पना आहे. संकुचित अर्थाने पाहिल्यास सार्वजनिक क्षेत्रातील उपक्रमातील मालकी अंशत: अथवा पूर्णत: खाजगी क्षेत्राकडे हस्तांतरित करणे याला खासगीकरण म्हणता येते.

तर व्यापक दृष्टीने पाहिल्यास बाजार यंत्रणेत सरकारचा हस्तक्षेप कमी करण्यापासून ते सार्वजनिक उपक्रम खासगी क्षेत्राला विकून टाकण्यापर्यंतच्या विविध प्रक्रियांचा त्यात समावेश होतो.

४) सार्वजनिक क्षेत्रातील उद्योग व व्यवसायाची मालकी आणि अधिकार खासगी क्षेत्राला सुपूर्त करणे म्हणजे खासगीकरण होय.

खासगीकरणाची वैशिष्ट्ये : खासगी क्षेत्रातील वैशिष्ट्ये अथवा लक्षणे पुढीलप्रमाणे सांगता येतात.

१) व्यापक संकल्पना : सर्वच आर्थिक क्रियांमधील सरकारी वर्चस्व व एकाधिकार कमी करण्याबाबत असलेल्या सर्व उपायांचा समावेश होतो.

२) सर्वव्यापी संकल्पना : ही सर्व जगभर पसरलेली खासगीकरण संकल्पना आहे.

३) नवीन विचारसरणी : बदलत असणाऱ्या आर्थिक व्यवस्थेतून विकसित होणारी नवी संकल्पना म्हणजे खासगीकरण होय.

४) सरकारची जबाबदारी कमी : खासगीकरणाचा आधुनिक अर्थ सरकारने स्वत:च विभिन्न आर्थिक, सामाजिक, सांस्कृतिक व मानवीय जबाबदारीतून मोकळे होणे असा आहे.

५) खाजगीकरण ही प्रक्रिया क्रमाक्रमाने अमलात येते.

६) विस्तृत क्षेत्र : खासगीकरणात विराष्ट्रीयीकरण, विनियंत्रण (Decontrol) विनिमयन, आर्थिक उदारीकरण इ. चा समावेश होतो.

७) नवीन व्यूहरचना : आर्थिक आव्हानांना सामोरे जाण्यासाठी ही एक व्यूहरचना आहे. परंतु सर्व दोष दूर करण्याचे रामबाण औषध नाही.

८) सरकारी वर्चस्वात घट : खासगीकरणात आर्थिक क्षेत्रातील सरकारी प्रभुत्व कमी केले जाते. त्यामध्ये साधनसंपत्तीवरील सरकारची मालकी व नियंत्रण हे अंशत: किंवा पूर्णपणे कमी करण्यात येते.

९) सामाजिक मालकी हक्काचे खासगी मालकी हक्कात परिवर्तन करण्यात येते.

खासगीकरणाची उद्दिष्टे

खासगीकरणाची उद्दिष्टे पुढीलप्रमाणे सांगता येतात -

उद्योगात स्पर्धाशक्तीचा विकास करणे; उद्योगांची कार्यक्षमता वाढविणे; संसाधनांचा जास्तीत जास्त उपयोग करणे; अंदाजपत्रकातील तूट भरून काढण्यासाठी संसाधनांची जुळवाजुळव करणे; विदेशी गुंतवणुकीला आकर्षित करणे; उद्योग आणि व्यवसायांचे आंतरराष्ट्रीयीकरण करणे; निर्यात वाढवून परकीय चलन मिळवणे; संतुलित विकासाचे वातावरण तयार करणे; सार्वजनिक उपक्रमातील हानीपासून वाचविणे; आजारी उद्योगांचे पुनर्वसन करणे; आर्थिक प्रजातंत्राचा विकास करणे; अर्थव्यवस्था मुक्त स्वरूपात आणणे; खासगी उपक्रमांना सरकारी नियम, परवाने, कोटापद्धती इ. पासून मुक्त करणे; अर्थव्यवस्था बाजारोन्मुखी बनविणे; देशात सक्षम भांडवलाचा विकास करणे; खासगी उद्योगांना स्पर्धेत तोंड देण्यास सक्षम करणे इत्यादी.

भारताने खासगीकरणाचे घेतलेले निर्णय

भारताने खाजगीकरणाच्या दृष्टीने पुढील निर्णय घेतले -

अ) सन १९८८ मध्ये सार्वजनिक क्षेत्रातील उद्योगांना काही प्रमाणात निर्णयस्वातंत्र्य देण्यात आले.

ब) १९९१ मध्ये खासगीकरणावर आधारित नवीन औद्योगिक धोरण स्वीकारण्यात आले.

क) सार्वजनिक क्षेत्रातील राखीव उद्योगांची संख्या १७ वरून फक्त ६ करण्यात आली. सध्या दोन सार्वजनिक उद्योग राखीव आहेत.

ड) सार्वजनिक क्षेत्रातील उपक्रमांची सरकारकडून मिळणारी विशेष मदत बंद करण्यात आली.

इ) आजारी उद्योग पुनरुज्जीवनासाठी किंवा बंद करण्यासाठी औद्योगिक आणि वित्तीय पुनर्रचना मंडळाकडे (BIFR) सोपविण्याचे ठरविले. १९९६ अखेर ३६ आजारी उद्योगांचे पुनरुज्जीवन करण्याचा व ३४ आजारी उद्योग बंद करण्याचा निर्णय घेतला.

ई) सरकारने सार्वजनिक क्षेत्रातील अनेक उद्योगांच्या बाबतीत निर्गुंतवणूक धोरण स्वीकारले.

३) जागतिकीकरण : अर्थ व व्याख्या (Meaning and Definition of Globalization) :

अर्थ : जागतिकीकरण म्हणजे 'जागतिक अर्थव्यवस्था अस्तित्वात आणण्यासाठी सर्व राष्ट्रांची एकच बाजारपेठ निर्माण करणे होय.'

आंतरराष्ट्रीय नाणेनिधीच्या व्याख्येनुसार 'जागतिकीकरण म्हणजे वस्तू, सेवा आणि आंतरराष्ट्रीय भांडवल प्रवाह, अतिजलद व प्रसरण पावणारे तंत्रज्ञान यांचे वाढते प्रमाण; तसेच विविधता यांच्या साह्याने जगातील देशांचे सतत वाढत जाणारे परस्परावलंबित्व होय.'

सी. टी. कुरियन यांच्या मते, विविधता असलेल्या अर्थव्यवस्थेचा समूह म्हणजे जागतिक अर्थव्यवस्था होय.

आर्थिक, वित्तीय, व्यापारी आणि दळणवळणविषयक घटकांचे जागतिक स्तरांवरील एकात्मीकरण म्हणजे जागतिकीकरण होय.

जागतिकीकरण वस्तू, सेवा, भांडवल, मानवी संसाधने यांच्या गतिशिलतेवर कोणतीही भौगोलिक बंधने अथवा नियंत्रणे नसतात. संगणक क्रांतीमुळे जग हे अधिक जवळ आले आहे. या जागतिक एकात्मीकरणामुळे जग हे एक गाव झाले आहे.

जागतिकीकरण म्हणजे जागतिक अर्थव्यवस्था निर्माण करण्यासाठी सर्व देशांची एकच बाजारपेठ निर्माण करणे होय.

जागतिकीकरणाच्या प्रक्रियेत वेगवेगळ्या देशादरम्यान उत्पादन घटकांची - श्रम, भांडवल, तंत्रज्ञान, वित्त, उद्योजक इ. स्थिती मुक्त गतिक्षम असून मुक्त व्यापाराची स्थिती निर्माण करण्याचा प्रयत्न केला जातो.

जागतिकीकरणाचे घटक

१) व्यापारी अडथळे दूर करून वस्तू व सेवांचा राष्ट्रीय सीमापार मुक्त प्रवाह साध्य करणे.

२) देशाच्या सीमापार उत्पादक भांडवलाचा व वित्तीय भांडवलाचा मुक्त प्रवाह होण्यासाठी वातावरण निर्माण करणे.

३) देशादेशा दरम्यान तंत्रज्ञानाच्या मुक्त प्रवाहासाठी वातावरण निर्माण करणे.

४) वेगवेगळ्या देशातील श्रमिकांच्या व त्याबरोबर कौशल्यांच्या मुक्त प्रवाहासाठी वातावरण निर्माण करणे.

भारतीय अर्थव्यवस्थेत जागतिकीकरणाची उद्दिष्टे

१) आर्थिक विकासाचा वेग वाढविण्यासाठी वस्तू, सेवा, तंत्रविज्ञान व भांडवल यांच्या आंतरराष्ट्रीय प्रवाहात वाढ करणे; यासारख्या उपाययोजनांचा समावेश आहे.

२) परदेशी विनिमयाच्या राखीव साठ्यात वाढ करणे.

३) वित्तीय तूट व देशातील चलन पुरवठ्याचा दर कमी करून आर्थिक स्थैर्य निर्माण करणे.

४) उत्पादन, गुंतवणूक व किमती यावरील नियंत्रणे शिथिल करणे व बाजार व्यवस्थेला महत्त्व देणे आणि अर्थव्यवस्थेत संसाधनाचे वाटप करणे.

जागतिकीकरणासंदर्भात भारताचे निर्णय

भारतीय अर्थव्यवस्थेचे जागतिकीकरण करण्यासाठी भारत सरकारने पुढील उपाययोजना केल्या -

अ) भारतीय उद्योग व व्यवसायात ५१% पर्यंत प्रत्यक्ष परकीय गुंतवणूक करण्यास ताबडतोब मान्यता देण्यात आली.

ब) अग्रक्रम क्षेत्रातील उद्योगांच्या समभागात १००% गुंतवणूक करण्यास अनिवासी भारतीयांना आणि त्यांच्या मालकीच्या कंपन्यांना परवानगी देण्यात आली.

क) १९९१ च्या धोरणामुळे दळणवळण, पर्यटन, व्यापारी संस्था इत्यादीमध्ये परदेशी गुंतवणूक करण्यास मान्यता मिळाली. पायाभूत सेवा उद्योगात उदा. वीजनिर्मिती, रस्तेबांधणी इ. एकूण समभागाच्या १००% पर्यंत परदेशी गुंतवणुकीस मान्यता दिली जाते.

ड) परदेशी गुंतवणुकदारांना देशात गुंतवणूक करण्यासाठी 'सेबी 'कडे नोंदणी करावी लागेल. १९९२ पासून भारतीय कंपन्याच्या समभागात केलेली गुंतवणूक मोकळी करण्याची आणि मिळालेला पैसा परदेशी चलनात मायदेशी नेण्याची परवानगी देण्यात आली.

इ) परकीय भांडवलासाठी फेरा (FERA) या कायद्यात सुधारणा करून नवीन उदार असा फेमा (FEMA) कायदा तयार करण्यात आला.

ई) भारतात काम करणाऱ्या कंपन्यांना स्वतःचे नाव आणि स्वतःचा ट्रेडमार्क वापरण्याची परवानगी देण्यात आली.

उ) सार्वजनिक क्षेत्रातील विशेष मदत बंद करणे.

ऊ) १५ एप्रिल १९९४ रोजी भारताने 'गॅट' करारावर सही केली.

ए) विशेष आर्थिक विभाग (Special Economic Zones - SEZ)

भारत सरकारने चीनच्या धर्तीवर SEZ ची स्थापना करण्याचे ३१ मार्च २००० च्या आयात-निर्यात धोरणानुसार ठरविले. भारतातील निर्यात संवर्धनासाठी विशेष विभागांची स्थापना सार्वजनिक, खासगी, संयुक्त क्षेत्रात किंवा राज्य सरकारतर्फे होणार आहे. अस्तित्वात असलेल्या काही एक्सपोर्ट प्रोसेसिंग झोन्स (Export Processing Zones) मध्ये स्पेशल इकॉनॉमिक झोन्स (Special Economic Zones) परिवर्तन करण्याचे जाहीर केले आहे. त्याच जोडीला १३ सेझची स्थापना करण्याची सरकारने मंजुरी दिली आहे.

ऐ) कृषी निर्यात विभागाची स्थापना केल्यामुळे कृषी मालाला आंतरराष्ट्रीय बाजारपेठ उपलब्ध होण्यासाठी प्रयत्न केला जाईल.

फ) निर्यात प्रक्रिया विभाग (SEZs) नुसार निर्यात उत्पादनांकरता शुल्कविरहित वातावरण निर्माण करण्यासाठी सेझची स्थापना करण्यात आली. भारत सरकारने नोयडा, चेन्नई, फलटा (पं. बंगाल), विशाखापट्टनम या चार ठिकाणी 'एक्सपोर्ट प्रोसेसिंग झोन्सची' स्थापना केली.

ओ) नवीन आर्थिक धोरणात दळणवळण, पर्यटन, व्यापारी संस्था इत्यादीमध्ये परकीय गुंतवणूक करण्यास परवानगी दिली.

औ) प्रत्यक्ष व अप्रत्यक्ष करांचे दर कमी करण्यात आले. आयात शुल्क २००% वरून ३५% केले. तसेच भांडवली वस्तूवरील आयात शुल्क ३५% वरून २५% केले.

खासगीकरणाच्या बाजूने आणि विरोधी युक्तिवाद (The Privatization Debate - Arguments For and Against)

अ) खासगीकरणाचे अनुकूल परिणाम व फायदे पुढीलप्रमाणे –

१) उत्पादनक्षमतेत वाढ : खासगीकरणामुळे उत्पादनक्षमतेत वाढ होते त्यामुळे खासगीकरणामुळे उत्पादनखर्च कमी होऊन ग्राहकांना कमी किमतीत वस्तू उपलब्ध होतात. भारताने खासगीकरण स्वीकारल्यापासून उत्पादनक्षमतेत वाढ झाली आहे.

२) सार्वजनिक कर्जाचा बोजा कमी : सार्वजनिक उपक्रमाचे खासगीकरण करताना सरकारचा खर्च कमी होईल. कारण सार्वजनिक उपक्रम चालविण्यासाठी घेतलेल्या कर्जाचे प्रमाण कमी होईल. तसेच आजारी उपक्रमावर होणाऱ्या खर्चाचे प्रमाण कमी होईल; त्यामुळे अर्थसंकल्पीय तूट कमी होईल. सरकारला अर्थसहाय्य द्यावे लागणार नाही. त्यामुळे सरकारवरील कर्जाचा बोजा कमी होईल.

३) विकासाच्या वेगात वाढ : खासगीकरणामुळे विकासाचा वेग वाढतो. जसे जपान, सिंगापूर, कोरिया इ. देशांचा विकास खासगीकरणामुळे झाला. या देशात वित्तीय संस्थाच्या मदतीने खाजगी उपक्रमांना सहाय्य करून खासगी क्षेत्राच्या विकासाला चालना दिली.

४) अपव्यय कमी करता येतो : विचारवंताचे असे मत आहे की, खासगीकरणाने अनेक बाबतीत अपव्यय टाळता येतो. जसे कॅनडामध्ये पन्नास टक्क्यापेक्षा जास्त टपालसेवा खासगी क्षेत्रात आहे तर अमेरिकेत टपालसेवेचे खासगीकरण केल्यामुळे ती स्वस्त व वेगवान बनली.

५) राजकीय हस्तक्षेप कमी : खासगीकरणामुळे उपक्रमात राजकीय हस्तक्षेप कमी होतो. तसेच उद्योगाची कार्यक्षमता वाढते त्यामुळे अशा उपक्रमांचा अडथळा कमी होण्यास मदत होते.

६) योग्य नियंत्रण : सरकार स्वत: व्यावसायिक होण्याऐवजी व्यवसायांचे योग्य नियंत्रण करू शकेल.

७) पारदर्शकतेत वाढ : खासगीकरणामुळे सार्वजनिक उपक्रम अनावश्यक सरकारी नियंत्रणापासून मुक्त होतील. त्यामध्ये जबाबदारी व पारदर्शकता वाढीस लागेल.

८) ताबडतोब निर्णय : सार्वजनिक क्षेत्रातील उपक्रमात सरकारचा हस्तक्षेप असल्याने ताबडतोब निर्णय घेता येत नाहीत; परंतु खासगीकरणामुळे उत्पादनसंस्थांना ताबडतोब निर्णय घेऊन कार्यक्षमपणे उत्पादन घेता येते. त्यामुळे वेळ आणि पैशाचा अपव्यय होत नाही.

९) आधुनिक तंत्राचा वापर : सध्या वैज्ञानिक व तांत्रिक प्रगती वेगाने होत आहे. या तंत्रज्ञानाच्या सहाय्याने अधिक उत्पादन घेता येते; शिवाय उत्पादनाचा खर्च कमी होतो. खासगी क्षेत्रात टिकून राहण्यासाठी आधुनिक तंत्राची गरज असते आणि या क्षेत्रात वापरणे शक्य होते. भारतात खासगीकरण स्वीकारल्याने आधुनिक तंत्रज्ञानाचा वापर वाढला आहे.

१०) पायाभूत सुविधात वाढ : भारताने १९९१ पूर्वी पायाभूत क्षेत्र सार्वजनिक क्षेत्रासाठी राखून ठेवले होते. परंतु १९९१ च्या नवीन आर्थिक धोरणात पायाभूत क्षेत्र खासगी उपक्रमांसाठी खुले केले. त्यामुळे पायाभूत क्षेत्रातील खासगी गुंतवणूक वाढलेली आहे; तसेच प्रकल्प वेळेत आणि दर्जेदार होत आहेत. जसे रस्ते, पूल, बंदरे, विमानतळ वीजनिर्मिती इ.

११) खासगीकरणामुळे खऱ्या अर्थाने सरकारी मालकीचे उपक्रम सार्वजनिक बनतील.

१२) निर्गुंतवणूक धोरणामुळे रोख बाजारात अनुकूल परिणाम होईल.

१३) इतर फायदे : खासगीकरणामुळे उत्पादन अधिक कौशल्याने तसेच कमी खर्चात होते. संपत्तीचा अपव्यय कमी होतो. तसेच सेवाक्षेत्राचा विकास वेगाने होतो. अमेरिकेत वीज व अग्निशमन व्यवस्था खासगी क्षेत्रात असल्याने त्यांच्या क्षमतेत मोठ्या प्रमाणात वाढ दिली.

ब) खासगीकरणाचे तोटे अथवा प्रतिकूल परिणाम

खाजगीकरणाचे तोटे अथवा प्रतिकूल परिणाम पुढीलप्रमाणे सांगता येतात -

१) नफ्याला महत्त्व : खासगी क्षेत्र हे नफ्याच्या हेतूने प्रेरित झालेले असते. भारताने प्रथमपासूनच समाजहिताला प्राधान्य दिलेले आहे. परंतु खासगीकरणामुळे पाणी, वीज, दुध पुरवठा इ. सेवांचा लाभ समाजातील सर्व घटकांना स्वस्तात होणार नाही. फक्त नफा मिळविण्यासाठी उत्पादन केले जाईल.

२) खासगी मक्तेदारी निर्माण होते : सरकारने नवीन आर्थिक धोरणात मक्तेदारी प्रतिबंधक कायदा रद्द केल्यामुळे खासगी उपक्रमांच्या भांडवल गुंतवणुकीवरील मर्यादा नाहीशी झाली. त्यामुळे काही ठरावीक औद्योगिक क्षेत्रातील उद्योगामध्ये मोठी गुंतवणूक

करणे शक्य झाले. त्यामुळे खासगी मक्तेदारी निर्माण होण्याची शक्यता आहे. त्यामुळे सामान्य लोकांना त्रास वाढण्याची शक्यता आहे.

३) राजकारणी लोकांचा विरोध : सार्वजनिक उपक्रमाचे खासगीकरण करताना त्याचा परिणाम व्यवस्थापनावर होतो. त्यामुळे सत्ताधारी लोकांना त्यांच्या हितसंबंधांना धक्का बसतो; त्यांचे अधिकार कमी होतात; कामाचे स्वरूप बदलते, असे वाटल्यामुळे खासगीकरणाला विरोध केला जातो. भारतातही सार्वजनिक उपक्रमाचे खासगीकरण करताना अडचणी आलेल्या आहेतच.

४) खासगीकरण कोणत्या उपक्रमाचे करावे हे ठरविणे अवघड : तोट्यात चालणाऱ्या उपक्रमाचे खासगीकरण करण्याकडे सरकारचा कल असतो. परंतु हा कल खासगीकरणाच्या धोरणावर मर्यादा आणणारा असतो. कोणत्या उपक्रमाचे खासगीकरण करावे हा सरकारपुढे प्रश्न निर्माण होतो.

५) असमतोलात वाढ : खाजगीकरणाच्या धोरणामुळे ज्या ठिकाणी पायाभूत सुविधा उपलब्ध आहेत. त्याच ठिकाणी नवीन उद्योग सुरू होतात. त्यामुळे ज्या ठिकाणी अशा सुविधा उपलब्ध असतात. तो प्रदेश विकसित असतो. तर दुसऱ्या बाजूस ज्या ठिकाणी पायाभूत सुविधा उपलब्ध असतात तो प्रदेश विकसित असतो. तर दुसऱ्या बाजूस ज्या ठिकाणी पायाभूत सुविधा उपलब्ध नाहीत तेथे खासगी उपक्रम सुरू होत नाहीत. त्यामुळे प्रादेशिक विषमता वाढण्याला मदत होते.

६) लघु उद्योगांवर प्रतिकूल परिणाम : भारतात स्वातंत्र्यपूर्व व स्वातंत्र्यानंतरच्या काळात लघु व कुटीरोद्योगांचा विकास झाला. ब्रिटिश कालखंड सोडला तर भारतात लघु व कुटीरोद्योगाचा विकास झालेला दिसून येतो. भारताने १९९१ मध्ये परवानामुक्त धोरण स्वीकारल्याने खासगी क्षेत्रावरील बंधने कमी झाली. खासगी उपक्रमांमध्ये वाढ झाली. मोठे व मध्यम उद्योग निर्माण झाले. मोठ्या व मध्यम उद्योगांबरोबर लघु उद्योगांना स्पर्धा करणे शक्य नसल्याने अनेक लघु व कुटीरोद्योग बंद होत आहेत.

७) सामाजिक कल्याणाकडे दुर्लक्ष : सामाजिक कल्याणाच्या दृष्टीने शिक्षण, आरोग्य, आर्थिक व सामाजिक सेवा, साक्षरता इ. कडे लक्ष द्यावे लागते. मात्र खासगीकरणामुळे या सेवा दुर्लक्षित राहण्याची शक्यता अधिक असते. सरकारने नवीन आर्थिक धोरण स्वीकारल्यानंतर सामाजिक कल्याण योजनातील खर्चाचे प्रमाण अतिशय अल्प राहिले आहे.

८) इतर तोटे : खासगीकरणामुळे बेकारीत वाढ, भांडवलाची कमतरता, भ्रष्टाचार इ. तोटेसुद्धा निर्माण होतात. तसेच स्थिर सरकारच्या अभावीसुद्धा देशाच्या विकासात

अडथळे निर्माण होतात. तसेच सरकारचा नियमित उत्पन्नाचा स्त्रोत कमी होईल. सरकारवर खासगी उद्योजकांचा वाढता प्रभाव निर्माण होईल आणि नफ्यात चाललेले उपक्रम विकत घेऊन ते नंतर विकून टाकण्याच्या घटना घडतील.

त्याचप्रमाणे खासगीकरणासाठी आवश्यक असलेली आधारभूत संरचना सरकार उपलब्ध करून देऊ शकले नाही. खासगीकरणासाठी आवश्यक असलेला वित्तपुरवठा करणाऱ्या संस्था, बँका यांची पुरेशी प्रगती झालेली नसेल तर त्याचाही परिणाम खासगीकरणावर होतो. असे असूनही आर्थिक विकास जलद गतीने साध्य करण्यासाठी एक साधन म्हणून खाजगीकरणाचा स्वीकार केला जातो.

उदारीकरण, खासगीकरण व जागतिकीकरणातील आव्हाने (Challanges of Liberalization, Privatization & Globalization)

भारताने १९९१ मध्ये नवीन आर्थिक धोरण स्वीकारले. या धोरणात उदारीकरण, खासगीकरण आणि जागतिकीकरण ही सुधारणेची मालिका सुरू केली. त्या पाठीमागील हेतू म्हणजे भारतीय अर्थव्यवस्था जागतिक अर्थव्यवस्थेशी जोडणे हा होता. आर्थिक सुधारणांचा कार्यक्रम घेण्यात आला. सुधारणांच्या प्रक्रियेत सामाजिक, आर्थिक उद्दिष्ट गाठण्यासाठी खासगी क्षेत्राचा योग्य उपयोग झाला नाही. कारण खासगी क्षेत्राचे उद्दिष्ट नफा मिळवणे हे असल्याने सार्वजनिक क्षेत्रातील नुकसानभरपाई गृहित धरली नाही. त्यामुळे सामाजिक सुधारणांसाठी सुधारणा प्रक्रियेची गरज निर्माण झाली. जसे दारिद्र्याची समस्या, बेरोजगारी, प्रादेशिक आणि सामाजिक विषमता इ. या समस्या शिल्लक राहिल्या. ते आव्हान स्वीकारून सरकारने स्वत: एकत्रित आर्थिक वाढ त्याचबरोबर सामाजिक न्याय आणि आर्थिक समानता निर्माण करण्याचे ठरविले. उदारीकरण, खासगीकरण आणि जागतिकीकरणासंदर्भात भारतासारख्या विकसनशील देशासमोर पुढील आव्हाने आहेत.

१) आंतरराष्ट्रीय स्थितीत बदल : तेजीच्या अथवा भरभराटीच्या कालखंडात विकसित देशांची अधिक उत्पादन मूल्य असणाऱ्या वस्तूंची बाजारपेठ विकसनशील देश बनली. परंतु मंदीच्या काळात विकसित देशांनी विकसनशील देशांच्या आयातीवर मर्यादा आणली. त्यामुळे त्याचा परिणाम विकसनशील देशावर झाला. अशा रितीने विकसनशील देशांनी भांडवलशाही विकसित देशांचा त्रास सहन केला. आणि त्यामुळे दरम्यानच्या काळात विकसनशील देशांनी स्वत:च्या संरक्षणासाठी अंतर्गत कृतीधोरणे राबविली.

२) स्पर्धात्मक आणि गुणात्मक शिक्षण : जागतिकीकरण व उदारीकरणाच्या बदलत्या स्पर्धेत टिकून राहण्यासाठी पारंपरिक शिक्षणात बदल करून गुणात्मक आणि स्पर्धात्मक शिक्षणव्यवस्था निर्माण करणे हे एक मोठे आव्हान आहे.

प्राथमिक, माध्यमिक, महाविद्यालयीन आणि विद्यापीठीय स्तरावरील शिक्षणाचा

दर्जा उंचावून महाविद्यालये, विद्यापीठे, व्यावसायिक संस्था यांनी उच्च प्रतीच्या तांत्रिक आणि बौद्धिक मानवी संसाधनांची निर्मिती केली पाहिजे.

३) उत्पन्न गुणकाचा परिणाम : हुप (hupe) गुंतवणूक निर्यातभिमुख उद्योगात केल्यामुळे उत्पादनात वेगाने वाढ झाली. गुणकांचा परिणाम विकसित देशात झाला. त्यामुळे त्यांची उपभोग आणि सीमान्त बचत प्रवृत्ती अधिक राहिली. विकसनशील देशात मागणीमध्ये वाढ झाली. तसेच वस्तूंच्या किमतीत वाढ झाली. आयात वस्तूंची मागणी वाढली. त्यामुळे त्यांच्या व्यापारतोलाच्या स्थितीला उतरती कळा लागली. भारताच्या बाबतीतही हीच स्थिती दिसून येते.

३) रोजगारात वाढ करणे : भारताने १९९१ मध्ये नवीन आर्थिक सुधारणांचा अवलंब केला. दोन दशके होऊनही भारतातील बेकारी मोठ्या प्रमाणावर दिसून येत आहे. आर्थिक विकासाबरोबर रोजगाराच्या संधी निर्माण व्हायला हव्यात; परंतु नव्या रोजगाराच्या संधी म्हणाव्या तेवढ्या उपलब्ध होत नाहीत. उदारीकरण, खासगीकरण व जागतिकीकरणात तांत्रिक शिक्षण झालेले, उच्चशिक्षण झालेल्या श्रमिकांना रोजगार उपलब्ध झाला; परंतु इतर श्रमिकांना रोजगारसंधी उपलब्ध होणे हे एक मोठे आव्हान आहे.

४) लोकसंख्येचा प्रश्न : भारताने नवीन आर्थिक धोरणाचा स्वीकार केला; परंतु लोकसंख्येचा प्रश्न सुटला नाही. लोकसंख्येचा विस्फोट होऊन नैसर्गिक साधनसामग्रीवर अतिरिक्त लोकसंख्येचा ताण पडला आहे. शिक्षण, आरोग्य, रोजगार इ. ची स्थिती अधिकच गंभीर बनली आहे. लोकसंख्येचा प्रश्न सोडविण्यासाठी नव्या आर्थिक धोरणामुळे खूप मोठी समस्या उभी राहिली आहे.

५) कृषी क्षेत्राचा उच्च दर : नविन आर्थिक सुधारणा काळात शेती क्षेत्रातील गुंतवणूक कमी झाली आहे. शेती क्षेत्राकडे दुर्लक्ष झाले आहे. मोठ्या उद्योगांकडेच सरकारचे लक्ष होते. जलसिंचन, सूक्ष्म सिंचन, कृषी संशोधन, कृषी क्षेत्राच्या पायाभूत सुविधा, कृषी क्षेत्रासाठी लागणारी गुंतवणूक कमी झाली. त्यामुळे शेतकऱ्यांचा खर्च वाढून शेतकरी कर्जबाजारी होऊन आत्महत्येकडे वळले. जागतिकीकरणात शेतीचा अपेक्षित विकास झाला नाही. भारतात शेतीवरील अवलंबित्वाचे प्रमाण खूप मोठे असल्याने शेतीकडे लक्ष देण्याची गरज आहे. शेतकऱ्यांना जीवनमानात वाढ करण्यासाठी शेती उत्पादकता वाढविणे आवश्यक आहे परंतु हेच एक मोठे आव्हान आहे.

६) आर्थिक सहाय्य : जागतिक व्यापार संघटना तसेच जागतिकीकरणामुळे शेतीला अनुदान देणे कमी केले आहे. त्यामुळे शेती क्षेत्राला सरकारकडून मिळणाऱ्या आर्थिक सहाय्याची कपात झाली. त्यामुळे त्याचा परिणाम देशातील गरीब शेतकऱ्यांवर

झाला. गरीबांना सहाय्य कसे करावे हे एक मोठे आव्हान आहे.

७) दारिद्र्याची समस्या : भारताच्या देशांतर्गत उत्पादनात वाढ झाली. २०११-१२ मध्ये NSSO च्या आकडेवारीनुसार (सुरेश तेंडुलकर पद्धतीनुसार) दारिद्र्यरेषेखालील लोकसंख्येचे प्रमाण संपूर्ण भारतात २१.९ % आहे. २०११-१२ मध्ये कामगार लोकसंख्येपैकी २४.७ दशलक्ष लोकसंख्या चालू दर्जाच्या आधारावर बेरोजगार होती. त्यानुसार बेरोजगारीचा दर ५.६% होता. तसेच, मानवी दारिद्र्य निर्देशांकावरून भारत बराच मागे आहे. शिक्षण, आरोग्य, राहणीमान इ. बाबतीत भारत बराच मागे आहे. दारिद्र्याची समस्या ही देशापुढील चिंतेची बाब आहे. देशातील दारिद्र्यनिर्मूलन करणे हे एक मोठे आव्हान आहे.

८) स्वदेशी उद्योगांचे अस्तित्व : जागतिकीकरणात बहुराष्ट्रीय कंपन्याचा प्रभाव वाढत आहे.

अशा कंपन्यांच्या वस्तूंचा दर्जा उच्च राहतो. तसेच किमतीसुद्धा कमी असतात. उच्च तंत्रज्ञान, जाहिरात इ. देशातील कंपन्यापेक्षा त्या अधिक पुढे असतात. त्यामुळे स्वदेशी उद्योग वा कंपन्या त्यांच्याशी स्पर्धा करू शकत नाहीत. त्यामुळे त्यांच्या अस्तित्वाचा प्रश्न निर्माण होतो.

९) वसाहतवादाचा नवा अवतार : अठराव्या आणि एकोणिसाव्या शतकात फ्रेंच, डच, इंग्रज कंपन्यांनी जे धोरण स्वीकारले तेच जागतिकीरणामुळे बहुराष्ट्रीय कंपन्या राबवत आहेत. त्यामुळे लोकशाही स्वीकारलेल्या देशांची स्वायत्तता धोक्यात येऊ शकते. त्यामुळे देशाची स्वायत्तता टिकविणे हे एक मोठे आव्हान आहे.

१०) नैसर्गिक साधनसंपत्ती : जागतिकीकरणाच्या परिणामामुळे अनेक देशातील नैसर्गिक साधनसंपत्तीचे मोठ्या प्रमाणावर शोषण होत आहे. तसे भारतातही सुरू झाले आहे. जागतिकीकरणामुळे ५०% विषुववृत्तीय वनसंपदा नष्ट झाली आहे. त्यामुळे जैविक विविधता धोक्यात आली आहे. विकसित देशाची लोकसंख्या कमी आहे; परंतु ऊर्जेचा ते अधिक उपभोग घेतात. त्यामुळे तेथील उद्योगधंदे कार्बनडाय ऑक्साईड, मिथेन वायू इ. मोठ्या प्रमाणात हवेत सोडतात. त्यामुळे नैसर्गिक संपत्ती आणि पर्यावरणाचे रक्षण करणे हेही मोठे आव्हान आहे.

११) कर्जबाजारीपणात वाढ : विकसनशील देश आर्थिक पुनर्रचनेची अट मान्य करून जागतिक बँकेकडून मोठ्या प्रमाणात कर्ज घेत आहेत. त्यामुळे मेक्सिको, चिली, ब्राझील इ. देशांना कर्जबाजारी व्हावे लागले. भारतावरही प्रचंड कर्ज आहे. कर्जाच्या पुनर्रचनेसाठी तसेच व्याजापोटी मोठी रक्कम भरावी लागते. त्यामुळे देशाचे मोठे नुकसान होते.

१२) व्यापारगटांची उभारणी : जगातील विकसित देशांनी स्वतःच्या सुरक्षितेसाठी व्यापार गटाची स्थापना केली. जसे युरोपीय समुदाय (European Union) निर्माण झाल्याने त्यांच्या विक्री नियंत्रण संघामुळे त्यांच्या वस्तूंच्या मागणीत वाढ झाली. तर पुरवठ्याच्या बाजूस विकसित देशात स्पर्धा निर्माण होऊन स्वतःचे स्थान निर्माण केले व बाजारपेठ काबीज केली. स्वतःचा बाजारातील हिस्सा स्थिर ठेवण्याचा त्यांनी प्रयत्न केला. तसे विकसनशील देशांच्या बाबतीत होताना दिसून येत नाही. भारतालासुद्धा नव्या आर्थिक धोरणामुळे विकसित देशांशी बाजारातील स्पर्धा कशी करावी हे एक मोठे आव्हान आहे.

१३) सार्वजनिक वितरण व्यवस्था : सार्वजनिक वितरण व्यवस्थेद्वारे लोकांच्या खरेदीशक्तीत घट होऊ दिली जात नाही. लोकांच्या हिताची जपणूक केली जाते. आर्थिक सुधारणा काळात सार्वजनिक वितरणव्यवस्था गोरगरिबांपर्यंत कशी पोहचेल हे पाहिले पाहिजे. लोकांच्या किमान गरजा कशा पूर्ण होतील याला प्राधान्य देणे गरजेचे आहे आणि तेच सरकारपुढील मोठे आव्हान असेल.

अशा रितीने नव्या आर्थिक धोरणामुळे उदारिकरण, खासगीकरण व जागतिकीकरणामुळे एका बाजूला विकासाचा वेग वाढविण्याचा प्रयत्न होतो. त्याचबरोबर इतरही काही महत्त्वाचे प्रश्न निर्माण होत आहेत. त्याकडे सरकारने डोळेझाक करून उपयोग नाही अन्यथा अर्थव्यवस्थेसमोर मोठे प्रश्न निर्माण होतील.

६.३ परकीय भांडवलाचा अर्थ आणि भूमिका (Meaning and Role of Foreign Capital)

सर्वसाधारणपणे भौगोलिक सीमा ओलांडून देशात आलेले विदेशी भांडवल म्हणजे परकीय भांडवल होय.

जगातील अनेक विकसित देश इतर देशांमध्ये भांडवलाची गुतंवणूक करतात. भारतासारखे विकसनशील देश भांडवलाची गरज पूर्ण करण्यासाठी काही प्रमाणात परदेशावर अवलंबून राहतात. परदेशातील व्यक्ती, संस्था अथवा सरकार याद्वारे भांडवल पुरविले जाते. तसेच आंतरराष्ट्रीय पातळीवरील अनेक संस्था जसे जागतिक बँक, आंतरराष्ट्रीय नाणेनिधी इ. सारख्या भांडवलाचा पुरवठा करतात.

विकसनशील देशांचे वैशिष्ट्य म्हणजे दरडोई उत्पन्नाची पातळी कमी असते. परिणामी बचत व गुंतवणुकीची पातळीसुद्धा कमी असते. जलद आर्थिक विकास करण्यासाठी विकसनशील देश यंत्रे, कच्चा माल, सुटे भाग, तांत्रिक ज्ञान इ. ची आयात करतात. निर्यात वाढीसाठी आयात वस्तूंचा अधिक खर्च होतो. साम्यवादी देशात उपभोग कमी केला जातो. तसेच उपभोग्य वस्तूंची आयात कमी केली जाते.

हा प्रवाह साधारणपणे साम्यवादी देश उदा. चीन, रशियामध्ये दिसून येतो. मात्र

लोकशाही देश या पद्धतीचा अवलंब करीत नाहीत. त्यामुळे त्यांना परकीय भांडवलावर मोठ्या प्रमाणात अवलंबून राहावे लागते. अवलंबित्व विविध प्रकारे वाढते. जसे अंतर्गत साधनांची गतिमानता, आर्थिक-तांत्रिक प्रगती आणि सरकारची प्रवृती इ. म्हणून आर्थिक विकासात परकीय भांडवलांची भूमिका महत्त्वाची असते. सध्या साम्यवादी चीनसुद्धा आर्थिक विकासाचा उच्च दर साध्य करण्यासाठी परकीय भांडवलाचा मोठ्या प्रमाणात उपयोग करीत आहे.

भारताने जलद आर्थिक विकासासाठी नैसर्गिक साधनसंपत्तीचा वापर करण्याच्या दृष्टीने नियोजनाचा अवलंब केला. अकरा पंचवार्षिक योजना पूर्ण केल्या. बारावी योजना चालू आहे. देशाच्या आर्थिक विकासासाठी भांडवलाची गरज असते. भारताने औद्योगिक क्षेत्राद्वारे आर्थिक विकास करण्याचे योजले. देशातील स्त्रोत वापरल्यानंतरही विकासविषयक उपक्रम पूर्ण करण्यासाठी पुरेसे भांडवल उपलब्ध होत नाही. अशा वेळी वेगवेगळ्या देशांकडून आणि आंतरराष्ट्रीय वित्तीय संस्थांकडून मदत घेतली जाते. परकीय भांडवलाच्या मदतीने नैसर्गिक साधनसंपत्तीचा पुरेपूर उपयोग करून घेऊन आर्थिक विकास साधता येतो. अमेरिका व जपान या प्रगत देशांनीसुद्धा सुरुवातीला परकीय भांडवलाची मोठ्या प्रमाणात मदत घेतली होती.

६.४ परकीय भांडवलाची गरज (Need for Foreign Capital)

परकीय भांडवलाची आवश्यकता अथवा गरज पुढील कारणांनी निर्माण होते -

१) देशांतर्गत भांडवलाची कमतरता : विकसनशील देशात भांडवलाची कमतरता असते. लोकांचे दरडोई उत्पन्न कमी असते. त्यामुळे बचतीचे प्रमाण कमी असते. परिणामी भांडवल उभारणीचा वेग अत्यंत कमी असतो. विकसनशील देशांना पायाभूत सुविधांच्या विकासासाठी भांडवली गुतंवणूक मोठ्या प्रमाणात करण्याची गरज असते. जसे रेल्वे, वाहतूक व दळणवळण, सिंचन प्रकल्प, ऊर्जा इ. साठी तसेच भांडवली वस्तूंच्या उद्योगासाठी मोठ्या प्रमाणात गुतंवणुकीची आवश्यकता असते. म्हणून परकीय भांडवलाची विकासात्मक प्रकल्पात गुंतवणुकीसाठी आवश्यकता असते.

२) तांत्रिक मागासलेपणा : विकसनशील देशात तंत्रज्ञानाची पातळी अत्यंत निकृष्ठ असते. ते पारंपरिक व कालबाह्य तंत्राचा वापर करतात. त्यामुळे उत्पादकतेची पातळी कमी असते. ते स्वत: तांत्रिक प्रगती करू शकत नाहीत. कारण भांडवली साधनांचा तुटवडा असतो. विकसित देशाकडून परकीय भांडवलाबरोबर आधुनिक तंत्र, व्यावसायिक अनुभव व व्यवस्थापनाचे तंत्र मागवण्यात येते. त्यामुळे जलद आर्थिक विकास साध्य करण्यास मदत होते.

३) नैसर्गिक साधनसंपत्तीचा जास्तीत जास्त वापर : विकसनशील देशात

नैसर्गिक साधनसंपत्ती मोठ्या प्रमाणात उपलब्ध असते. परंतु भांडवलाअभावी साधनसंपत्तीचा पर्याप्त उपयोग करू शकत नाहीत. म्हणून विकसनशील देशांना नैसर्गिक साधनसंपत्तीच्या विकासासाठी तसेच आर्थिक विकासाचा उच्च दर गाठण्यासाठी परकीय भांडवलाची गरज असते.

४) प्रारंभीची जोखीम : विकसनशील देशात सुरुवातीला अनेक जोखमी अथवा धोके असतात. विकासात्मक प्रकल्पासाठी व औद्योगिकीकरणाच्या प्रक्रियेत अडथळे येतात. अशा वेळी परकीय भांडवलाची गरज असते. त्यामुळे खासगी क्षेत्रास प्रेरणा मिळते व औद्योगिकीकरणाला गती येते.

परदेशी भांडवल उपलब्धतेसाठी देशांतर्गत भांडवल चांगल्या दिशेने ओळखून गुतंवणुकीला उत्तेजन देणे आवश्यक असते. त्यासाठी जोखीम पत्करावी लागते.

५) आर्थिक विकासाचा वेग वाढविणे : सुरुवातीला आर्थिक विकासाचा वेग अतिशय कमी असतो. लोकसंख्यावाढ, द्रारिद्र्य, दरडोई उत्पन्न कमी, बचत कमी यामुळे आर्थिक विकासाचा वेग कमी राहतो. अशा वेळी गुतंवणूक वाढविणे आवश्यक असते. त्यासाठी परकीय भांडवलाची गरज असते.

६) पायाभूत सुविधांची उभारणी : विकसनशील देशात पायाभूत सुविधा कमी असतात. त्या निर्यात करण्यासाठी लागणारे भांडवल अल्प असते. आर्थिक विकासासाठी उदा. रेल्वे, रस्ते, कालवे, ऊर्जा प्रकल्प इ.ची आवश्यकता असते.

त्यासाठी मोठ्या भांडवलाची गरज असते. पायाभूत प्रकल्प व देशाचा जलद आर्थिक विकास करण्यासाठी परकीय भांडवलाची आवश्यकता असते.

७) व्यवहारतोलातील प्रतिकूलता कमी करणे : सर्वसाधारणपणे विकसनशील देशांना व्यापारतोलाच्या समस्यांना तोंड द्यावे लागते. सुरुवातीला प्राथमिक वस्तूंची निर्यात करण्यासाठी वित्तपुरवठा नसतो. मात्र आयात मोठ्या प्रमाणात केली जाते. निर्यातीच्या मानाने आयातीचे मूल्य अधिक असते. त्यामुळे प्रतिकूल व्यापारस्त्रोत निर्माण होतो. यासाठी तात्पुरता उपाय म्हणून परकीय भांडवलाची आवश्यकता असते.

८) उत्पादकता किंवा उत्पन्न आणि रोजगार वाढविण्यासाठी : परकीय गुतंवणुकीमुळे आधुनिक तंत्रज्ञानाचा वापर करता येतो. त्यामुळे श्रमिकांची उत्पादकता वाढते. वास्तव वेतनात अधिक वाढ होते. कमी किमतीत उच्च दर्जाच्या वस्तू उपलब्ध होतात. परकीय भांडवलाची गुतंवणूक नवीन उद्योगात करण्याकडे कल असल्याने रोजगाराच्या संधी निर्माण होऊन लोकांच्या उत्पन्नात वाढ होते.

९) गुंतवणुकीची पातळी वाढविण्यासाठी : अल्पावधित जलद औद्योगिकीकरण साध्य करणे हे विकसनशील देशांचे ध्येय असते. त्यासाठी मोठ्या प्रमाणात गुतंवणूक

करण्याची आवश्यकता असते. त्यासाठी मोठ्या प्रमाणात बचतीची गरज असते. परंतु विकसनशील देशात विशिष्ट पद्धतीने गुतंवणूक वाढत नाही. बचत आणि गुतंवणूक यामधील दरी भरून काढण्यासाठी; तसेच आर्थिक विकासासाठी परदेशी भांडवलाची गरज भासते.

१०) अविकसित भांडवल बाजार : विकसनशील देशात भांडवल बाजाराचा विकास झालेला नसतो. विकास प्रकल्पासाठी तात्पुरत्या स्वरूपात परदेशी भांडवलाची आवश्यकता असते.

११) दारिद्र्याचे दुष्ट चक्र खंडित करणे : विकसनशील देशात दारिद्र्याचे दुष्टचक्र असते. तसेच भांडवल उभारणीची पातळीसुद्धा कमी असते. प्रा. नवर्स यांच्या मते, भांडवल उभारणीचा कमी दर आणि दारिद्र्याच्या दुष्ट चक्रास परकीय भांडवल उपयोगी ठरते. परकीय भांडवलाने फक्त उत्पादकता वाढत नाही; तर अर्थव्यवस्थेतील उत्पादक उपक्रमांच्या विस्ताराला चालना मिळते.

१२) भांडवल उभारणीच्या दरात वाढ करता येण्यासाठी : विकसनशील देशात भांडवल उभारणीचा दर अतिशय कमी असतो. तो राष्ट्रीय उत्पन्नाच्या ५% पेक्षा कमी असतो. तेथे आर्थिक विकासासाठी भांडवल उभारणीचा दर राष्ट्रीय उत्पन्नाच्या २५% एवढा उच्च पाहिजे. ही पोकळी भरून काढण्यासाठी परकीय भांडवलाची आवश्यकता असते. परकीय भांडवलाचा उपयोग अवजड भांडवलप्रधान उद्योग जसे, अवजड अभियांत्रिकी (इंजिनिअरिंग) लोखंड आणि पोलाद, रसायने, रासायनिक खते इ. साठी होतो.

(१३) उत्पादनपातळीत वाढ होण्यासाठी : विकसनशील देश दुर्मीळ, कच्चा माल आयात करतात. तसेच अर्ध-उत्पादित वस्तू, आधुनिक यंत्रे, हत्यारे आणि साधने इ. मुळे उत्पादनाची पातळी वाढते. तसेच उच्च पातळी टिकविण्यासाठी परकीय भांडवलाची आवश्यकता असते.

यावरून असे स्पष्ट होते की, परकीय भांडवल आधुनिक संस्थेला मदत करत नाही; तर खासगी आणि सार्वजनिक क्षेत्राला बळकट करते. विकसनशील देशांचा आर्थिक विकासाचा दर जलदरीत्या साधण्यासाठी परकीय भांडवलाची आवश्यकता असते.

६.५ परकीय भांडवलाचे स्वरूप (Forms of Foreign Capital)

परकीय गुतंवणूक वेगवेगळ्या स्वरूपाची असते. आंतरराष्ट्रीय आर्थिक गुंतवणूक अथवा मदत सर्वसाधारणपणे खासगी व सार्वजनिक स्वरूपाची असते. परकीय भांडवल परकीय गुतंवणुकीच्या स्वरूपात मिळविता येते. परकीय गुंतवणुकीला बऱ्याच वेळेस

परकीय मदत असेही म्हटले जाते. मात्र ही मदत अनुदान अथवा मदत म्हणून दिलेली नसते. परकीय भांडवलाचा येथे विचार करावयाचा आहे. परकीय भांडवलाचे दोन प्रकार आहेत - अ) खाजगी परकीय भांडवल ब) सार्वजनिक परकीय भांडवल

अ) खासगी परकीय भांडवल (Private Foreign Capital)

हे भांडवल प्रत्यक्ष, गुतंवणूक आणि अप्रत्यक्ष गुतंवणुकीच्या स्वरूपात येते.

१) परकीय प्रत्यक्ष गुतंवणूक (Foreign Direct Investment - F.D.I) ही गुतंवणूक भारतात प्रकल्प व मशिनरी निर्माण करण्यासाठी वापरण्यात येते. अशा मालमत्तेवर परकीय गुतंवणूकदारांचे जवळ जवळ पूर्ण कायदेशीर नियंत्रण वा मालकी असते.

परकीय प्रत्यक्ष गुतंवणूक विविध स्वरूपात गुंतविली जाऊ शकते. अ) परकीय कंपनीची शाखा अथवा संलग्न संस्था स्थापन करून ब) परकीय कंपनीचे भारतीय कंपनीबरोबर (Collaboration) सहयोग इ.

१९४५ नंतर परकीय प्रत्यक्ष गुतंवणूक वेगाने वाढली. ब्राझील व लॅटीन अमेरिका इ. देशात परकीय खासगी गुतंवणुकीतून उभारलेल्या उद्योगांची निर्मितीमध्ये मोठी कामगिरी केलेली आहे. परकीय प्रत्यक्ष गुतंवणुकीमुळे तंत्रज्ञान व उत्पादन प्रक्रियेचे हस्तांतरण होते. एवढेच नव्हे तर व्यवस्थापन आणि विपणनकौशल्य हस्तांतरित होते. त्यामुळे अल्पविकसित देशांना आपला विकासाचा वेग वाढविता येतो.

प्रत्यक्ष परकीय गुतंवणुकीचा उपयोग प्रत्यक्ष उत्पादनक्षमतेत वाढ होण्यासाठी होतो. प्रत्यक्ष परकीय गुतंवणुकीचे परिणाम हे त्या देशात गुंतवणूक कशी केली जात आहे; तसेच त्या देशाच्या धोरणावर अवलंबून आहे. धोरण जर योग्य असेल तर गुतंवणुकीचा अनुकूल परिणाम होतो.

परकीय प्रत्यक्ष गुंतवणुकीचा, बहुराष्ट्रीय कंपन्याचा अथवा बहुउद्देशीय संस्थांचा विचार करता या कंपन्या परदेशातील कंपन्यांमध्ये समभागात भांडवल गुतंवणूक करतात. सर्वसाधारणपणे १०% पेक्षा जास्त शेअर्स खरेदी करतात. त्यामुळे त्यांना लाभप्राप्ती व नवीन सुविधेची निर्मिती करता येते.

बहुराष्ट्रीय कंपन्या लाभांशाच्या मिळालेल्या उत्पादनातून पुन्हा विभागणी करीत नाही तर त्याचा उपयोग पुनर्गुंतवणूक करून नफा मिळविण्यासाठी केला जातो.

प्रा. मेयर (Meier) यांच्या मते, ज्या देशात परकीय प्रत्यक्ष गुतंवणूक केली जाते, ते देश फक्त परकीय भांडवलाची मदत घेत नाहीत. व्यवस्थापन, तांत्रिक ज्ञान, तांत्रिक कामगार, प्रशासकीय व्यवस्थापन, उत्पादनात सहभाग आणि उत्पादनतंत्रांचीसुद्धा मदत घेतात. त्यात खासगी परकीय भांडवल सामावून घेतले जाते. विकसनशील देशांना संख्यात्मकतेबरोबर गुणात्मक फायदेसुद्धा विकसित देशांकडून मिळतात.

२) परकीय अप्रत्यक्ष गुंतवणूक (Foreign Indirect Investment) : या गुंतवणुकीला पोर्टफोलिओ गुंतवणूक, रोखरूपी गुंतवणूक (Portfolio Investment) तसेच रेंटिअर गुंतवणूक (Rentier Investment) असेही म्हणतात.

परकीय गुंतवणूकदारांनी भारतीय कंपन्यांच्या रोख्यांमध्ये (शेअर्स, डिबेंचर्स इ.त) गुंतवणूक केल्यास तिला परकीय अप्रत्यक्ष गुंतवणूक असे म्हणतात. अशा रोख्यांना भारत सरकारने हमी दिलेली असते. शेअर्स विकत घेणाऱ्या गुंतवणूकदारांचे मात्र भारतीय उद्योगांवर कोणत्याही प्रकारचे नियंत्रण मालकी निर्माण होत नाही. त्यांना फक्त लाभांश मिळविण्याचा अधिकार असतो.

अप्रत्यक्ष गुंतवणुकीत पुढील बाबींचा समावेश होतो-

एफआयआयएस FIIs, (Foreign Institutional Investments) म्हणजे परकीय संस्थात्मक गुंतवणूकदार असतात.

एडीआरएस ADRs - (American Depository Receipts) व जीडीआरएस GDRs - (Global Depository Receipts) यांच्या सहाय्याने भारतीय कंपन्यांना परदेशी भांडवल बाजारातून भांडवल उभारणी करता येते.

थोडक्यात अनिवासी नागरिकांनी कंपन्यांच्या शेअर्समध्ये केलेली गुंतवणूक तसेच खासगी मार्गाने कंपन्यात केलेली गुंतवणूक; कार्यालयीन मार्गाने कंपन्यात केलेली गुंतवणूक होय.

अप्रत्यक्ष गुंतवणुकीमुळे गुंतवणूकक्षम निधी निर्माण होण्यास मदत होते. त्यामुळे अल्पविकसित देशातील संस्था विकसित देशातील संस्थांकडून कर्ज घेतात. अलीकडे जागतिक बँक व तिच्या संलग्न संस्था अल्पविकसित देशांना वित्तपुरवठा करण्यासाठी रोखे काढतात, परकीय गुंतवणूकदार या रोख्यांची खरेदी करतात. त्यामधून जमा होणाऱ्या निधीची गुतंवणूक केली जाते.

ब) सार्वजनिक परकीय भांडवल (Public Foreign Capital)

हे भांडवल कर्ज आणि अनुदानाच्या स्वरूपात असते. त्याची पुढील स्वरूपे असू शकतात -

१) द्विपक्षी दुर्लभ (Bilateral Hard) कर्जे : उदा. अमेरिकेच्या किंवा इंग्लडच्या सरकारने भारत सरकारला ठरलेल्या दराने व ठरलेल्या कालावधीसाठी दिलेली कर्जे.

२) द्विपक्षीय अल्पव्याजी (Bilateral Soft) कर्जे : उदा. अमेरिकेने भारताला PL 480 Aid कायद्यांतर्गत दिलेली कर्जे

(३) बहुपक्षीय (Multilateral) कर्जे : यात बहुराष्ट्रीय संस्थांनी भारताला दिलेल्या कर्जाचा समावेश होतो. उदा. Aid India Club. तसेच जागतिक बँक,

आंतरराष्ट्रीय वित्त महामंडळ (IFC), राष्ट्रसंघ विकास कार्यक्रम (UNDP) आशियाई विकास बँक (ADB) हे संस्थानी भारताला दिलेल्या कर्जाचा समावेशही या प्रकारात होतो.

सार्वजनिक परकीय गुंतवणूक महत्त्वाची भूमिका बजावते. विकसनशील देशात गुंतवणुकीची गरज असते. सरकार विकासाच्या कार्यक्रमासाठी परदेशी खासगी भांडवल मर्यादित स्वरूपातच होते. मुख्यत: सार्वजनिक परकीय गुंतवणुकीवरच सरकारचा भर असतो. दुसऱ्या शब्दात विकसनशील देशात परदेशी खासगी गुंतवणूक ही आर्थिक समस्या सोडवण्याचा एक अल्पसा प्रयत्न असतो.

सार्वजनिक परकीय भांडवलाचे प्रकार पुढीलप्रमाणे -

१) सरकारअंतर्गत कर्ज (Inter - Governmental Lending) : विविध देशातील सरकारे विशेषत: विकसित देशातील सरकार अविकसित देशातील सरकारला त्या देशाच्या आर्थिक समस्या सोडविण्यासाठी जी कर्जे देतात त्याला सरकारअंतर्गत कर्जे म्हणतात. दुसऱ्या शब्दात एका देशातील सरकारने दुसऱ्या देशातील सरकारला दिलेले अनुदान होय. हे अनुदान विशिष्ट कारणासाठी दिले जाते. त्यासाठीच त्याचा वापर कारावयाचा असतो. असे अनुदान घेणाऱ्या देशाला काही अटींची पूर्तता करावी लागते.

२) द्विपक्षी कर्ज (Bilateral Hard Lending) : अल्प विकसित देश आणि विकसित देश यांच्यामध्ये द्विपक्षी परकीय भांडवलासाठी कर्जे दिली जातात. विशिष्ट प्रकल्प पूर्ण करण्यासाठी अल्प विकसित देश विकसनशील देशाशी करार करतात. अल्प विकसित देशांना या करारानुसार कर्ज मिळते. त्यास द्विपक्षीय कर्ज म्हणतात. असे भारत, इंग्लंड अथवा अमेरिकेबरोबर द्विपक्षीय करार करू शकतो. या करारानुसार इंग्लंड व अमेरिकेकडून पौंड आणि डॉलर या रूपात कर्ज मिळू शकते. अशी कर्जे विशिष्ट अथवा ठरावीक मुदतीसाठी दिली जातात व त्यावर विशिष्ट व्याजदर आकारला जातो. करारातील उद्दिष्टाप्रमाणेच कर्जाचा वापर करावा लागतो.

(३) द्विपक्षीय अल्पव्याजी (Bilateral Soft Lending) : विकसित देश अल्प विकसित देशांच्या समस्या लक्षात घेऊन त्या दूर करण्यासाठी अल्प विकसित देशांना द्विपक्षीय करारांतर्गत कर्ज देतात. अशी कर्जे विशिष्ट उद्देशानेच दिली जातात. त्यांची परतफेड कर्ज घेणाऱ्या देशाच्या चलनात करावयाची असते. उदा. अमेरिकेने भारताला PL 480 Aid कायद्यातंर्गत दिलेली कर्जे. या कर्जावरील व्याजदर कमी असून त्याची परतफेड भारतीय रुपयात करावयाची होती.

४) बहुपक्षीय कर्ज (Multilateral Lending) : यात बहुराष्ट्रीय संस्थांनी दिलेल्या कर्जाचा समावेश होतो. अशा कर्जाला कोणत्याही प्रकारची मर्यादा येत नाही.

जो अल्प विकसित देश कर्ज घेतो, तो देश कोणत्या कामासाठी व कशा पद्धतीने त्याचा उपयोग करावयाचा याचा निर्णय घेत असतो. या संस्था विकसनशील देशांना कर्जे देण्याच्या उद्देशाने स्थापन झालेल्या असतात. उदा. भारताला दिलेली कर्जे ही Aid India Club तसेच जागतिक बँक, आंतरराष्ट्रीय वित्त महामंडळ (IFC), राष्ट्रसंघ विकास कार्यक्रम (UNDP) आशियाई विकास बँक (ADB) इ. संस्थांनी भारताला कर्ज दिले आहे.

या संस्था आपल्या सभासद देशांना त्यांच्या विकासासाठी कर्जपुरवठा करतात. मुख्यत: रेल्वे, रस्ते, उद्योग इ. विकासासाठी ही कर्जे दिली जातात.

क) आंतरराष्ट्रीय संस्थांकडून कर्ज (Loans from International Institutions)

आंतरराष्ट्रीय पातळीवरील संस्था राजकीय घटकांच्या संमतीविना विकसनशील देशांना गरज आणि व्याप्तीच्या तत्त्वावर कर्ज उपलब्ध करून देते. त्या संस्था म्हणजे

१) भारताला १९४६ पासून जागतिक बँकेने कर्जपुरवठा केला आहे. म्हणजेच जागतिक बँक.
२) आंतरराष्ट्रीय नाणेनिधी (IMF)
३) आंतरराष्ट्रीय विकास सहाय्य (IDA)
४) आंतरराष्ट्रीय संस्था (IFC)
५) आशियाई विकास बँक (ADB)
६) संयुक्त राष्ट्र विकास कार्यक्रम
७) Aid India Consortium

या संस्थांद्वारे विकसनशील देशांना भांडवलाचे स्त्रोत निर्माण होत आहे. राजकीय हस्तक्षेपाविना आर्थिक परिस्थिती अनुकूल नसतानाही कर्जे देतात.

ड) परकीय सहयोग (Foreign Collaboration)

परकीय भांडवल उपलब्ध होण्याचा हा एक नवीन मार्ग किंवा स्त्रोत आहे त्यात परकीय आणि देशांतर्गत सहभागी दायित्व असते. ते विविध प्रकारे दिसून येते. जसे

१) खासगी व्यक्तींची (पार्टीत) सहभागी.
२) परकीय संस्था आणि देशातील सरकार.
३) परकीय सरकार आणि देशातील सरकार यांच्यामध्ये सहयोग वा भागीदारी असते, याद्वारे कर्ज उपलब्ध होते.

ई) बाह्य व्यावसायिक कर्ज किंवा व्यापारी कर्जउभारणी (External Commercial Borrowing)

विकसित देश पतपुरवठा करून त्यापासून फायदे मिळवतात. जसे अमेरिकन एक्झिम

बँक (US Exim Bank) जापनिज एक्झिम बँक, इंग्लंडची इसीजीसी बँक इ. व्यावसायिक कर्जे भांडवल बाजारातून उपलब्ध करून देतात.

६.६ परकीय भांडवलाचे फायदे आणि तोटे (Advantages and disadavntages of Foreign Capital)

अ) फायदे किंवा अनुकूलता

१) औद्योगिक विकास : औद्योगिक विकासात परकीय भांडवलाचे मोठे योगदान आहे, जसे भारत स्वतंत्र झाला त्या वेळी भारताचे औद्योगिक स्वरुप कापड व साखर उद्योगापुरताच मर्यादित होते. पोलादाचे फक्त दोन कारखाने होते. रेल्वे कार्यशाळा व संयोजन तसेच कारखान्यात इंजिनिअरिंगचा मर्यादित विकास झाला होता. परकीय साहाय्यामुळे भारतातील औद्योगिक क्षेत्राचे व्यापक स्वरूपात विविधीकरण झालेले आहे. भारताच्या इंजिनिअरिंग उत्पादनाचा भाग वाढत आहे. औद्योगिकीकरणात वाढ झाली त्याबरोबरच औद्योगिकीय तसेच व्यवस्थापन कुशलतेत वाढ झाली आहे.

२) बचतीची कमतरता भरून काढली : देशांतर्गत बचत आणि विकासासाठी आवश्यक असलेले भांडवल यातील अंतर भरून काढण्यासाठी परकीय भांडवलाची मदत होते. जसे भारताला दुसरी, तिसरी, पंचवार्षिक योजनांदरम्यान परकीय भांडवलाचे भक्कम योगदान मिळाले.

३) विदेश विनिमय अडचणी दूर केल्या : परकीय भांडवलामुळे विदेश विनिमय अडचण दूर होण्यास मदत झाली. तसेच आर्थिक विकासासाठी भारतात ज्या परकीय विनिमयाची अत्यंत आवश्यकता होती ते विनिमय मिळवून देण्याचे कार्य परकीय सहाय्यामुळे झाले. पुरेशा परकीय विनिमयाच्या अभावी आर्थिक प्रगतीसाठी आवश्यक असलेली आयात करता आली नसती.

४) आयात वस्तूंना पर्यायी वस्तू निर्माण करण्यासाठी परकीय भांडवल हे एक महत्त्वाचे साधन आहे. त्यामुळे आयात कमी होऊन निर्यात वाढते. जसे परकीय भांडवलाच्या साहाय्याने भारतात उपभोग्य वस्तूंचे विविधीकरण झाले व त्यामुळे आयातीत घट झाली. परकीय भांडवलामुळे भारतीयांच्या कौशल्यात वाढ झाली. परिणामत: भारताची आयात कमी होऊन निर्यात वाढली.

५) भारताला मोठ्या प्रमाणात इंजिनिअरिंगसंबंधी सेवा आणि संस्थांतर्गत सुधारणा या दोन प्रकारच्या सेवांमध्ये परकीय तंत्रज्ञानाची मदत झाली. त्यामुळे भारतीय निपुणता आंतरराष्ट्रीय क्षेत्रात दिसून आली.

६) मूलभूत ढाचा तयार झाला : जागतिक बँक, आंतरराष्ट्रीय नाणेनिधी

आंतरराष्ट्रीय वित्तीय साहाय्य (IDA) यासारख्या आंतरराष्ट्रीय संस्थांकडून जी मदत मिळाली, त्यामुळे आर्थिक विकासाला आवश्यक ती पूर्वस्थिती व प्रारूप भारत तयार करू शकला.

७) आरोग्य व कुटुंबकल्याण : परकीय मदतीमुळे भारत सरकार संपूर्ण देशात आरोग्य व कुटुंबकल्याण कार्यक्रमाचा विकास करू शकला.

८) उपभोग्य वस्तूत आत्मनिर्भरता : उपभोग्य वस्तूंसाठी परकीय मदत महत्त्वाची ठरते, जसे भारतात दुष्काळ पडला तेव्हा भारत अन्नधान्य, तेल व कच्चा माल यांची सवलतीच्या दरात आयात करू शकला. कृषी संशोधनक्षेत्रात आंतरराष्ट्रीय संघटनांकडून साहाय्य मिळाल्यामुळे अवजारे, उपकरणे, बी-बियाणे, सिंचनव्यवस्था, निरनिराळ्या प्रकारची पिके इ. क्षेत्रात नवीन कृषीतंत्राचा विकास झाला. या नवीन तंत्रामुळे अन्नधान्य उत्पादनात कित्येक पट वाढ झाली. तसेच भारत हरितक्रांतीद्वारे भरभराट करू शकला.

ब) तोटे अथवा प्रतिकूलता

१) विकसनशील देश कर्जाच्या चक्रात अडकतात : विकसित देश अल्प विकसित देशांना कर्ज देतात; हे कर्ज परकीय विनिमयात देण्याचा अट्टहास करतात; तसेच अल्प विकसित देशांना घेतलेले कर्ज परत करताना अवघड जाते. त्यामुळे अल्प विकसित देश कर्जाच्या चक्रात अडकतात.

२) व्यापारतोलावर परिणाम : परकीय कर्जामुळे विकसनशील देशांच्या व्यवहारतोलात असमतोल निर्माण होतो; तसेच कर्जाची परतफेड करावी लागते. परकीय भांडवलाचे फार जुने ओझे असल्याने व्यापारतोलात अडचणी निर्माण होतात व वर्तमान काळावर त्याचा परिणाम होतो.

३) परकीय अवलंबित्व वाढते : परकीय भांडवलाच्या सवयीमुळे देशाचा कल परकीय अवलंबित्वाकडे झुकतो. ते देशाच्या दृष्टीने घातक ठरते. आर्थिक आणि राजकीय स्वातंत्र्यास हानी पोहोचते. परकीय कर्ज देणारे देश विकसनशील देशांच्या अर्थव्यवस्थेवर स्वत:ची धोरणे लादतात.

४) देशांतर्गत गुंतवणूक कमी : परकीय भांडवल उपलब्ध होत असल्याने ती गुंतवणूक फायदेशीर आहे का? त्यामुळे रोजगाराच्या किती संधी उपलब्ध होतील, याचा विचार केला जातो. त्यामुळे देशांतील भांडवल गुंतवणुकीची व्याप्ती कमी राहणे व परकीय गुंतवणुकीला महत्त्व दिले जाते.

५) आर्थिक व राजकीय हस्तक्षेप : विकसित देश पायाभूत व अवजड उद्योगांच्या

विकासाच्या नावाखाली भांडवल देतात. नंतर ते देश आर्थिक व राजकीय धोरणात हस्तक्षेप करतात व त्या देशाला खाली ओढण्याचा प्रयत्न करतात.

६) नैसर्गिक साधनांचा स्वार्थासाठी वापर : वसाहतवादाच्या इतिहासानुसार स्वत:च्या फायद्यासाठी नैसर्गिक साधनांचा वापर केला जातो. परकीय गुंतवणूक ही नैसर्गिक साधनांचा फायदा घेण्यासाठी केली जाते. पूर्वी निर्यातक्षम उद्योगासाठीच परकीय भांडवल दिले जात असे; परिणामी विकसनशील देशांना इतर उद्योगांना भांडवल उपलब्ध झाले नाही.

७) नफ्याचे नि:सारण : औद्यागिक व व्यापारी फायद्यासाठी परकीय भांडवल दिले जाते. त्यामुळे विकसनशील देशांची पिळवणूक होऊन ते देश अधिकच गरीब होतात.

८) विदेशी मदतीमध्ये अनेक अडचणी व गुंतागुंत असल्यामुळे त्यामध्ये अनिश्चितता असते. त्यामुळे या मदतीचा परिणाम योग्य व प्रभावशाली राहील याबाबत साशंकता असते. एखाद्या पंचवार्षिक योजनेतील विशिष्ट प्रकल्प पूर्ण करण्यासाठी परकीय भांडवलाची गरज असते, ती वेळेत मिळाली नाही तर प्रकल्प पूर्ण होत नाही. परिणामी नियोजन अयशस्वी होते. त्यामुळे देश संकटात सापडण्याची शक्यता असते.

९) परकीय भांडवलामुळे उपलब्ध होणारे तंत्रज्ञान व कौशल्य विकसनशील देशांना अनुकूल ठरेलच असे नाही. त्याचा परिणामसुद्धा देशांच्या विकासावर होतो.

१०) परकीय भांडवलाचा मर्यादित वापर केला जात नाही; कारण मिळणारी मदत वेळेवर मिळत नाही. परिणामी विकासाचा वेग मंदावतो म्हणजेच भांडवलाचा पर्यायी वापर होत नाही.

११) परकीय भांडवलामुळे स्वयंकतृत्वाचा विनाश होतो व आत्मसंतुष्टता निर्माण होते, अशी टीका केली जाते. परकीय भांडवलामुळे व विदेशी तंत्राचा वापर केल्यामुळे त्याला पर्यायी देशांतर्गत तंत्रज्ञान शोधले जात नाही. परिणामी देश आपल्या स्वयंपूर्णतेकडे दुर्लक्ष करतो.

सराव प्रश्न :

१. खालील प्रश्नांची प्रत्येकी २० शब्दांत उत्तरे लिहा.

अ) उदारीकरण म्हणजे काय?

ब) खासगीकरण म्हणजे काय?

क) जागतिकीकरण म्हणजे काय?

ड) परकीय भांडवल म्हणजे काय?

२. खालील प्रश्नांची प्रत्येकी ५० शब्दात उत्तरे लिहा.

अ) उदारीकरण ही संकल्पना स्पष्ट करा.

ब) खासगीकरण ही संकल्पना थोडक्यात स्पष्ट करा.

क) परकीय भांडवलाचे स्वरूप स्पष्ट करा.

ड) परकीय भांडवलाचे फायदे सांगा.

३. खालील प्रश्नांची प्रत्येकी १५० शब्दांत उत्तरे लिहा.

अ) जागतिकीकरणाची आव्हाने स्पष्ट करा.

ब) परकीय भांडवलाची भूमिका स्पष्ट करा.

क) परकीय भांडवलाच्या गरजेचे स्पष्टीकरण करा.

ड) परकीय भांडवलाचे फायदे आणि तोटे सांगा.

४. खालील प्रश्नांची प्रत्येकी ३०० शब्दात उत्तरे लिहा.

अ) भारतीय अर्थव्यवस्थेसमोरील उदारीकरण, खासगीकरण आणि जागतिकरणाची आव्हाने स्पष्ट करा.

ब) परकीय भांडवलाची भूमिका स्पष्ट करा.

क) परकीय भांडवलाचे स्वरूप विशद करा.

ड) परकीय भांडवलाचे फायदे आणि तोटे सविस्तर स्पष्ट करा.

प्रकरण ७

परकीय व्यापार आणि व्यवहारतोल

(Foreign Trade and Balance of Payment)

७.१ **प्रास्ताविक** (Introduction)

७.२ **आर्थिक विकासात परकीय भांडवलाचे महत्त्व** (Importance of foreign Trade in Economic Development)

७.३ **व्यापारतोल आणि व्यवहारतोल संकल्पना** (Concept of Balance of Trade and Balance of Payments)

७.४ **भारताचा १९९१ पासूनचा व्यवहारतोल** (India's Balance of payment position since, 1991)

७.१ प्रास्ताविक (Introduction)

देशाच्या आर्थिक विकासासाठी परकीय भांडवलाची गरज असते. भारतासारख्या विकसनशील देशात विकासविषयक उपक्रम पूर्ण करण्यासाठी पुरेसे भांडवल उपलब्ध होत नाही. अशा वेळी वेगवेगळ्या देशांकडून आणि आंतरराष्ट्रीय वित्तीय संस्थाकडून मदत घेतली जाते. परकीय भांडवलाच्या मदतीने नैसर्गिक साधनसंपत्तीचा पुरेपूर वापर करून घेऊन आर्थिक विकास साधता येते.

देशाच्या व्यवहारतोलाच्या संदर्भात आंतरराष्ट्रीय व्यापारात ताळेबंदाची सांख्यकीय नोंद व्यवहारतोलात असते. त्यामध्ये सर्व प्रकारची देणी-घेणी एक देश दुसऱ्या देशाबरोबर ठरावीक काळात (एक वर्षासाठी) करतो. या आंतरराष्ट्रीय व्यवहारामध्ये एक देश दुसऱ्या देशांतून वस्तू व सेवांची आयात करतो तसेच इतर देशांना वस्तू निर्यात करतो. निर्यातीमुळे

देशाला इतर देशांपासून परकीय चलन मिळते. तर आयातीसाठी त्या देशाला इतर देशांना पैसे द्यावे लागतात. त्या देशाचे चलनात आयातमूल्य द्यावे लागते. आयात-निर्यातीत दोन प्रकारच्या बाबी असतात.

१) दृश्य वस्तू,

२) अदृश्य वस्तू किंवा सेवा.

दृश्य वस्तूंमध्ये, अन्नधान्य, टी.व्ही., घड्याळे इत्यादी प्रकारच्या भांडवली व चैनीच्या, सुखद आणि उपभोग्य वस्तूंचा समावेश होतो. या सर्व वस्तूंना आपण स्पर्श करू शकतो, त्यांना पाहू शकतो. त्यामुळे अशा वस्तूंच्या व्यापाराला दृश्य वस्तूंचा व्यापार असे म्हटले जाते. तर अदृश्य वस्तूंमध्ये मुख्यतः बँका, विमा कंपन्या, जहाज कंपन्या, विमान कंपन्या यांनी आंतरराष्ट्रीय व्यापार सुलभ व्हावा म्हणून पुरविलेल्या सेवांचा समावेश होतो. याशिवाय अल्पकाळासाठी आणि दीर्घकाळासाठी दिली जाणारी भांडवली कर्जे, एका देशातील व्यक्तींनी दुसऱ्या देशांत गुंतविलेले भांडवल, परकीयांकडून मिळालेल्या देणग्या किंवा परकीयांना दिलेल्या देणग्या किंवा हानिपूर्ती म्हणून दिलेल्या देण्या-घेण्याचा विचारही अदृश्य वस्तूंच्या व्यापारात केला जातो. या व्यवहारांना आपण स्पर्श करू शकत नाही किंवा डोळ्यांनी पाहू शकत नाही. अशा प्रकारे आंतरराष्ट्रीय व्यापारात दृश्य आणि अदृश्य बाबींच्या देण्या-घेण्यांचा समावेश केला जातो.

७.२ आर्थिक विकासात परकीय व्यापाराचे महत्त्व (Importance of Foreign Trade in Economic Development) :

परकीय व्यापाराची आर्थिक विकासात महत्त्वाची भूमिका असते सनातनवादी आणि नवसनातनवादी अर्थशास्त्रज्ञांनी व्यापाराला देशाच्या आर्थिक विकासात महत्त्वाचे स्थान दिले होते. त्यांनी त्याला विकासाचे इंजिन मानले. याउलट ऐतिहासिक दाखल्या आधारे आंतरराष्ट्रीय असमतोल परराष्ट्रीय व्यापारामुळे झाल्याचे दिसते. विकसित देश परकीय व्यापारामुळे अधिक श्रीमंत झाली. गरीब देश गरीब राहिले. म्हणून विकसनशील देशांना आंतरराष्ट्रीय विशेषीकरणापासून मिळणाऱ्या फायद्यापासून वंचित राहावे लागले तरी आयात पर्यायी वस्तूंच्या उत्पादनावर भर दिल्यामुळे त्यांचा आर्थिक विकास झाल्याचे दिसून येते. आधुनिक काळात परकीय व्यापार हा आधुनिक अर्थव्यवस्थेचा एक अविभाज्य घटक बनला आहे आधुनिक वाहतुकीच्या साधनांमुळे विविध देश एकमेकांच्या जवळ येऊन संपूर्ण जग ही एक बाजारपेठ बनली आहे.

आर्थिक विकासात परकीय व्यापाराचे महत्त्व :

परकीय व्यापार विकसनशील देशांना आर्थिक विकासासाठी उपयोगी आहे. हॅबर्लर यांच्या मते, आंतरराष्ट्रीय व्यापाराने १९ व्या आणि २० व्या शतकांत विकसनशील देशांच्या विकासात मोठी भर घातली आहे.

(१) प्रत्यक्ष फायदे : जेव्हा देश विशिष्ट वस्तूंच्या उत्पादनासाठी विशेषीकरण करतात तसेच श्रमविभागणीचे फायदे मिळविण्यासाठी प्रयत्न करतात. तेव्हा त्यांना कमी खर्चात वस्तू निर्माण करता येतात. तसेच कमी खर्चात उत्पादित झालेल्या वस्तू आयात करता येतात हा आंतरराष्ट्रीय व्यापाराचा फायदा आहे. त्यामुळे देशाचे राष्ट्रीय उत्पन्न, देशातील उत्पादन, आणि आर्थिक विकास यामध्ये वाढ होते.

जेव्हा विकसनशील देशात अपुऱ्या बाजार व्यवस्थेमुळे अडचणी येतात तेव्हा परकीय व्यापारामुळे परकीय उपभोक्त्यांचा ओघ वाढतो त्यामुळे त्यांच्या आर्थिक विकासात मदत होते.

विकसनशील देशांत श्रम आणि भूमी बऱ्याचदा पूर्णपणे वापरली जात नाही. मात्र परकीय व्यापारामुळे निर्यातीसाठी प्राथमिक वस्तूंचे उत्पादन करावे लागते. त्यातूनच क्रम व भूमीचा या उत्पादन घटाकांचा वापर केला जातो.

(२) श्रमविभागणी : प्रत्येक देशाला नागरिकांच्या गरजा भागविण्यासाठी आवश्यक असणाऱ्या सर्व वस्तू व सेवांचे उत्पादन उपलब्ध नैसर्गिक साधनसामग्रीच्या साहाय्याने शक्य नसते. उपलब्ध नैसर्गिक संपत्तीची उपयुक्तता लक्षात घेवून काही विशिष्ट प्रकारच्या वस्तूंच्या उत्पादनात विशेषीकरण साधणे व त्या वस्तूंचे आर्थिक उत्पादन करून त्यांच्या मोबदल्यात इतर वस्तू परदेशांतून आयात करणे हितकारक ठरते. यालाच आंतरराष्ट्रीय श्रम विभागणी म्हणतात.

(३) बाजारपेठांच्या आकाराचा विस्तार : अल्पविकसित देशांत बाजारपेठ छोटी असते त्यामुळे उत्पादनाची पर्याप्त विक्री होत नाही. मालाला फारसा उठाव नसल्याने गुंतवणुकीची प्रेरणा घटते, परकीय व्यापारामुळे बाजारपेठांचा विस्तार होतो व गुंतवणूक व बचतीला प्रोत्साहन मिळते.

(४) संसाधनांचा कार्यक्षमतेने वापर : परकीय व्यापारामुळे उपलब्ध संसाधनांचा उत्पादकता वाढविण्यासाठी वापर करण्यात येतो व संसाधनांची विविध उपयोगातील वाटणी / विभागणी काळजीपूर्वक व व्यवस्थितपणे केली जाते.

(५) उत्पादन खर्चात घट : मोठ्या प्रमाणावर उत्पादन व बाजारपेठांचा विस्तार त्यामुळे मोठ्या प्रमाणातील उत्पादनाचे आंतरिक आणि बाह्य फायदे प्राप्त होतात. परिणामत: उत्पादन खर्च घटतो.

(६) उत्पादनाच्या तंत्रात सुधारणा : अल्पविकसित देशात तांत्रिक ज्ञान बरेच कमी असते त्यामुळे अल्पविकसित अर्थव्यवस्थेत उत्पादनाची तंत्रेही मागासलेली असतात. परकीय स्पर्धेमुळे तांत्रिक प्रगतीला प्राधान्य देण्यात येते. त्यामुळे परंपरागत वस्तूंच्या बाबतीत विशेषीकरण करता येते. परिणामत: आंतरराष्ट्रीय व्यापारात परंपरागत वस्तूंचे योगदान वाढून देशाचा फायदा होतो.

(७) तंतू पदार्थ (Staple Commodities) : वॅटकिन्स यांच्या मते, बरेचसे अल्पविकसित देश हे एक किंवा दोन तंतूच्या वस्तूंच्या उत्पादनाचे विशेषीकरण करतात. ह्या वस्तूंची निर्यात केली तर अल्पविकसित देशांच्या उत्पादनात, रोजगारीत व उत्पन्नात वाढ होते व निर्यात क्षेत्राची वाढ होऊन उत्पादन घटकांनासुद्धा काम मिळते.

(८) विकसनशील देशांत मुळातच यंत्रसामग्री व तंत्रज्ञानाचा अभाव असतो. एकंदर उत्पादनक्षमताच कमी असते. परकीय व्यापारामुळे भांडवली यंत्रसामग्री तसेच तंत्रज्ञानाची आयात करणे सुलभ होते. अशा आयातीचे दोन प्रकार आहेत.

(अ) विकसनशील आयात : ज्या आयातीमुळे नवीन उत्पादनक्षमता निर्माण होते किंवा उपलब्ध असलेल्या क्षमतेत वाढ होते. त्या आयातीला विकसनशील आयात म्हणतात. उदा., पोलाद कारखाने, जल-विद्युतकेंद्रे, रेल्वे इंजिनांचे कारखाने इ. उभारण्यासाठी करावी लागणारी आयात.

(ब) निर्वाह आयात : देशात कच्च्या मालाचा पुरवठा अपुरा असल्यास नवीन निर्माण झालेल्या किंवा उपलब्ध असलेल्या उत्पादनक्षमतेचा पूर्णपणे उपयोग करून घेण्याच्या दृष्टीने कच्च्या तसेच मध्यम टप्यातील वस्तूंची जी आयात केली जाते. तिला निर्वाह आयात म्हणतात.

(९) अप्रत्यक्ष लाभ किंवा फायदे : मिलच्या मते; परकीय व्यापाराचा अप्रत्यक्ष फायदा म्हणजे बाजारपेठांच्या कक्षा रुंदावतात. विशेषीकरणावर भर दिला जातो, यंत्रसामग्रीवर भर दिला जातो, यंत्रसामग्रीवर आधारित उत्पादनपद्धती अवलंबली जाते, नवीन शोध लावले जातात हे अप्रत्यक्ष फायदे आहेत. या शिवाय आंतरराष्ट्रीय जग एक बाजारपेठ बनते, नवीन वस्तू, नवीन माणसे, नवीन भूप्रदेश संपर्कात येतात. तांत्रिक ज्ञानाची देवाण-घेवाण होते.

(अ) भांडवली वस्तूंची आयात करता येते. शेतीजन्य मालाची निर्यात करता येते : परकीय व्यापारामुळे देशांतर्गत वस्तू परकीय वस्तूंच्या बदल्यात निर्यात करता येते देशी अन्नधान्य किंवा शेतीजन्य मालाच्या बदल्यात यंत्रसामग्री निर्यात करता येते.

(ब) शैक्षणिक विकास : परकीय व्यापारामुळे शैक्षणिक विकास होतो विकसनशील देशांत कुशल श्रमिक नसतात. आर्थिक विकासासाठी भांडवल टंचाई असणे मात्र परकीय व्यापारामुळे या अडचणी दूर होतात, हॅबर्लरच्या मते, तांत्रिक ज्ञानाच्या

प्रसारासाठी नवीन शोध निर्मितीसाठी, कौशल्यासाठी परकीय व्यापार हे एक उत्तम साधन आहे, विकसनशील देशांना त्यांच्या आर्थिक उन्नतीसाठी त्याचा उपयोग होतो. अमेरिका, जपान, रशिया यांचा आर्थिक विकास अल्प विकसनशील देशांसाठी मार्गदर्शक ठरला आहे.

(क) मक्तेदारीवर नियंत्रण : परकीय व्यापारामुळे अकार्यक्षम मक्तेदारीस जागतिक स्तरावर सामोरे जावे लागते त्यातून अकार्यक्षम अशा मक्तेदारी संस्था डबघाईला येतात, ज्या कार्यक्षम संस्था असतात त्याच स्पर्धेत टिकतात.

थोडक्यात, विदेशी व्यापारामुळे नैसर्गिक साधनसामग्रीचा पुरेपूर वापर करता येतो. उत्पादन वाढविणे, आधुनिक उत्पादन तंत्र आणि ज्ञान संपादित करण्याचे लाभ मिळविता येतात.

(१०) परकीय व्यापारामुळे वस्तूंच्या किमती अल्पवधीत कमी - जास्त होण्याची प्रवृत्ती टाळता येते.

(११) विविध देशांत सांस्कृतिक देवाण-घेवाण होऊन एकमेकांशी आर्थिक संबंध व स्नेहसंबंध निर्माण होतात.

भारताच्या परकीय व्यापाराची संरचना / रचना आणि दिशा (Composition and Direction of India's Foreign Trade) :

आयातीची आणि निर्यातीची संरचना म्हणजे भारत कोणकोणत्या वस्तूंची आयात - निर्यात करतो व त्या वस्तूंचे आयातीचे प्रमाण एकूण आयातीपैकी व निर्यातीपैकी किती आहे याचा अभ्यास होय. सध्या भारत सुमारे ६००० वेगवेगळ्या वस्तूंची आयात करतो तर सुमारे ७,५०० वेगवेगळ्या वस्तूंची निर्यात करतो.

(अ) भारतातील आयातीची संरचना :

देशाच्या नियोजनात अवजड उद्योग आणि पायाभूत विकासावर जोर देण्यासाठी भांडवली साधनांची मोठ्या संख्येने आयात केली. भारताच्या १९६०-६१ पासून आयातीच्या रचनेत बदल दर्शविले आहे. विशेषत: १९९०-९१ पासूनचे बदल महत्त्वाचे आहेत.

आयातीमध्ये पेट्रोलिअम पदार्थांचा वाटा वाढत आहे. तसेच भांडवली वस्तूंचा आयात वाटा वाढत आहे. तसेच विद्युतयंत्रांचा वाटा वाढत आहे.

वरील तक्ता ७.१ मध्ये एकूण आयातीचे तीन प्रकारात वर्गीकरण केले आहे.

(१) अन्नधान्य वस्तू, विशेषत: खाद्यतेल

(२) मध्यम दर्जाच्या वस्तू आणि कच्चा माल

(३) भांडवली वस्तू

(४) इतर वस्तू

तक्ता ७.१ : मुख्य आयात

(कोटी रुपये)

आयात वस्तू	१९६०-६१	१९७०-७१	१९८०-८१	१९९०-९१	२०००-०१	२००३-०४	२००७-०८
अन्नधान्य बाबी (खाद्यतेल) इ.	२१४ (१९.०७)	२४२ (१४.८१)	३८० (३.०३)	१८२ (०.४२)	९० (०.०५)	८८ (०.०५)	१८२० (०.०१८)
मध्यस्थ वस्तू किंवा अर्धसिद्ध माल	५२७	८८९	९७६०	३२५५०	२०५५०२	३११२७९	N.A.
आणि कच्चा माल भांडवली वस्तू	(४६.९७) ३५६ (३१.७३)	(५४.४१) ४०४ (२४.७२)	(७७.७७) १९१० (१५.२२)	(७५.३५) १०४६६ (२४.२३)	(८९.००) २५२८१ (१०.९५)	(८६.६६) ४७७४१ (१३.२९)	२८५२०९ (२८.२)
इतर / वस्तू	२५ (२.२३)	९९ (६.०६)	४९९ (३.९८)	-	-	N.A.	-
एकूण	११२२ (१००.००)	१६३४ (१००.००)	१२५४९ (१००.००)	४३१९८ (१००.००)	२३०८७३ (१००.००)	३५९१०८ (१००.००)	१०,१२३१२ (१००.००)
निर्देशांक (१९६०-६१=१००)	(१००.०)	(१४५.६३)	(१८७.४५)	(३८५०.१)	(२०५७६.९)	(३२००६.१)	-

(Soruce : Economic survey 2004-2005 and Datt Sundharam 2010 Edition 61st)

(१) अन्नधान्य बाबी : १९६०-६१ च्या एकूण आयातीत अन्नधान्य व इतर खाद्य उपभोग्य वस्तूंचा वाटा १९.०७% होता. १९९०-९१ मध्ये ०.४२% पर्यंत कमी झाला तर २००१-०२ मध्ये मोठ्या प्रमाणात घटला आहे. मात्र नंतर पुन्हा अन्नधान्य व उपभोग्य वस्तूंची आयात वाढली आहे .

२०१३ - १४ मध्ये मात्र अन्नधान्य व संबंधित वस्तूंची आयात वाढली त्याचे मूल्य ५३४ कोटी रुपये होते. पर्यावरणातील होणारे बदल यामुळे अन्नधान्य वाढण्यामध्ये अडथळे निर्माण होतात. २०१४ - १५ मध्ये अन्न धान्यात ५% ने घट होईल असे नुकतेच जाहीर केले त्याला कारण हवामानातील बदल हे सांगितले गेले.

(२) मध्य वस्तू अथवा अर्धसिद्ध उत्पादनाची आयात : या वस्तूंच्या गटात कच्चे रबर, धागा, पेट्रोलिअम व वंगण तेल, खाद्य तेल, रासायनिक खते व रसायने, मोती व बहुमूल्य रत्न, लोह, पोलाद इ. चा समावेश होतो.

१९६०-६१ मध्ये खते आणि रासायनिक उत्पादनांची आयात ८८ कोटी रुपयांवरून २००३-०४ मध्ये २५,९४८ कोटी रुपयांपर्यंत वाढली. भारतीय शेतीत नवीन व्यूहरचनेचा अवलंब केल्याने खतांची मागणी वाढली. त्याचप्रमाणे रसायनांची मागणी जलद वाढली. मोती, इतर उत्कृष्ट मौल्यवान वस्तूंची आयात महत्त्वपूर्णरीत्या वाढली. ती १९७८-७९ मध्ये २२३ कोटी रुपयांची होती. त्यामध्ये वाढ होऊन २००३-०४ मध्ये ३२७५७ कोटी रुपये एवढी झाली. लोखंड आणि पोलादाची वाढ झाली. १९६०-६१ मध्ये १२३ कोटी रुपयांची आयात २००३-०४ मध्ये ६९२१ कोटी रुपयांपर्यंत वाढली. वंगण तेल व पेट्रोलिअमची आयात सर्वोच्च पातळीला पोहोचली. १९६०-६१ मध्ये ६९ कोटी रुपयांची आयात २००३-०४ मध्ये ९४५२० कोटी रुपयांपर्यंत वाढली.

२०१३-१४ मध्ये पेट्रोलिअम पदार्थावर १०००० ६४ कोटी रुपये खर्च झाले. खतांवर ३८२३१ कोटी रु. आयातीसाठी खर्च झाले. मौल्यवान वस्तूंची आयात १,४४,५५७ कोटी रुपयांची झाली.

अशा प्रकारे अर्धासिद्ध वस्तूंची आयात मोठ्या प्रमाणात वाढत आहे.

(३) भांडवली वस्तूंची आयात : दुसऱ्या पंचवार्षिक योजनेपासून भारतीय अर्थव्यवस्थेच्या ध्येयानुसार जलद औद्योगिकीकरण साध्य करण्यासाठी यंत्रे किंवा मशिनरी आणि साधनसामग्रीची आयात मोठ्या प्रमाणात वाढली. तसेच इलेक्ट्रिकल यंत्रे व बिगर इलेक्ट्रिक वस्तू, वाहतूक साधने, विशेषत: आगगाडीचे इंजिन (Locomotives) इत्यादींची आयात झाली.

भांडवली वस्तूंची एकूण आयात १९६०-६१ मध्ये ३५६ कोटी रुपयांची होती, ती २००३-०४ मध्ये ४७७४१ कोटी रुपयांपर्यंत वाढली; ही वाढ एकूण आयातीच्या ३२% आहे एकूण आयात १३.२९% एवढी झाली.

सन २०१३ - १४ मध्ये भांडवली वस्तूंची आयात ४८४२२२ कोटी रुपयांची झाली. तर २०१४ - १५ (एप्रिल ते मार्च) २०११५० कोटी रुपयांची झाली. अशा प्रकारे भांडवली वस्तूंची आयात वाढली आहे. २०१३ - १४ मध्ये एकूण आयात २७१८१८२ कोटी रुपयांची झाली.

कच्चा माल आणि मध्यम वस्तू (Intermediate Goods) ची आयात जलद वाढली. चालू वर्षात त्या हिश्श्यात घट झाली. मशिनरीची आयात ही औद्योगिकीकरणाचे निर्देशक आहे. एका बाजूस स्वतःच्या तंत्रज्ञानाच्या विकासात अपयश आणि दुसऱ्या बाजूस भेदभाव करणारे उदारीकरण हेसुद्धा आयात धोरणाला जबाबदार आहे अशा प्रकारचे घटक वाढीस जबाबदार आहेत.

भारताच्या आयातीच्या रचनेतील बदल सारांश रूपाने पुढीलप्रमाणे-

१) उपभोग्य वस्तूंचे आणि अन्नधान्यांची आयात महत्त्वपूर्णरीत्या घटली आणि देश अन्नधान्य आणि उपभोग्य वस्तूंच्या बाबतीत आत्मनिर्भर बनला. त्याचबरोबर कृषिक्षेत्राची आणि उद्योगक्षेत्राची वाढ होत आहे.
२) औद्योगिकीकरणाची जलद वाढ म्हणजेच कच्चा माल आणि भांडवली वस्तूंची आयात वाढणे.
३) उदारीकरण आणि निर्यात उभारणीसाठी बदलीच्या आयातीच्या धोरणामुळे विशेषत: कच्चा माल अर्धसिद्ध वस्तूची आयात जलद वाढली.

अशा रीतीने भारताचा आयातीच्या उत्पादनाची अर्धी रूपरेषा भारतीय अर्थव्यवस्थेच्या आधुनिकीकरणाच्या जोरदार धक्क्याच्या परिणामी तयार झाली.

तक्ता ७.२

आयातीतील बदल (संरचना) एकूण आयातीपैकी हिस्सा (%)

आयात वस्तू गट	२०११-१२	२०१२-१३	२०१३-१४	२०१४-१५
१) अन्नधान्य व संबंधित वस्तू त्यांपैकी	३.०	३.४	३.२	३.८
अ) कडधान्ये	०.४	०.५	०.४	०.५
ब) काजू	०.२	०.२	०.२	०.३
क) खाद्यतेल	२.०	२.३	२.१	२.४
२) इंधने त्यांपैकी	३५.३	३६.९	४०.२	३७.५
अ) कोळसा	३.६	३.५	३.६	३.८
ब) POL (पेट्रोलिअम, ऑईल, न्युविकंटस्)	३१.७	३३.४	३६.६	३३.८

आयात वस्तू गट	२०११-१२	२०१२-१३	२०१३-१४	२०१४-१५
३) खते	२.३	१.८	१.४	१.६
४) पेपर बोर्ड, न्यूजपिंट इ.	०.५	०.५	०.६	०.६
५) भांडवली वस्तू	१३.३	१२.८	१२.१	१०.५
६) इतर वस्तूंपैकी	४५.७	४४.६	४२.६	४६.०
अ) रसायने	४.९	५.०	५.६	६.०
ब) मौती मौल्यवान व अर्ध मैल्यवान खडे	५.७	४.६	५.३	५.०
क) लोह व पोलाद	२.५	२.२	१.८	२.२
ड) सोने व चांदी	१२.६	११.४	७.४	८.८
इ) इलेक्ट्रॉनिक्स वस्तू	६.७	६.४	६.९	७.४
एकूण	१००.००	१००.००	१००.००	१००.००

(Soruce : Economic survey 2014-2015 P.Agl & 2013-14)

वरील तक्त्यावरून सद्य स्थितीतील आयातीची संरचना स्पष्ट होते.

वस्तूगटांच्या बाबतीत भारताने २०१३ - १४ मध्ये सर्वांत जास्त आयात इंधनाची केली आहे. एकूण आयातीपैकी ४०.२% तसेच ही आयात वाढत असून एप्रिल ते नोव्हेंबर २०१४ - १५ पर्यंत ती ३७.५% झाली आहे. तर त्या खालोखाल भांडवली वस्तूंची १२.१% झाली. जर एप्रिल ते नोव्हेंबर २०१४ - १५ मध्ये ती १०.५% पर्यंत पोहोचली.

वैयक्तिक वस्तूंचा विचार केल्यास २०१३ - १४ मध्ये एकूण आयातीपैकी पेट्रोलिअम ऑईल आणि ल्युबिकंटसूची आयात ३६.६% झाली. तर सोने व चांदी ७.४% झाली तर २०१४ - १५ (एप्रिल ते नोव्हेंबर) मध्ये ती वाढून ८.८% झाली इलेक्ट्रॉनिक वस्तूंची आयात ६.९% झाली. त्या मध्ये वाढ होऊन २०१४ - १५ (एप्रिल ते नोव्हेंबर) मध्ये ७.४% झाली रसायनाची आयात २०१३ - १४ मध्ये ५.६% होती ती २०१४ - १५ मध्ये ६.०० पर्यंत वाढली.

परंतु २०११ - १२ ची तुलना करता सोने आणि चांदीची आयात घटली आहे ती १२.६% वरून ८.८% पर्यंत घटली. परंतु रसायने आणि इलेक्ट्रॉनिक वस्तूंची आयात मात्र याच काळात वाढलेली आहे.

भांडवली वस्तूंची आयात १९५१ पासून सतत वाढत गेलेली आहे. त्याची कारणे

म्हणजे वाढते औद्योगिकीकरण तसेच देशांतर्गत आधुनिक तंत्रज्ञान विकसित करण्याला भारताला आलेले अपयश होय.

तर अन्नधान्य आणि उपभोग्य वस्तूंची आयात १९५१ पासून कमी होत गेलेली दिसून येते.

खनिज तेल, धातू, मोती आणि मौल्यवान खडे, खते, रसायने, औषधे इत्यादींची आयात मोठ्या प्रमाणात वाढत गेली आहे.

ब) भारताच्या निर्यातीची रचना (Composition of Export of India):

भारताच्या निर्यातीचे वर्गीकरण पुढीलप्रमाणे करता येते -

१) कृषी आणि संबंधित उत्पादने : ह्यामध्ये कॉफी, चहा, खाद्यतेले, तंबाखू, साखर, सूत, सुती वस्तू, तांदूळ, मत्स्य व मत्स्य उत्पादने, फळे, भाजीपाला इत्यादी.

२) अशुद्ध धातू आणि खनिजे : ह्यामध्ये अभ्रक, कच्चे लोखंड इत्यादींचा समावेश होतो.

३) कारखानदारी वस्तू : ह्यामध्ये तयार कपडे, चामडे आणि चामड्याच्या वस्तू, हस्तवस्तू, मौल्यवान रत्ने, रसायने, वाहतूक आणि धातूंची उत्पादने, लोखंड आणि पोलाद इत्यादी.

४) वंगण (Mineral Fuels)

५) इतर

१९६५-६६ पासून भारताच्या निर्यात वस्तूंची रचना पूर्णतः बदललेली आहे. तसेच भारताची निर्याती रचना पूर्णत: बदललेली आहे. भारताच्या निर्यातीचा जलद विस्तार होत आहे. भारतीय अर्थव्यवस्थेच्या औद्योगिकीकरण आणि वाढीच्या परिणामी निर्यात बळकट झाली. भारताने स्वावलंबनाचे ध्येय गाठण्यासाठी प्रगती केली आहे.

निर्यात टोपली (Export Basket)

नवीन उत्पादनांची मोठ्या संख्येने वाढ झाली. निर्यातीपासूनच्या उत्पन्नाची भूमिका महत्त्वपूर्ण मानली जाते. काही वस्तू, अभियांत्रिकी वस्तू, चामड्याच्या वस्तू, सूत, कापडासंबंधी वस्तू, मौल्यवान रत्ने, रसायने, लोखंड आणि पोलाद इत्यादी. एकूण निर्यातीत तीन चतुर्थांश वस्तू अपारंपरिक आहेत. परंतु महत्त्वपूर्ण बाबींच्या ३२% पर्यंत आयात वाढली आहे. परिणामी, त्यामुळे त्याचा परिणाम निर्यातीपासूनचे परकीय विनिमयाचे उत्पन्न अत्यंत कमी आहे.

एकूण आयातीत कारखानदारी क्षेत्राचा हिस्सा वाढत आहे. देशाला जलद औद्योगिकीकरण साध्य करावयाचे आहे. त्यासाठी कारखानदारी निर्यातीचे बदल गरजेचे व आवश्यक आहेत.

तक्ता ७.३ : मुख्य निर्यात (Principal Exports)

(कोटी रुपये)

निर्यात वस्तू	१९६०-६१	१९७०-७१	१९८०-८१	१९९०-९१	२०००-०१	२००३-०४	२००७-०८
शेती आणि संबंधित उत्पादने	२८४ (४४.२५)	४८७ (३१.७३)	२०५७ (३०.६)	६३१९ (१९.४१)	२८५८२ (१४.०४)	३६२४७ (१२.३६)	७४०९४ (११.३)
कच्चा माल किंवा अशुद्ध धातू आणि खनिजे	५२ (८.१०)	१६४ (१०.६)	४१३ (६.२)	१४९७ (४.६०)	४१३९ (२.०३)	८८७६ (३.०२)	३६७१७ (५.६)
कारखानदारी किंवा उत्पादित उत्पादने	२९१ (४५.३३)	७७१ (५०.२)	३७४७ (५५.८)	२३७३६ (७२.९२)	१६०७२३ (७८.९५)	२२८२४६ (७७.८०)	४१४४५८ (६३.२)
खनिज, पेट्रोलिअम उत्पादने (mineral fuels)	७ (१.०८)	१३ (०.८)	२८ (०.४)	९४८ (२.९१)	८८२२ (४.३३)	१७१५९ (५.८६)	११४१९२ (१७.४)
इतर	८ (१.२४)	९९ (६.५)	४६५ (६.९)	५५ (०.१६)	१३०५ (०.६५)	२८३९ (०.९६)	१६४०३ (२.५)
एकूण	६४२ (१००.००)	१५३५ (१००.००)	६७११ (१००.००)	३२५५३ (१००.००)	२०३५७१ (१००.००)	२९३३६७ (१००.००)	६५५८६४ (१००.००)
निर्देशक (१९६०-६१=१००)	(१००.०)	(२३९.१)	(१०४५.३)	(५०७०.६)	(३१७०८.९)	(४५६९५.८)	-

कंसातील आकडे एकूण निर्यातीतील हिस्सा (%)

(Soruce : Economic survey 2004-2005 भारतीय आणि जागतिक अर्थव्यवस्था डॉ. एस.व्ही.ढमढेरे, डायमंड पब्लिकेशन्स, पुणे (२०१०-११)

तक्ता ८.२ नुसार काही थोड्या कारखानदारी वस्तूंची निर्यात काळजीपूर्वक झाली आहे. उदा., सूत आणि सुती वस्तू, चामडे आणि चामड्याच्या वस्तू, उत्पादने, ज्वेलरी, रसायने आणि मशिनरी ह्यांचा चालू वर्षात एकूण निर्यातीत मोठा हिस्सा आहे. ह्याकडे लक्ष दिल्यास अनुकूल आणि प्रतिकूल घटक दिसून येतात. अनुकूल बाजूचा विचार करता भारताला नैसर्गिक स्पर्धात्मक फायदा श्रमप्रधान उत्पादनात कमी वेतनाचा फायदा झाल्याने निर्यातीच्या उभारणीत साहाय्य झाले. प्रतिकूल बाबींचा विचार करता भारतीय निर्यात स्पर्धाहीन असल्याने ती ओळवता आली नाही किंवा वाढवता आली नाही. दुसरे म्हणजे जागतिक पातळीवर मध्यम आणि उच्च तंत्रज्ञानाची उत्पादने उच्च दराने निर्माण केली. भारताच्या निर्यातीत कमी (low) तंत्रज्ञानाच्या उत्पादनात जलद वाढ झाली. जागतिक पातळीवर भारत उत्पादन आणि निर्यात उच्च तंत्रज्ञानाची उत्पादने, अभियांत्रिकी उद्योग यांना चांगला स्कोप आहे. सध्या भारतीय बाजारपेठेत निर्यात उत्पादन विकसित केले आहे. परंतु कारखानदारी (manufacturer) उत्पादनांची आवश्यकता आहे.

नागरिकिकरण आणि उदारीकरण धोरणे व जागतिक व्यापार संघटनेचा भारतीय निर्यातीवर परिणाम होत आहे. विशेषत: कापडाची निर्यात, पोलाद, शेती उत्पादने, फळबाग उत्पादने यांना युरोपीय युनियन आणि अमेरिकेने देशांतर्गत पातळीवर निर्यातीसाठी मोठ्या प्रमाणात अनुदाने दिली आहेत.

तक्ता ७.४ : निर्यातीतील बदल संरचना

(एकूण निर्यातीपैकी हिस्सा (%)

निर्यात वस्तू गट	२०११-१२	२०१२-१३	२०१३-१४	२०१४-१५
१) कृषी व संलग्न वस्तू	१२.३	१३.६	१३.७	१२.५
त्यापैकी अ)चहा	०.३	०.३	०.३	०.२
ब) कॉफी	०.३	०.३	०.३	०.३
क) तृणधान्ये	२.१	३.२	३.३	३.१
ड) फळे व भाज्या	०.५	०.५	०.६	०.४
इ) सागरी उत्पादने	१.१	१.२	१.६	१.५
२) खनिजे व मूलद्रव्ये	२.८	१.९	१.८	१.५
३) उत्पादित वस्तू त्यांपैकी	६५.८	६३.४	६३.५	६५.९
अ) कापड व तयार कपडे	६.७	७.०	७.९	८.१
ब) खडे आणि दागिने	१४.७	१४.३	१३.२	१३.५

निर्यात वस्तू गट	२०११-१२	२०१२-१३	२०१३-१४	२०१४-१५
क) अभियांत्रिकी वस्तू	१६.४	१६.२	१७.२	-
ड) रसायने व संबंधित वस्तू	५.६	६.३	६.३	-
इ) चामडे व चामडी वस्तू	१.६	१.७	१.८	२.०
ई) धातू उत्पादने	-	४.७	४.४	५.१
ड) हस्तकला वस्तू	०.१	०.३	०.५	०.४
क) वाहतूक साहित्य	-	५.७	६.४	७.७
४) अशुद्ध पेट्रोलिअम व पेट्रोलिअम पदार्थ	१८.६	२०.६	२०.६	१९.८
५) इतर बिगर वर्गीकृत वस्तू	०.५	०.४	०.५	०.५
एकूण	१००.००	१००.००	१००.००	१००.००

(Soruce : Economic survey 2013-2014 & 2014-15 P.Agl)

वरील तक्त्यावरून वस्तू गटांचा विचार करता २०१३ - १४ मध्ये सर्वाधिक निर्यात एकूण निर्यातीपैकी उत्पादित वस्तूंची निर्यात ६३.५% झाली. त्यानंतर अशुद्ध पेट्रोलिअम पदार्थाची निर्यात २०.६% झाली.

वैयक्तिक वस्तूंचा विचार करता २०१३ - १४ मध्ये अभियांत्रिकी वस्तूंची निर्यात १७.२% पर्यंत वाढली. ती २०१२ - १३ मध्ये १६.२% होती. अशुद्ध पेट्रोलिअम व पेट्रोलिअम पदार्थांची निर्यात २०.६% झाली. तर खडे व दागिन्यांची निर्यात २०१२ - १३ मध्ये १४.३% होती ती घटून १३.२% झाली.

तयार कपड्यांची निर्यात वाढताना दिसून येते. २०११ - १२ मध्ये ती ६.७% होती ती २०१४ - १५ (एप्रिल ते नोव्हेंबर) मध्ये ८.१% पर्यंत वाढली.

एकूण निर्यातीचा विचार करतात २००४ - ०५ पासून सर्वांत जास्त निर्यात अभियांत्रिकी वस्तूंची होती. परंतु २०१३ - १४ मध्ये मात्र अशुद्ध पेट्रोलिअम व पेट्रोलिअम पदार्थांचा पहिला क्रमांक लागला.

२०१२ मध्ये जागतिक निर्यातीतील हिस्सा तांदळाचा २५% होता. मसाल्यांचा १८% होता. चहाचा ८.८% होता तृणधान्य व त्याचे पदार्थ ७.४% हिस्सा होता.

भारत अशुद्ध पेट्रोलची आयात करतो. त्या शुद्धीकरणातून निर्माण होणाऱ्या पदार्थांची देशातील गरज भागल्यानंतर उर्वरित निर्यात केली जाते.

कृषिजन्य वस्तूंची जसे बासमती तांदूळ, फळे, फळे, भाज्या हवाबंद अन्न इ. च्या

निर्यातीत नवीन शेती धोरणामुळे चालना मिळाली.

भारताच्या निर्यात उत्पादित वस्तूंचा वाटा वाढत आहे. मात्र कृषी व खनिजसंपत्तीचा वाटा कमी होत गेला आहे भारतातील काही वस्तूंना परदेशांत मागणी वाढत आहे. जसे, इलेक्ट्रॉनिक वस्तू सॉफ्टवेअर व संबंधित वस्तू, हस्तकला वस्तू व अभियांत्रिकी वस्तू इ.

भारताच्या आंतरराष्ट्रीय व्यापाराची दिशा (Direction of India's Foreign Trade)

भारताच्या परकीय व्यापाराची दिशा व्यापाराच्या प्रादेशिक निर्देशक दिशेने विश्लेषण केले आहे.

अ) आयातीची दिशा

भारताच्या आयातीत महत्त्वपूर्ण बदल १९६०-६१ ते २००३-२००४ पर्यंतचे तक्ता ८.३ मध्ये दिले आहेत. व्यापाराला दिशा देण्याच्या हेतूने भारताच्या व्यापारातील भागीदार पाच गटांत विभागले आहेत.

१) आर्थिक विकास आणि सहकार्य संघटना (OECD) ह्यामध्ये जसे- जर्मनी, फ्रान्स, इंग्लंड, अमेरिका, कॅनडा, ऑस्ट्रेलिया, जपान इत्यादी देशांचा समावेश होतो.

२) पेट्रोल निर्यात देशांची संघटना (OPEC) ह्यामध्ये सहभागी देश जसे इराण, इराक, कुवेत आणि सौदी अरेबिया.

३) पश्चिम युरोप- ह्यामध्ये सहभागी देश जसे- रोमानिया, रशिया इत्यादी.

४) विकसनशील देशांपैकी- ह्यामध्ये जसे आफ्रिका, आशिया, लॅटिन, अमेरिका आणि कॅरेबियन.

५) इतर देश

तक्त्यानुसार भारताच्या एकूण आयातीत OECD चा हिस्सा १९६०-६१ मध्ये ७८% होता, तो २००३-०४ मध्ये ३७.८% पर्यंत कमी झाला. विकासाच्या सुरुवातीच्या काळात विकास प्रक्रियेसाठी संकटकाळात परकीय मदत मिळत होती. त्यामुळे मोठ्या प्रमाणात आयात करणाऱ्या देशांना मदत मिळत होती. अमेरिकेचा आयातीचा हिस्सा १९६०-६१ मध्ये २९.२% होता, तो १९७०-७१ मध्ये २७.१% पर्यंत घटला आणि पुढे सतत घटत गेला. २००३-०४ मध्ये ६.४% पर्यंत घट झाली. २०१३ - १४ मध्ये ५ % पर्यंत घट झाली. अमेरिका अनेक बाबींचा पुरवठा मोठ्या प्रमाणात सतत करत होती हे एक महत्त्वाचे कारण आहे; त्याचप्रमाणे इंग्लंडचा आयातीचा हिस्सा १९६०-६१ मध्ये १९.४% होता; तो २००३-०४ मध्ये अतिशय शार्पली ४.१% पर्यंत घटला २०१३ - १४ मध्ये २.४% पर्यंत घटला आहे.

तक्ता ७.५ : भारताच्या व्यापाराची दिशा (आयात) (Direction of India's Trade)

देश/प्रदेश	१९६०-६१	१९७०-७१	१९८०-८१	१९९०-९१	२०००-०१	२००३-०४	२००७-०८
१) आर्थिक विकास आणि सहकार्य संघटना (OECD)	८७५ (७८.०)	१०४२ (६३.८)	५७४० (४५.७)	२३३१० (५४.०)	९२०९२ (३९.९)	१३५८८९ (३७.८)	७५८३५.५ (३१.६)
इंग्लंड	२१७	१२७	७३१	२८९४	१४४७२	१४८६२	४९५७
अमेरिका	३२८	४५३	१६१९	५२४५	१३७७४	२३१३६	१३२०१.३
जपान	६१	८३	७४९	३२४५	८४१६	१२२५८	६३२३.७
२) पेट्रोल निर्यात देशाची संघटना (OPEC)	५२ (४.८)	१२६ (७.७)	३४८८ (२७.८)	७०४१ (१६.३)	१२३८५ (५.४)	२५९०६ (७.२)	७६१४६.६ (३२.७)
३) पश्चिम युरोप	३८ (३.४)	२३८ (१३.५)	१२९६ (१०.३)	३३७७ (७.८)	२९६८ (१.३)	३३९० (१.६)	५२७.२ (२.२)
४) विकसनशील देशांपैकी	१३२ (११.८)	२३९ (१४.६)	१९६६ (१५.७)	७९६५ (१८.४)	४०३४७ (१७.५)	७२०३७ (२०.१)	८०६२४.६ (३३.६)
आफ्रिका	६३	१६९	२०५	९५९	३८३८	४७०३	१०३५४.४
आशिया	६४	५४	१४३१	६०३३	३३१४९	६१८३०	६४१२५.६
५) इतर देश	२५	७	५९	१५०५	८३०८०	११९६०४	१७६५.६
एकूण	११२२ (१००.०)	१६३४ (१००.०)	१२५४९ (१००.०)	४३१९८ (१००.०)	२३०८७३ (१००.०)	३५९१०८ (१००.०)	२३९६५०.५ (१००.०)

(Soruce : Datt & Sundharam 2010 Edition 61st & Economic survey 2004-2005)

तेलाची निर्यात (OPEC) वाढती दाखवली आहे. १९६०-६१ मध्ये एकूण आयातीच्या ४.८% होती, ती वाढून २७.८% झाली. तेलाच्या किमतीत OPEC देश सारखी कालबद्ध वाढ करीत आहेत. १९७३ मध्ये प्रति बॅरल पेट्रोलची किंमत २ डॉलर होती. १९७९-८० मध्ये २७ डॉलर प्रतिबॅरल झाली. १९९०-९१ पासून घटीला सुरुवात झाली. २००३-०४ मध्ये आयात ७.२% पर्यंत घटली.

आयातीतील पश्चिम युरोपातील हिस्सा १९६०-६१ मध्ये ३.४% होता, तो १९७०-७१ मध्ये १३.५% झाला आणि २००३-०४ मध्ये १.६% पर्यंत घटला संपूर्ण युरोपातील आयात २०१३ - १४ मध्ये १५.८% होती.

विकसनशील देशांचा हिस्सा १९६०-६१ मध्ये ११.८% होता. तो १९९०-९१ मध्ये १८.४% झाला. २००३-०४ मध्ये २०.१% पर्यंत महत्त्वपूर्णरीत्या वाढला त्यामध्ये ६०.७% आयात अशियातून झाली. आफ्रिकेतून ८.१% आयात झाली. पुढील तक्त्यावरून २०१४ - १५ पर्यंतच्या आयातीची स्थिती समजते. आशियन देशांत आयातीत जलद वाढ झाली.

तक्ता ७.६ : भारताच्या आयातीचे प्रदेश आणि देश

प्रदेश देश	२०१२-१३	२०१३-१४	२०१४-१५
१) युरोप	४७५६२६	४२४२६६(१५.८)	३०८७८२(१६.१)
जर्मनी	२८४३२७	३०१२८४(११.१)	१९८८०७ (१०.४)
बेल्जिअम	७७९३४	७८२१०(२.९)	५२६१९ (२.८)
यु. के.	५४५३७	६४६७२ (२.४)	४६२०६ (२.४)
इटाली	३४२३१	३६०४३ (१.३)	२०३१६ (१.१)
युरोपियन मुक्त व्यापार संघटना (EFTA)	१७९६६९	११६९२२ (४.५)	१०३४०५ (५.४)
२) आफ्रिका	२२३५७८	२२१३४० (८.१)	१६९८७६ (८.९)
दक्षिण आफ्रिका कस्टम युनियन (SACU)	४९०९२	३९०८१ (१.५)	३१२२१ (१.६)
- इतर दक्षिण आफ्रिकन	४२४९१	३९९६२ (१.५)	२३३३८) (१.२)
- पश्चिम आफ्रिका देश	८८४८१	१०४५८० (३.८)	९१२१८ (४.८)
- मध्य आफ्रिका	१२४२	६४७ (०.७)	१०६ (०.१)
उत्तर आफ्रिका	३६५४३५	३०९१० (१.१)	१७९२२(०.९०

प्रदेश देश	२०१२-१३	२०१३-१४	२०१४-१५
३) अमेरिका	३२४०८९	३४८४०० (१२.८)	२३६९९९ (१२.४)
उत्तर अमेरिका	१७३८९	१७६९९६ (६.५)	११७०७४ (६.१)
- यु. एस. ए.	१३७२३९	१३५६१३ (५.०)	८८१२८ (४.६)
४) अशिया	१५९२१४२	१६५०४५२ (६०.७)	११३०५५९ (५९.२)
- पूर्वअशिया	७५८२५	६३८२२ (२.४)	४५०५३ (१.७)
- अशियन (ASEAN)	२३३२१६	२४९५९५ (९.२)	१८५३८७ (९.७)
- पश्चिम अशिया	५८७७७८	६१४२८७ (२२.६)	३८६२४७ (२०.२)
- इतर पश्चिम आशिया	१९१३०९	१९७३८७ (७.३)	१२२०३७ (६.४)
- NE अशिया	४८९३५२	५१०३५३ (१८.७)	३८१००० (१९.९)
- दक्षिण अशिया	१४५६२	१५००९ (०.५)	१०८३५ (०.६)
५) Cl आणि बाल्टिक	४२८९१	४६६९४ (१.७)	३४१८६ (१.८)
- इतर Cls देश	४१८२८	४२४२७ (१.६)	३००१७ (१.६)
६) अठरावीक प्रदेश	१०८३७	२५२५८ (०.९)	३०८६६ ९१.६)
एकूण आयात	२६६९१६२	२७१५४३४	१९११२६७ (१०००)

वरील तक्त्यावरून असे दिसून येते की, २०१३ - १४ मध्ये २७ लाख, १५ हजार ४३४ कोटी रुपयांची भारताने आयात केली. तर २०१४ - १५ एप्रिल नोव्हें. मध्ये १९ लाख, ११ हजार, २६७ कोटी रुपयांची आयात केली.

२०१३ - १४ची आयात पुढीलप्रमाणे दिसून येते. एकूण आयातीपैकी आशिया व असियानकडून ६०.७% आयात झाली. युरोपातून १५.८% उत्तर व लॅटिन अमेरिकेकडून १२.८% आफ्रिकेकडून ८.१% तर CIS व बाल्टिक देशातून १.७% आयात झाली. हाच क्रूद २०१४ - १५ मध्ये एकूण आयातीत दिसून येतो. २०१४ - १५ मध्ये एकूण आयातीत दिसून येतो. २०१४ - १५ मध्ये युरोप व आफ्रिकेतील आयात वाढलेली दिसून येते. तसेच इतर प्रदेशांतील आयात वाढलेली दिसून येते. २०१३ - १४ मध्ये एकूण आयातीपैकी चीनची आयात ११.३% होती सौदी अरेबियाकडून ८.१% यु. एस. ए. ६.५% यु. एस. ए. ५.०% एवढी आयात होत होती.

सेवांची आयाती बाबत

२०११ - १२ मध्ये भारताने ८७.२ अब्ज डॉलरची व्यापारी सेवा आयात केली.

त्यात व्यवसाय सेवा ३४.२% आयात केली. त्या खालोखाल वाहतूक सेवा व प्रवास सेवांची आयात केली.

ब) निर्यातीची दिशा

देशाच्या आर्थिक नियोजनाच्या पाच दशकादरम्यान भारताच्या निर्यातीच्या दिशेने विलक्षण बदल झाल्याची नोंद घ्यावी लागते. भारताच्या निर्यातीची दिशा तक्ता ८.४ मध्ये दर्शविली आहे.

१९६०-६१ मध्ये OECD देशांचा एकूण निर्यातीतील हिस्सा ६६.१% होता. ही निर्यात सर्वांत जास्त होती. ती २००३-०४ मध्ये ४६.४% पर्यंत घटली. तर इंग्लंडची निर्यात १९६०-६१ मध्ये २६.९% होती. ती घटून ४.७% पर्यंत कमी झाली. याउलट अमेरिकेत निर्यातीचा हिस्सा १९६०-६१ मध्ये ११.१% होता. तो २००३-०४ मध्ये वाढून १८.००% इतका झाला.

भारताच्या निर्यातीत जपानची निर्यात घटताना दिसून येते. १९६०-६१ मध्ये ११.१% होती, ती २००३-०४ मध्ये २.७% पर्यंत घटली; त्याचप्रमाणे युरोपिअन युनियनचा हिस्सा घटला आहे. १९६० मध्ये ३६.२% होता; तो २००३-०४ मध्ये २१.१% झाला.

OPEC मध्ये भारताचा निर्यातीचा हिस्सा सुरुवातीस १९६०-६१ मध्ये ४.१% होता, तो वाढून २००३-०४ मध्ये १५% झाला व २००७-०८ मध्ये १६.५% पर्यंत वाढला.

भारताची पश्चिम युरोपातील सुरुवातीची निर्यात १९६०-६१ मध्ये ७.००% होती. ती १९८०-८१ मध्ये २२.१% पर्यंत वाढली, परंतु; त्याला कारणीभूत साम्यवादाची विभाजनाची स्थिती आहे. १९९०-९१ पासून हा हिस्सा घटत जाऊन २००३-२००४ मध्ये १.८% पर्यंत घटला व २००७-०८ मध्ये २.१ पर्यंत वाढला.

भारताची निर्यात लॅटिन अमेरिका, आफ्रिका, आशिया या विकसनशील देशांत वाढीचा कल आहे. १९६०-६१ मध्ये १४.८% होती. वाढून २००३-०४ मध्ये २७.६% झाली. आफ्रिकेतील १९६०-६१ मध्ये निर्यातीचा हिस्सा ६.३% होता. तो २००३-०४ मध्ये ३.३% पर्यंत कमी झाला. त्यातील आशियाचा एकत्रित हिस्सा १९६०-६१ मध्ये ६.९% होता; तो २००३-०४ मध्ये २७.६% झाला.

असा निष्कर्ष निघतो की, २००३-०४ च्या शेवटी OECD मध्ये भारताची सुरुवातीची निर्यात ४६% होती. तर विकसनशील देशांत ३२.६% होती. OPEC चा हिस्सा १५% होता आणि पश्चिम युरोपाचा १.८% होता. भारत OECD वरती अधिक अवलंबून होता. ती निर्यात घटली. २००७-०८ मध्ये OECD मध्ये भारताची निर्यात

तक्ता ७. ७ : भारताच्या व्यापाराची दिशा (निर्यात) (Direction of India's Trade)

(कोटी रुपये)

देश/प्रदेश	१९६०-६१	१९७०-७१	१९८०-८१	१९९०-९१	२०००-०१	२००३-०४	२००७-०८ अंदाजपत्रकीय
१) आर्थिक विकास आणि	४२५	७६९	३१२६	१७४२८	१०७२३८	१३६१५१	६१६६९
सहकार्य संघटना (OECD)	(६६.१)	(५०.१)	(४६.५)	(५३.५)	(५२.७)	(४६.४)	(३८.८)
पैकी इंग्लंड	१७३	१७०	३९५	२१२८	१०५०२	१३८९२	६५७९.५
अमेरिका	१०३	२०७	७४३	४७९७	४२५१०	५२७९६	२०७००.४
जपान	३५	२०४	२१८	३०३९	८१९६	७८५४	३५७२.४
२) पेट्रोल निर्यात देशांची	२६	९९	७४५	१८३१	२२२२३	४३९७१	२६१७४.४
संघटना (OPEC)	(४.१)	(६.४)	(११.१)	(५.६)	(१०.९)	(१५.०)	(१६.५)
३) पश्चिम युरोप	४५	३२३	१४८६	५८१९	४९६४	५१३६	३३८०.७
	(७.०)	(२१.०)	(२२.१)	(१७.९)	(२.४)	(१.८)	(२.१)
४) विकसनशील देशांपैकी	९५	३०५	१२८६	५४६५	५४२८२	९५६७४	६७१९९.९
	(१४.८)	(१९.८)	(१३.४)	(१४.३)	(२१.४)	(२७.६)	(४२.३)
आफ्रिका	४०	१२९	३५०	६६८	६४८९	९६६५	१२०४३.९
आशिया	४५	१६६	९००	४६६५	४३५६६	८१०१०	५००८०.०
५) इतर देश	५१	३९	६८	२०१०	१४८६४	१२४३५	५८२.७
	६४२	१५३५	६७११	३२५५३	२०३५७१	२९३३६७	१५९००६.७
	(१००.०)	(१००.०)	(१००.०)	(१००.०)	(१००.०)	(१००.०)	(१००.०)

३८.८% होती. तर विकसनशील देशांत ४२.३% पर्यंत वाढ झाली. ओपेकचा हिस्सा १६.५% पर्यंत वाढला व पश्चिम युरोपचा २.१% पर्यंत वाढला. भारताची निर्यात इतर विकसनशील देशांत, विशेषतः आफ्रिका व आशिया खंडांत वाढली आणि विकासासाठी आवश्यक ती दिशा मिळाली.

तक्ता ७.८ : भारताच्या निर्यातीचे प्रदेश आणि देश

प्रदेश / देश	२०१२-१३	२०१३-१४	२०१४-१५
१) युरोप	३०४७४३	३५३७११ (१८.६)	२३०००० (१७.९)
- यु. के.	४७०७८	५९४७८ (३.१)	३८०८० (३.०)
- नेदरलँड	५७३८०	४८७५७ (२.५)	२६१७१ (२.०)
जर्मनी	३९४०७	४५५६१ (२.४)	३०५१७ (२.४)
बेल्जिअम	२९९२७	३७६८७ (२.०)	२२६२४ (१.८)
इटली	२३७८२	३१८९२ (१.७)	२१५४४ (१.७)
फ्रान्स	२७१०९	३०९५४ (१.६)	१९३५० (१.५)
- युरोपिअन मुक्त व्यापार संघटना	७५०३	१२२५० (१.००)	५११५ (०.४)
- इतर युरोपिअन देश	२२८२०	२८३१७ (१.५)	२३४६५ (१.८)
२) आफ्रिका	१५८६०५	१८९७८२ (९.९)	१४१०२७ (११.०)
- दक्षिण आफ्रिका कस्टक युनियन (SACU)	२८७५३	३२७५७ (१.७)	२५१४१ (२.०)
- दक्षिण आफ्रिकन देश	३५५०२	४२४४१ (२.२)	२९४८७ (२.३)
- मध्य आफ्रिका	५०६८	६६२३ (०.३)	४८८३ (०.४)
पूर्व आफ्रिका	४८१३५	६०८२७ (३.२)	४३२५७ (३.४)
उत्तर आफ्रिका	३०८८६	३२९४८ (१.७)	२३७९४ (१.९)
३) अमेरिका	२९०२२५	३२८१७३ (१७.२)	२४९२९१ (१९.४)
- उत्तर अमेरिका	२१६७१६	२६२६०५ (१३.८)	१९५८८२ (१५.३)
- लॅटिन अमेरिका	७३५०९	६५५६८ (३.४)	५३३३९ (४.२)
- ब्राझील	३२८३२	३३८७१ (१.८)	३०६३६ (२.४)

प्रदेश / देश	२०१२-१३	२०१३-१४	२०१४-१५
४) आशिया	८३०९१४	९४२०४६ (४९.४)	६३३७१७ (४९.४)
- पूर्व अशिया	१४८८७	१६२८४ (०.९)	१२८६५ (१.०)
- अशियन (ASEAN)	१७९४२०	२००१८३ (१०.५)	१२७४७० (९.९)
पश्चिम अशिया GCC	२७८०००	२९११०८ (१५.३)	२१०२६३ (१६.४)
इतर पश्चिम अशिया	६१२८२५	७९२४१ (४.२)	४७१६२ (३.७)
NE अशिया	२१४५७१	२४८०९५ (१.३०)	१५५३२६ (१२.१)
दक्षिण अशिया	८२२१२	१०६३३५ (५.६)	८०६३२ (६.३)
५) CIS आणि बाल्टिक	२००४६	२११४९ (१.१)	१३७५५ (१.१)
- इतर CIS देश	१७०४६	१७८९३ (०.९)	११३६४ (०.९)
- अठरावीक प्रदेश	२९७८५	६९७७४ (३.७)	१४६५७ (१.१)
एकूण निर्यात	१६३४३१८	१९०५०११ (१००.००)	१२८२३७७ (१००.००)

वरील तक्त्यांवरून असे दिसून येते की १९९० - ९१ मध्ये भारताने १७४२८ कोटी रुपयांची निर्यात केली होती ती २०१३ - १४ पर्यंत १९ लाख, पाच हजार, अकरा कोटी पर्यंत वाढली.

प्रदेश व देशांचा विचार करता २०१३ - १४ मध्ये एकूण एकूण निर्यातीपैकी अशिया व आसियाना देशांत ४९.४% निर्यात केली. युरोपात १८.६% उत्तर आणि दक्षिण अमेरिकेत १७.२% आफ्रिकेत ९.९% तर CIS व बाल्टिक देशात १.१% निर्यात केली.

सन २०१४ - १५ चा विचार करता आफ्रिकन देशांत निर्यात वाढली ती ११ % एवढी झाली. तसेच अमेरिकेमध्येसुद्धा ती वाढली. ती १९.४% पर्यंत वाढली २०१३ - १४ मध्ये भारताने सर्वांत जास्त निर्यात यु. एस. ए. मध्ये १२.५% केली. यु. ए. ई. मध्ये ९.८% चीनमध्ये ४.७% हाँग काँगमध्ये ४.०% आणि सिंगापूर मध्ये ४.०% केली.

आर्थिक सहकारी आणि विकास हा संघटना (OECD) या गटातील देशांची भारताचा मोठा आयात निर्यात व्यापार चालू आहे.

परंतु सध्या या देशांतील आयात-निर्यातीचे प्रमाण कमी होत आहे. या गटांतील सदस्य देश म्हणजे कॅनडा, जपान, यु. एस. ए. पश्चिम युरोपिय देश, ऑस्ट्रेलिया इ. होत.

विदेशी सेवा व्यापाराचा विचार करता जागतिक व्यापार संघटनेअंतर्गत १६१

व्यापारसेवांचा समावेश केला आहे.

एकूण निर्यातीत २०१२ मध्ये भारताने १४२.३ अब्ज डॉलरच्या मूल्याची व्यापारी सेवा निर्यात केली. त्यातील सॉफ्टवेअर सेवांचा हिस्सा सर्वांत जास्त आहे. तो ४३.७% एवढा आहे. त्यानंतर प्रवास सेवा व वाहतूक सेवांचा क्रमांक लागतो सर्वांत जास्त सेवा अमेरिकेला व त्यानंतर इंग्लंडला निर्यात केल्या जातात.

७.३ व्यापारतोल आणि व्यवहारतोल संकल्पना (Concept of Balance of Trade and Balance of Payments) :

(अ) व्यापारतोल (Balance of Trade) संकल्पना :

आंतरराष्ट्रीय व्यापारात दृश्य वस्तूंचे व अदृश्य वस्तूंचे व्यवहार केले जात असल्याने देण्या-घेण्याच्या व्यवहारांचे हिशेब दोन प्रकारांनी केले जातात- १) आंतरराष्ट्रीय व्यापारतोल, २) आंतरराष्ट्रीय व्यवहारतोल.

व्यापारतोलात प्रामुख्याने दृश्य वस्तूंच्या व्यापाराचा समावेश होतो. एखाद्या देशाने विशिष्ट कालावधीत (साधारण एक वर्ष) जेवढ्या दृश्य वस्तूंची आयात व निर्यात केली असेल त्याच्या हिशेबाला किंवा आढाव्याला व्यापारतोल असे म्हटले जाते. म्हणजेच व्यापारतोलात वाणिज्य व्यवहारांचा समावेश होतो असे म्हणता येते. फार पूर्वीपासून अर्थशास्त्रात अनुकूल व प्रतिकूल व्यापारतोलाचा उल्लेख आढळून येतो. विशेषतः व्यापारतोल असला म्हणजे दृश्य वस्तूंची निर्यात आयातीपेक्षा जास्त असली तर देशात सोन्या-चांदीसारख्या मौल्यवान धातूंचा ओघ मोठ्या प्रमाणात येत असल्याने व्यापारवादी विचारवंतांनी व्यापारतोल अनुकूल असावा, प्रतिकूल असू नये अशा प्रकारची मते मांडली. व्यापारतोलाच्या हिशेबात जमा-खर्च या दोन बाजूंपैकी एका बाजूचे दुसऱ्या बाजूवर अधिक्य असू शकते. जमा बाजूचे खर्च बाजूवरील अधिक्य म्हणजे अनुकूल व्यापारतोल होय. याउलट खर्च बाजूचे जमा बाजूवरील अधिक्य म्हणजे प्रतिकूल व्यापारतोल होय. व्यवहारतोलात फक्त दृश्य वस्तूंच्या आयात-निर्यातीचा विचार करून आंतरराष्ट्रीय व्यापार अनुकूल का प्रतिकूल आहे हे ठरविता येत नाही. तर **दृश्य वस्तूंच्या आयात निर्यातीबरोबर अदृश्य वस्तूंच्या आयात-निर्यातीचाही विचार करून एखाद्या देशाच्या परकीय व्यवहारांचा विचार केला जातो आणि या दृष्टिकोनातून व्यापारतोलापेक्षा व्यापक व्यवहारतोल संकल्पना मांडली जाते.**

व्यापारतोलाच्या तीन संकल्पना :

(१) समतोल व्यापारतोल (Balanced Balance of Trade) एखाद्या देशाचे एका वर्षातील दृश्य वस्तूंच्या आयातीचे मूल्य आणि दृश्य वस्तूंच्या निर्यातीचे मूल्य समान झाले असेल तर त्या देशाचा व्यापारतोल समान आहे असे म्हणतात,

उदा., एका वर्षात भारताने १५,००० कोटी रुपयांच्या दृश्य वस्तू आयात केल्या व त्याच काळात १५,००० कोटी रुपयांच्या दृश्य वस्तू निर्यात केल्या तर भारताचा व्यापारतोल समतोल होईल. परंतु असमतोल कधी साधला जाऊ शकत नाही.

(२) अनुकूल व्यापारतोल : (Favourable Balance of Trade) : एखाद्या वर्षी देशातील दृश्य वस्तूंच्या आयात मूल्यापेक्षा निर्यात मूल्य जास्त असते तेव्हा निर्यात जास्त झाल्याने इतर देशांकडून येणे असेल तर त्या देशाचा व्यापारतोल अनुकूल आहे असे म्हटले जाते उदा., एका वर्षात भारताने १५,००० कोटी रुपये किमतीच्या दृश्य वस्तूंची निर्यात केली आणि त्या कालावधीत १२,००० कोटी रुपये किमतीच्या दृश्य वस्तूंची आयात केली असेल तर इतर देशांकडून भारताला ३,००० कोटी रुपये येणे निर्माण होईल व व्यापारतोल अनुकूल होईल.

(३) प्रतिकूल व्यापारतोल (Unfavourable Balance of Trade) : एखाद्या वर्षी देशातील दृश्य वस्तूंच्या निर्यात मूल्यापेक्षा आयात मूल्य जास्त असेल तर संबंधित देशाचे देणे निर्माण होऊन व्यापारतोलात तूट निर्माण होईल. ह्यालाच प्रतिकूल व्यापारतोल म्हणतात. उदा., भारताने एका वर्षात १५,००० कोटी रु. किमतीच्या दृश्य वस्तूंची निर्यात केली आणि याच काळात १८,००० कोटी रु. वस्तूंची आयात केली तर भारताच्या व्यापारतोलात ३,००० कोटी रुपयांची तूट निर्माण होईल.

अनुकूल व्यापारतोल आणि प्रतिकूल व्यापारतोल या संज्ञा व्यापारवादी अर्थशास्त्रज्ञांनी अठराव्या शतकात वापरात आणल्या. कारण त्यावेळी व्यापरतोलात जेवढी तूट निर्माण होत असे तेवढ्या किमतीच्या सोन्याची संबंधित देशाला निर्यात करावी लागे. म्हणूनच त्यांनी देश आर्थिकदृष्ट्या समृद्ध करण्यासाठी देशाचा व्यापरतोल नेहमी अनुकूल ठेवण्याच्या धोरणाचा पुरस्कार केला. सध्या एकूण आंतरराष्ट्रीय आर्थिक व्यवहारात मोठ्या प्रमाणात वाढ झाली आहे. दृश्य वस्तूंच्या आयात निर्याती बरोबरच अदृश्य किंवा सेवारूपी वस्तू यांची आयात निर्यात वाढल्याने अनुकूल व्यापारतोल अथवा प्रतिकूल व्यापारतोल याला विशेष महत्त्व राहिलेले नाही. एखाद्या देशाच्या व्यापारतोलात निर्माण झालेली तूट विमा व्यवसाय, बँकिंग व्यवसाय, वाहतूक व्यवसाय यांसारख्या सेवांचा पुरवठा अन्य देशांना करून भरून काढता येतो. म्हणूनच आंतरराष्ट्रीय व्यापारतोला-पेक्षा आंतरराष्ट्रीय व्यवहारतोलाची संकल्पना अधिक व्यापक आणि महत्त्वपूर्ण ठरते.

(ब) व्यवहारतोल संकल्पना (Concept of Balance of Payments) :

एका विशिष्ट कालखंडात (सामान्यत: एका वर्षाच्या) देशातील नागरिकांनी इतर देशांशी केलेल्या सर्व आर्थिक व्यवहारांचे सर्व समावेशक विवरण म्हणजे व्यवहारतोल होय.

दृश्य वस्तूंच्या आयात-निर्यातीबरोबरच अदृश्य वस्तूंच्या आयात-निर्यातीचाही विचार देशाच्या परकीय व्यापारात केला जातो. त्या बाबींना आंतरराष्ट्रीय व्यापारात व्यवहारतोल संकल्पनेला महत्त्वाचे स्थान आहे; त्यानुसार आंतरराष्ट्रीय नाणेनिधीने व्यवहारतोलाची व्याख्या पुढीलप्रमाणे केली आहे -

'व्यवहारतोल म्हणजे एखाद्या देशातील रहिवाशांनी इतर देशांच्या रहिवाशांबरोबर एका विशिष्ट कालावधीत केलेल्या सर्व आर्थिक व्यवहारांचा व्यवस्थाबद्ध हिशेब होय.' (The balance of payment for a given period is defined as a systematic record of all economic transactions during the period between residents of the reporting country and residents of other country - IMF).

एल्सवर्थ (Ellsworth) यांच्या मते, 'एका विशिष्ट कालखंडात एखाद्या देशातील रहिवासी आणि इतर जगाच्यामध्ये केलेल्या सर्व देण्या-घेण्याचे संक्षिप्त विवरण होय.'

(This is a summary statement of all the transactions between the residents of one country and the rest of the world. It covers a given period of time usually a year.)

आंतरराष्ट्रीय व्यवहार देणे (debits) आणि येणे (credits) अशा दोन गटांत वर्गीकरण केले जाते. परदेशांतून उत्पन्न आपल्या देशात येते त्या वेळेस येणे बाजूला (receipts side) येते. देश दुसऱ्या देशांचे देणे लागतो, त्या सर्व बाबी देणे बाजूला (debits side) येतात. देशातील आंतरराष्ट्रीय व्यवहारांची केलेली नोंद द्विनोंदी पद्धतीने (Double entry book-keeping system) केली जाते; म्हणजे आंतरराष्ट्रीय विनिमय व्यवहार दोन वेळा नोंदविला जातो. एकदा येणे (credits) आणि दुसऱ्यांदा देणे (debit) म्हणून नोंदविला जातो.

देशाचे व्यवहारतोलाचे खाते

$$B = R_f - P_f$$
व्यवहारतोल = परकीय येणे - परकीय खर्च
$$B = \text{व्यवहारतोल}$$
$$R_f = \text{परकीय येणे}$$
$$P_f = \text{परकीय खर्च}$$

परिस्थिती ऋण फरकाची असेल तर तुटीचा व्यवहारतोल असे म्हटले जाते.

व्यवहारतोलात समाविष्ट केल्या जाणाऱ्या बाबी / घटक (Components of Balance of Payments)

व्यवहारतोल दोन विभागांत समाविष्ट केला जातो - १) चालू खाते आणि २) भांडवली खाते. ह्या खात्यांची माहिती पुढीलप्रमाणे-

तक्ता ७.१ : व्यवहारतोल खाते - रचना आणि घटक

जमा (+) (येणे)	खर्च (-) (खर्च)
१. चालू खाते	
आयात	**निर्यात**
१) वस्तू	१) वस्तू
२) सेवा	२) सेवा
३) हस्तांतरण देयता (Transfer payments)	३) हस्तांतरण देयता (Transfer payments)
२. भांडवली खाते	
१) इतर देशांपासून कर्ज	१) इतर देशांना दिलेले कर्ज, परतफेड व्याज इत्यादी
२) परकीय देशांमधून प्रत्यक्ष गुंतवणूक	२) परकीय देशांत प्रत्यक्ष गुंतवणूक
३. समायोजन खाते	
१) परकीय सरकारने धारण केलेली वाढ	१) परकीय चलन आणि सोन्याची सरकारकडे वाढती ठेव
चूकभूल	

अ) चालू खाते -

चालू खात्यात दृश्य बाबी आणि अदृश्य बाबी असतात.

दृश्य वस्तूंची आयात व निर्यात यांची नोंद असते; तर अदृश्य आयात-निर्यातीमध्ये सेवांचे मोबदले किंवा देणग्या यांचा समावेश होतो. अदृश्य बाबींमध्ये जहाज सेवा, बँकिंग, विमा, कर्जावरील व्याज, पर्यटकांचा खर्च, परकीय मदत इत्यादी.

खर्चाच्या बाजूस देशात आयात होणाऱ्या सोन्याचे मूल्य, जहाज वाहतूक, बँका,

विमा कंपन्यांच्या सेवांचे मूल्य; देशातील रहिवाशांनी परदेशांत जाऊन केलेला खर्च यांचा समावेश होतो. तर जमेच्या बाजूस देशातून निर्यात होणाऱ्या दृश्य वस्तूंचे मूल्य, देशातून निर्यात होणारे सोने, देशातील बँका, विमा कंपन्या, जहाज कंपन्या इत्यादी सेवांचे मूल्य, परकीय प्रवाशांचा खर्च इत्यादींचा समावेश होतो.

चालू खात्यातील व्यवहारतोल संतुलित असतोच असे नाही; तर तो अनुकूलही असतो अथवा प्रतिकूलही असू शकतो. चालू खात्यातील हे असंतुलन व्यवहारतोलातील भांडवली खात्यातील देण्या-घेण्याच्या व्यवहारामुळे दूर होऊन पुन्हा समतोल साधला जातो.

ब) भांडवली खाते

व्यवहारतोलात मुख्यत: अल्प आणि दीर्घ मुदतीच्या कर्जाचा समावेश होतो. त्यामध्ये -

   i) बाह्य मदत : परकीय देशांनी कमी सवलतीच्या दराने दिलेली कर्जे.

   ii) व्यापारी कर्जे : खासगी क्षेत्र आणि सरकारला दिलेली कर्जे, उदा., जगातील वित्त बाजार, उच्च व्याजदराने कर्ज देणे.

   iii) अल्पकालीन जमा.

   iv) अनिवासी भारतीयांनी ठेवलेली ठेव.

   v) परकीय गुंतवणूक आणि इतर भांडवली बाबी.

सोन्याचा निव्वळ प्रवाह व अल्पकालीन भांडवलाची आयात किंवा निर्यात अशा प्रकारच्या भांडवली खात्यातील व्यवहारामुळे व्यवहारतोल समतोल ठेवला जातो. व्यवहारतोल अनुकूल असेल तर तो देशपरदेशांत भांडवल गुंतवू शकेल म्हणजेच भांडवल देशाबाहेर जाईल; त्यामुळे चालू खात्यातील अधिक्य व भांडवली खात्यातील तूट यांमुळे व्यवहारतोलात समतोल निर्माण होईल; याउलट जर व्यवहारतोल प्रतिकूल असेल व चालू खात्यातील तूट भरून काढण्यासाठी परदेशांतून अल्पकालीन कर्ज घेतले जाईल. म्हणजेच भांडवल देशात येऊन भांडवली खात्यात अधिक्य निर्माण होईल व पुन्हा समतोल साधला जाईल.

अशा रीतीने भांडवली खात्यातील व्यवहार हे व्यवहारतोलात हिशेबी संतुलन घडवून आणत असतात; याच अर्थाने व्यवहारतोल हा नेहमी समतोल असतो असे म्हटले जाते.

क) समायोजन खाते

ह्यालाच सरकारची संरक्षित मालमत्ता असेही म्हटले जाते. इंग्लंड आणि अमेरिकेच्या बाबतीत प्रदेश, देश स्वतंत्र दाखवता येतात. त्याचे व्यवहार स्वतंत्र असल्याने सरकार

निव्वळ सरकारी राखीव संपत्ती ठेवते. सरकार तडजोडीने देयता बदलते. देयकाची जबाबदारी सरकारवर असते. प्रत्येक वर्षी सरकारी राखीव संपत्तीत बदल होतो. सरकारी राखीव संपत्ती परकीय चलनात बदलता येते आणि तशी तरतूद आंतरराष्ट्रीय नाणेनिधी (IMF) मध्ये आहे.

ड) चूक आणि भूल खाते

जमाखर्चाची तिन्ही खाती बरोबर असल्यास त्यामुळे समतोल होतो. ही देशाच्या व्यवहारतोल समतोलाची बाब आहे. देशाचा व्यवहारतोल द्विनोंदी लेखाकर्म पद्धतीने तयार केला जातो. त्यामुळे प्रत्येक बाब देणे आणि घेणे बाजूला येते. त्यामुळे लेखाकर्माच्या दृष्टीने देशाचे येणे आणि घेणे दोन्ही सारखे दिसतात.

व्यवहारतोलाच्या चालू खाते भांडवली खाते या दोन्ही खात्यांचा एकत्रित विचार केल्यास व्यवहारतोलाचा समतोल समजतो.

प्रतिकूल व्यवहारतोल : जेव्हा एखाद्या देशाच्या एकूण दृश्य व अदृश्य आयातीचे मूल्य हे एकूण निर्यात मूल्यापेक्षा जास्त असते. तेव्हा देशाचा व्यवहारतोल प्रतिकूल होतो.

प्रतिकूल व्यवहारतोलात चालू खात्यावर तूट निर्माण झालेली असते. ही तूट भरून काढण्यासाठी भांडवली खात्यावरील येणी वाढवावी लागतात. त्यासाठी सोन्याची निर्यात करणे, परदेशांत कर्ज उभारणे, नाणेनिधीसारख्या आंतरराष्ट्रीय संस्थांकडून कर्ज घेणे, परकीय मदत मिळविणे अथवा पूर्वी परदेशांत केलेली गुंतवणूक असेल तर ती मोडणे, गंगाजळीचा वापर करणे इ. मार्गांचा अवलंब करावा लागतो. भांडवली खात्याच्या साहाय्याने चालू खात्यावरील तुटीचे समतोल करावे लागते. एखाद्या देशाच्या दृष्टीने काही काळ व्यवहारतोल प्रतिकूल असला तर बिघडत नाही. परंतु सातत्याने व्यवहारतोलाच्या चालू खात्यात तूट निर्माण होणे देशाच्या दृष्टीने गंभीर असते.

अनुकूल व्यवहारतोल : एखाद्या देशाच्या एकूण दृश्य व अदृश्य आयात मूल्यापेक्षा निर्यात मूल्य जास्त असेल तर त्या देशाचा व्यवहारतोल अनुकूल आहे असे म्हणतात. अशा वेळी संबंधित देशाच्या व्यवहारतोलाच्या चालू खात्यावर वाढावा निर्माण होतो. देशाचे आयुष्य वाढते. परदेशांतील गुंतवणूक वाढते परकीय चलनाची गंगाजळी वाढते. परदेशाकडून सोने मिळते. अथवा तेवढ्या किमतीचे परदेशाला कर्ज घ्यावे लागते. ही रक्कम भांडवली खात्यात खर्च दाखवून व्यवहारतोलाच्या जमा आणि खर्च या दोन्ही बाजूस समतोल साधला जातो.

एकूण व्यवहारतोलाचा विचार केल्यास त्यामध्ये नेहमी समतोल असतो.

(Balance A Payments is Always Equilibrium) ज्यावेळी परकीय चलनाची मागणी आणि परकीय चलनाचा पुरवठा समान होतात. त्यावेळी समतोल साधला जातो.

व्यवहारतोलातील असमतोल : व्यवहारतोलातील चालू खात्यात तूट अथवा वाढावा निर्माण झाला असेल तर त्याला व्यवहारतोलातील असमतोल म्हणतात. व्यवहारतोलात आर्थिक, राजकीय, सामाजिक नैसर्गिक कारणांनी बिघाड वा असमतोल निर्माण होतो.

७.४ भारताचा १९९१ पासूनचा व्यवहारतोल (India's Balance of Payments Since 1991)

भारताच्या व्यवहारतोलाची स्थिती १९९०-९१ साली फारच बिकट होती. सातत्याने त्यापूर्वीची काही वर्षे व्यवहारतोल प्रतिकूल राहिल्याने परकीय गंगाजळी घटत गेली. जेमतेम तीन आठवड्यांच्या आयातीचे पैसे चुकविता येतील इतकी कमी परकीय चलन गंगाजळी उरली आणि भारताची आंतरराष्ट्रीय वित्त बाजारातील पत इतकी खालावली की सोने गहाण टाकल्याशिवाय देशाला कर्ज मिळणेही मुश्कील झाले. त्यानंतर नवीन आर्थिक धोरण स्वीकारून शासनाने त्यात सुधारणा करण्याचा प्रयत्न केला. आता भारताची परकीय चलन गंगाजळीची रक्कम इतकी वाढली की, भारताचा जगात आठवा क्रमांक लागतो.२०१३ - १४ मध्ये ३०४.२अब्ज डॉलर परकीय चलनसाठा होता.

भारताचा व्यवहारतोल १९९५ - ९६, २००८ - ०९ तसेच २०११ - १२ या वर्षाचा अपवाद वगळता १९९६-९७ पासून अनुकूल आहे. २००८-०९ हे वर्ष अमेरिकेतील वित्तीय संकटानंतरचे जागतिक मंदीचे वर्ष होते. ते वगळता व्यवहारतोलाची भारताच्या अर्थव्यवस्थेच्या दृष्टीने निश्चितच समाधानकारक आहे. परंतु या व्यवहारतोलाचा तपशील पाहिल्यावर मात्र काळजीची पाल चुकचुकल्याशिवाय राहत नाही. भारताच्या चालू खात्यावरील व्यवहारतोल सतत प्रतिकूल / नकारात्मक राहत आला आहे. चालू खात्यावर प्रामुख्याने दृश्य वस्तूंचा व्यवहार (Merchandise Trade) व सेवांचा व्यवहार (Invisibles) समाविष्ट असते. भारतात १९९०-९१ पर्यंत या दोन्हींचा तोल / शेष नकारात्मक होता. पण त्यानंतर वस्तूंचा व्यवहारतोल प्रतिकूल आणि सेवांचा व्यवहारतोल अनुकूल राहिला आहे. अर्थात, माहिती तंत्रज्ञान क्षेत्राचा त्यात मोठा वाटा आहे.

चालू खात्यावर तूट असूनही एकूण व्यवहारतोल सकारात्मक राहण्याचे कारण म्हणजे भांडवली खात्यावरील अधिक्य हे होय. भांडवली खात्यात परकीय थेट गुंतवणूक;

परकीय संस्थात्मक कर्ज; परकीय संस्थात्मक गुतंवणूक; अनिवासी लोकांच्या ठेवी यांचा समावेश होतो. थोडक्यात, या खात्यातून जमा होणारे पैसे (परकीय चलन) आज ना उद्या परदेशांतून जाणार आहे. सबब त्यातून चालू खात्यावरील व्यवहारतोल भरून काढणे तात्पुरती गरज म्हणून ठीक आहे. परंतु दीर्घकाळासाठी ते जोखमीचे आहे. भांडवली खात्यावरील अधिक्य या 'देणी' असतील तर त्या रकमेइतकी 'मालमत्ता' निर्माण करायला हवी म्हणजे 'देणी' परत करायच्या वेळेस रोखतेचा (Solvency) प्रश्न उद्भवत नाही. परंतु भारतात मात्र अशा भांडवली खात्याच्या अधिक्यातून चालू खात्यातील तूट भरून काढली जात आहे. एप्रिल ते सप्टेंबर २०१४ या सहा महिन्यात चालू खात्याचा प्रतिकूल व्यवहारतोल रु. १७,९४२ कोटींचा होता. म्हणजेच आयात व परकीय चलनातील खर्च हा निर्यात व परकीय चलनातील उत्पन्नापेक्षा १७,९४२ कोटींनी जास्त आहे. ही तूट भांडवली जमेतून भरून काढली जात आहे. भांडवली खात्यावर या सहा महिन्यात ₹ ३८,५३९ इतके अधिक्य आहे. थोडक्यात, घेतलेली कर्जे व आलेली परकीय गुंतवणूक यांचा उपयोग मालमत्ता निर्माण करण्यासाठी अथवा देणी परतफेड करण्यासाठी न वापरता चालू खात्यातील व्यवहार तूट भागविण्यासाठी केला जात आहे. भारताचा आंतरराष्ट्रीय व्यवहारतोल जरी सातत्याने अनुकूल दिसत असला तरी, चालू खात्यावरील नकारात्मक व्यवहारतोल ही चिंतेची बाब आहे. त्या बाबत गांभीर्याने विचार करून उपाययोजना करणे अनिवार्य आहे. अन्यथा दुबई, ग्रीस अशा देशांत उपस्थित झालेल्या "Debt crisis' सारखे संकट भारतालाही कदाचित भेडसावेल.

गेल्या काही वर्षांतील भारताच्या व्यवहारतोलाची स्थिती पुढील तक्त्यात दर्शविली आहे.

तक्ता ७.१० : १९९०-९१ नंतरच्या कालावधीतील व्यवहारतोल (आकडे दशलक्ष अमेरिकन डॉलरमध्ये)

			चालू खाते		भांडवली खाते	
वर्ष	निर्यात	आयात	दृश्य खात्यावरील तोल (अधिक्य/तूट)	अदृश्य खात्यावरील तोल (अधिक्य/तूट)	चालू खात्यावरील तोल (अधिक्य/तूट)	भांडवली खात्यावरील तोल (अधिक्य/तूट)
१९९०-९१	*	*	-९४३८	-२४२	-९६८०	+८३५७
१९९३-९४	२२६८३	२६७३९	९०४९	+५६८०	-११५८	+९८८२
१९९५-९६	३२३११	४३६७०	-१४८१५	+५४४९	-५९१०	+२९७४
१९९९-००	*	*	-१७८४१	+१३१४३	-४६९८	+१०६४०
२०००-०१	*	*	-१२४६०	+९७९४	-२६६६	+८८४०
२००१-०२	४४७०३	५६२७७	-११५७४	+१४९७४	+३४००	+८५५१
२००२-०३	५३७७४	६४४६४	-१०६९०	+१७०३५	+६३४५	+१०८४०
२००३-०४	६६२८५	८०००३	-१३७१८	+२७८०१	+१४०८३	+१७३३८
२००४-०५	८५२०६	११८९०८	-३६७०२	+३१२३२	-२४७०	+२८६२९
२००५-०६	१०५१५२	१५७०५६	-५११०४	+४२००२	-९९०२	+२४९५४
२००६-०७	१२८,८८८	१,९०६७०	-६१७८२	+५२२१७	-९५६५	+४६१७१
२००७-०८	१६६,१६३	२,५७,७८९	-९१६२६	+७५५९२	-१७०३४	+१०९११८

२००८-०९	१,७५,१८४	२,९४,५८७	-११९४०३	+८९५८६	-२९८१७	+९७३७
२००९-१०	१८२४४२	३००६४४	११८२०२	+८००२२	-३८१८१	+५१६२२
२०१०-११	२५६१५९	३८३४८१	-१२७३२२	+७९२६९	- ४८०५३	+६३७४०
२०११-१२	३०९७७४	४९९५३३	-१८९७५९	+१११६०४	-७८१५५	+६७७५५
२०१२-१३	३०६५८१	५०२२३७	-१९५६५६	+ १०७४९३	-८८१६३	+८९३००
२०१३ - १४	३१८६०७	४६६२१६	-१४७६०९	+११५२१२	-३२३९७	+४८७८७
२०१४-१५	१६६९७४	२४०१८८	-७३२१४	+५५२७२	-१७९४२	+३८५३९

(संदर्भ : आर्थिक सर्वेक्षण विविध अहवाल तसेच आर्थिक सर्वेक्षण २०१४-१५)

P = Partially Reviseel

उत्पन्नापेक्षा - खर्च कमी असल्यास अधिक्य अधिक्य (+ चिन्ह)

उत्पन्नापेक्षा खर्च जास्त असल्यास तूट (- चिन्ह)

तक्ता ७.११ : स्थूल देशांतर्गत उत्पादनाशी प्रमाण (Aspercent of GDP) वाढ अथवा गट

बाब	२००१-०२	२००४-०५	२००६-०७	२००८-०९	२००९-१०	२०१०-११	२०-११-१२	२०१२-१३
निर्यात	९.४	१२.२	१३.८४	१५.६	१४.४	१४.९	१६.८	१६.३
आयात	११.८	१७.१	२०.०५	२५.४	२३.१	२२.६	२७.०	२६.७
व्यापारतोल	-२.४	-४.८	-६.८	-९.८	-८.७	-७.७	-१०.२	-१०.४
अदृश्य व्यापार पासून लाभ	+३.१	+४.५	+५.७	+७.४	+७.०	+५.०	+६.०	+५.६
चालू खात्यावर व्यवहार	+०.१	-०.४	-१.१	-२.४	-३.१	-२.७	-४.२	-४.८

(Soruce : Indian Economy - Datt Mahajan - 70th Edition)

वरील तक्त्यावरून स्पष्ट होते की,

१) निर्यात मूल्यापेक्षा आयात मूल्याचे अधिक्य : १९९१ नंतर भारताच्या निर्यात मूल्यापेक्षा आयात मूल्याचे अधिक्य दिसून येते. १९९१ - ९२ पासून ते २०१४ - १५ पर्यंत सातत्याने तूट दिसून येते. १९९१ - ९२ मध्ये २७९८ मिलियन डॉलरची तूट होती. ती २०१३ - १४ मध्ये निर्यात मूल्य ३१८७०७ मिलियन डॉलर्सची होते. तर आयात मूल्य ४६६२१६ मिलीयन डॉलर्सचे होते. म्हणजेच ही तूट १४७६०९ मिलियन डॉलर्सपर्यंत वाढली. २२ वर्षांच्या काळात व्यापारतोलातील तुटीत ५३ पटीने वाढ झाली. मात्र २०११ - १२ अणि २०१२ - १३ मध्ये ही तूट अधिक होती. ती काही प्रमाणात कमी झाली म्हणजे २०११ - १२ मध्ये व्यापारतोलातील तूट ६८ पट होती. ती २०१३ - १४ मध्ये ५३ पर्यंत कमी झाली.

२) दृश्य खात्यावरील तूट : दृश्य / व्यापार खात्यावर सतत तूट वाढत गेली आहे. २०१२ - १३ मध्ये दृश्य खात्यावरील तूट १९५६५६ मिलियन डॉलर्सची होती ती अल्पशी कमी होऊन १४७६०९ मिलियन डॉलर्स पर्यंत कमी झाली. थोडक्यात, दृश्य खात्यावरील तूट सध्या तरी कमी होत असल्याचे दिसून येते.

३) अदृश्य खात्यातील अधिक्य : १९९० - ९१ मध्ये अदृश्य बाबीपासून २४२ मिलियन डॉलर्सची तूट निर्माण झाली होती. भारताने १९९१ मध्ये नवीन आर्थिक धोरण स्वीकारले. १९९१ - ९२ मध्ये १६२० मिलियन डॉलर्स व १९९३ - ९४ मध्ये ५६८० मिलियन डॉलर्सचे अधिक्य निर्माण झाले आणि तेव्हापासून आता पर्यंत अदृश्य खात्यातील अधिक्य वाढत आहे. २००९ - १० आणि २०१० - ११ या दोन वर्षांत हे अधिक्य कमी झाले. त्यानंतर हे अधिक्य वाढत आहे. १९९३ - ९४ ते २०१३ -१४ या वीस वर्षांच्या काळात अदृश्यबाबीपासून मिळणाऱ्या उत्पन्नात २० पटींनी वाढ झाली.

अदृश्य बाबीत वाहतूक सेवा, प्रवासी सेवा, विमान पेन्शन सेवा, दळणवळण सेवा, व्यावसायिक सेवा, सरकारी सेवा, औषध निर्माण सेवा, बौद्धिक संपदा सेवा, देखभाल व दुरुस्ती सेवा, कॉम्प्युटर सॉफ्टवेअर सेवा औद्योगिक निर्माण सेवा बांधकाम सेवा, कला व मनोरंजन वित्तीय सेवा इ. चा समोवश केला जातो. आंतरराष्ट्रीय व्यापारात वस्तूंबरोबर अदृश्य बाबींचा सुद्धा समावेश केला जातो.

५) चालू खात्यावरील तूट : १९९० - ९१ मध्ये ९६८० मिलियन डॉलर्सची तूट निर्माण झाली. त्यानंतर ही तूट १९९१ - ९२ मध्ये ११७८ मिलियन डॉलर्सपर्यंत कमी झाली. १९९२ - ९३ नंतर ही तूट वाढली १९९३ - ९४ ही तूट ११५८ मिलियन डॉलर्स होती ती १९९५ - ९६ मध्ये ५९१० मिलियन डॉलर्सपर्यंत वाढली. त्यानंतर निर्यात मूल्यात वाढ झाल्यामुळे व्यापारतोलातील तूट कमी प्रमाणात वाढत गेली. तसेच अदृश्य

बाबींचा वाढावा अधिक्य वाढत गेले त्यामुळे चालून खातीतील तूट कमी होत गेली. २००१ - ०२, २००२ - ०३, २००३ - ०४ अशी संलग्न तीन वर्षे चालू खात्यावर वाढावा अधिक्य निर्माण झाले कारण अदृश्य बाबीपासून मिळणाऱ्या उत्पन्नात वाढ झाली व व्यापारातील तूट कमी झाली. २००४ - ०५ पासून पुन्हा चालू खात्यावरील तूट वाढत गेली. ती २००४ - ०५ मध्ये २४७० मिलियन डॉलर्स होती. २०१२ - १३ मध्ये ८८१६३ मिलियन डॉलर्स पर्यंत वाढली. परंतु २०१३ - १४ मध्ये ही तूट ३२३९७ मिलियन डॉलर्सपर्यंत कमी झाली. आणि सध्या ही तूट कमी प्रमाणात वाढत आहे.

१९९३-९४ ते २०१२ - १३ या काळात चालू खात्यावरील तूट ७६ पटींनी वाढली. २०१२ - १३ पासून २०१३ - १४ या एका वर्षात चालू खात्यातील तूट जवळजवळ तीन पटीने कमी झाली. ही चांगली बब आहे.

५) भांडवली खात्यावरील अधिक्य / वाढावा : भांडवली खात्यात परकीय गुंतवणूक परकीय कर्जे रुपयातील कर्जे, बँकिग व इतर भांडवली देणी - घेणी इ. चा समावेश केला जातो. १९९३ - ९४ मध्ये एकूण भांडवली प्राप्तीतून भांडवली देणी वजा जाता ९८८२ मिलियन डॉलर्सची अधिक्य भांडवली खात्यावर निर्माण झाले. ते २००२ - ०३ मध्ये १०८४० मिलियन डॉलर्सपर्यंत पोहोचले २००७ - ०८ मध्ये १०६५८५ मिलियन डॉलर्स इतके झाले. २००८ - ०९ मध्ये हे अधिक्य ९७३७ मिलियन डॉलर्स इतके कमी झाले. २०१२ - १३ मध्ये ४८७८७ मिलियन डॉलर्स पर्यंत अधिक्य वाढले. भांडवली खात्यात अधिक्य निर्माण होण्याचे कारण म्हणजे परदेशांतील थेट परकीय गुंतवणूक तसेच रोखारूपी गुंतवणुकीत वाढ झाली.

२०१३ - १४ मध्ये भांडवली खात्यातील वाढला ४८७८७ मिलियन डॉलर्सपर्यंत कमी झाला.

२०१३ - १४ मध्ये परकीय प्रत्यक्ष गुंतवणूक २४२९९ मिलियन डॉलर्स झाली. २०११ - १२ मध्ये ती ३५१२१ मिलियन डॉलर्स एवढी होती. म्हणजे प्रत्यक्ष परकीय गुंतवणूक अल्प प्रमाणात कमी झाल्याचे दिसून येते. मार्च २०१४ अखेर भारतावरील परकीय कर्ज ४४२.३ अब्ज डॉलर्सचे होते.

भारताच्या परकीय चलनसाठ्यात वाढ होताना दिसून येते. २००४ - ०५ मध्ये परकीय चलनसाठा १४१.५ अब्ज डॉलर्स होता, तो २०१३ - १४ मध्ये ३०४.२ अब्ज डॉलर्सपर्यंत वाढला आहे. मार्च २०१४ पर्यंत भारत हा जगातील व्या क्रमांकाचा सर्वाधिक परकीय चलनसाठा असलेला देश ठरला आहे.

भारताच्या व्यवहारतोलातील तूट ही मुख्यत: व्यापारतोलातील मोठ्या प्रमाणावरील तुटीमुळे निर्माण होते. व्यापारतोलातील तुटीचे कारण म्हणज 'वेगाने वाढणारी आयात परंतु मंद गतीने वाढणारी निर्यात' होय. यासाठी आयात शक्य तितकी नियंत्रित करून

न्यूनतम करण्याचा व निर्यातीला प्रोत्साहन देऊन ती महत्तम करण्याचा प्रयत्न व्हावयास हवा.

७.५ चालू खात्यावरील आणि भांडवली खात्यावरील रुपयाची परिवर्तनीयता

आंतरराष्ट्रीय व्यापारात एका देशाच्या चलनाचे दुसऱ्या देशाच्या चलनात सहज रूपांतर करता येते; तेव्हा त्याला चलनाची **'परिवर्तनीयता'** असे म्हणतात.

भारतीय रुपयाचे दुसऱ्या देशाच्या चलनात मुक्तपणे परिवर्तन करता येते. तेव्हा त्यास रुपयाची ''परिवर्तनीयता'' असे म्हणतात. भारताने स्वातंत्र्योत्तर काळात स्थिर विनिमय दरपद्धतीचा स्वीकार केला. १९७३ पासून ही पद्धती बहुतेक देशांनी सोडून दिली. भारतानेसुद्धा ही व्यवस्था सोडून दिली व रुपयाचा संबंध भारताच्या प्रमुख व्यापारी भागीदार देशांच्या चलनांशी जोडला. १९९० च्या दशकाच्या सुरुवातीपासून रुपयाचे बहि:स्थ मूल्य बाजारातील हालचालीनुसार देण्यातील अडचणी लक्षात घेऊन टप्प्याटप्प्याने ठरविण्यास परवानगी दिली आहे.

जेव्हा चलन परकीय चलनात परिवर्तनीय केले जाते तेव्हा वस्तू व सेवांमध्ये वाहतुकीला कोणतीही मर्यादा नसते, चलनाचा खर्चासाठी मुक्तपणे वापर केला जातो, त्याला 'परिवर्तनीय चलन' असे म्हणतात.

चलनाचे परिवर्तन चालू खात्याच्या व्यवहाराबरोबर किंवा भांडवली खात्याचे व्यवहार किंवा दोन्हीही चालू आणि भांडवली खात्यात होते.

चालू खात्यावरील परिवर्तनीयता ही जेव्हा व्यापार उदारीकरणात प्रवर्तनशील स्पर्धा असेल तर ग्राहकांना ती फायदेशीर ठरते. तसेच विस्तारीकरणात इतर देशांतून वस्तू व सेवांच्या खरेदीसाठी संधी उपलब्ध होते. अप्रत्यक्षपणे उत्पादनाला प्रोत्साहन मिळते. तसेच गुंतवणूक निर्णयाला साहाय्यक ठरते. त्याचबरोबर देशाला तुलनात्मक फायदे मिळतात. साधनांच्यात सुधारणा आणि दर्जातील सुधारणांचा उपयोग परिणामकारक होतो. देशांतर्गत उद्योग परकीय वस्तूंबरोबर स्पर्धा करतात. अल्पकाळात परकीय वस्तू लोकप्रिय होतात; अशा स्थितीत वेतने कमी होतील. देशांतर्गत वस्तूंना विनिमय दराबरोबर तडजोड करावी लागते. त्यामुळे विनिमयदराच्या पातळीत आयात खर्चीक बनते. परिणामी, आवश्यक वस्तूंची आयात खर्चीक होईल; ते देशाच्या आर्थिक विकासाला आवश्यक आहे. देशांबरोबर उद्योगांत स्पर्धा निर्माण होईल व परकीय विनिमयात तुटवडा भासेल व त्यामुळे आयातीवर बंधने घालावी लागतील किंवा चालू खात्यावरील परिवर्तनीयतेचा विचार करावा लागेल. नाहीतर विनिमय दरात घट होईल. स्थैर्यासाठी चालू खात्याची स्थिती सांभाळणे आणि ती टिकविणे आवश्यक असते; परंतु, काही प्रयत्न करूनही अर्थव्यवस्थेत विवरण आणि असमतोल निर्माण होतो.

भारत IMF चा सभासद आहे. भारताने बहुविध खर्चपद्धत स्वीकारली. काटेकोर विनिमय नियंत्रणासाठी परकीय विनिमय नियंत्रण कायदा (FERA) भारताने परकीय चलनाचे संधारण केले. फेराच्या (FERA) अंमलबजावणीत अनेक समस्या वाढल्या. भारतात साधारणपणे उदारीकरणाच्या कार्यक्रमांच्या भागात परकीय विनिमय नियंत्रणाला १९९१-९२ पासून सुरुवात झाली. त्या नंतर १९९२-९३ च्या दरम्यान दुहेरी विनिमय व्यवस्था सुरू झाली. सरकारी विनिमय दर (official exchange rate) त्याचे नियंत्रण आणि विनिमयाचा बाजार दर (market rate of exchange). बाजारस्थित सर्व बाह्य उत्पन्न आणि निर्यात आणि पाठविलेली रक्कम त्यानुसार दिली जाते.

दुहेरी विनिमय दरानुसार ४०% परकीय चलन उत्पन्न सरकारी विनिमय दराने विकावे लागणार आहे; तर शिल्लक ६०% उत्पन्न बाजार दराने रूपांतरित करता येईल. सरकारी दराने विकलेल्या परकीय चलनाचा उपयोग खते, पेट्रोल उत्पादने, औषधे, जीवनावश्यक वस्तूंच्या आयातीसाठी करता येतो. बाजार दराने रूपांतरित केलेले परकीय चलन इतर वस्तूंच्या आयातीसाठी वापरले जाते.

सरकारच्या या पद्धतीमुळे निर्यात आणि परकीय विनिमय उत्पन्न महत्त्वपूर्णरीत्या वाढले.

रुपयाची अंशत: परिवर्तनीयता : अंशत: म्हणजे काही भागाचेच परिवर्तनीय करणे. पूर्णपरिवर्तनीयता म्हणजे १००% रुपयांची परिवर्तनीयता होय.

१९९२-९३ नंतर रुपयाच्या अंशत: परिवर्तनास सुरुवात झाली. या दुहेरी विनिमय दर व्यवस्थेनुसार ४०% परकीय चलन उत्पन्न सरकारी विनिमय दराने विकले जाणार आहे तर ६०% उत्पन्न बाजारदराने रूपांतरित करता येईल. सरकारी दराने विकलेला परकीय चलनाचा उपयोग पेट्रोल उत्पादने, खते, जीवरक्षक औषधे इ. वस्तूंच्या आयतीसाठी वापरले गेले तर बाजारदराने रूपांतरित केलेले परकीय चलन इतर वस्तूंच्या आयातीसाठी वापरले गेले. सरकारी विनिमयदर हा बाजार दरापेक्षा कमी असतो.

व्यापारी खात्यावरील पूर्ण परिवर्तनीयता

१९९३-९४ च्या अंदाजपत्रकात रुपयाची व्यापारी खात्यावर पूर्ण परिवर्तनीयता लागू करण्यात आली. त्याचा परिणाम दुहेरी विनिमय दराऐवजी एकत्रित विनिमय दरपद्धती लागू करण्यात आली. या विनिमय दरपद्धतीत ६० : ४० चे गुणोत्तर १००% पर्यंत परिवर्तनासाठी वाढविण्यात आले.

सर्व प्रकारच्या आयात-निर्यातीसाठी आणि सर्व प्रकारचे येणे इ. साठी तसेच चालू व भांडवली खात्यावरील अदृश्य बाबींसाठी भारतीय रिझर्व्ह बँकेचा सरकारी दरही आस्तत्वात राहणार होता.

१९९१-९२ ते १९९४-९५ च्या दरम्यान परकीय विनिमयात वाढ झाली. ५.८ मिलियन डॉलरपासून ५२.२ बिलीयन डॉलरपर्यंत वाढ झाली.

दुहेरी विनिमय पद्धतीत सरकारी विनिमय दर हा बाजार दरापेक्षा कमी असल्याने तो निर्यातदारांना अजिबात पसंत पडला नाही.

व्यापारी खात्यावरील पूर्ण परिवर्तनीयता लागू करण्यात आली. ही १००% परिवर्तन पद्धती वस्तूंच्या आयात-निर्यातीसाठी आणि व्यवहारतोलासाठी मात्र देण्यासाठी (payments) लागू करण्यात आली. चालू खात्यावरील रुपयांची परिवर्तनीयता म्हणजे आंतरराष्ट्रीय व्यवहारासाठी परकीय चलन खरेदी किंवा विक्री करण्याचे स्वातंत्र्य होय. भारतीय रिझर्व्ह बँकेने परिवर्तनीयता निर्माण करण्यासाठी अनेक पावले उचलली. तसेच अनेक प्रकारच्या अदृश्य बाबींवरील देण्यांच्या बाबतीत सवलती जाहीर केल्या. तसेच विनिमय नियंत्रणाच्या बाबतीत विशिष्ट मर्यादेपर्यंत उदार धोरण स्वीकारले आहे. हे उदार धोरण शिक्षण, बक्षिशी यांच्या स्वरूपातील देय रकमा, देणग्या आणि परकीय सेवांचे मोबदले यासाठी स्वीकारण्यात आले.

चालू खात्यावरील पूर्ण परिवर्तनीयता -

आंतरराष्ट्रीय व्यवहारासाठी विदेशी चलन खरेदी अथवा विक्री करण्याचे स्वातंत्र्य म्हणजे चालू खात्यावरील रुपयाची परिवर्तनशीलता होय.

ऑगस्ट १९९४ मध्ये सरकारने चालू खात्यावरील रुपयाच्या पूर्ण परिवर्तनाचे धोरण स्वीकारले. तसेच भारतीय रिझर्व्ह बँकेने आंतरराष्ट्रीय नाणेनिधीच्या मर्यादेत अदृश्य बाबींच्या देण्याच्या बाबतीतही उदार धोरण स्वीकारले आणि व्यवहारतोलाचे व्यवस्थापन करण्याचा प्रयत्न केला. पुढील काही वर्षांत सलगपणे चालू खात्यावरील व्यवहारांच्या बाबतीत इतर काही सवलती जाहीर केल्या. जसे विनिमय नियंत्रणातील सवलती, परकीय चलनाच्या अधिकृत विक्रेत्यांच्या कमाल मर्यादेवरील सूट, परकीय शिक्षण, वैद्यकीय खर्च, बक्षीस, देणग्या इत्यादी.

मार्च १९९३ मध्ये देशात एकक किंवा एक बाजार पद्धती निश्चित केली. त्यानंतर पुढील दोन वर्षांत रुपयाला स्थैर्य प्राप्त झाले. रुपया आणि डॉलरचा विनिमय दर ३१.६ रुपयाच्या जवळपास स्थिर राहिला. परंतु, ऑगस्ट १९९५ ते फेब्रुवारी १९९६ च्या दरम्यान विनिमय दर ३१.६ रुपयांवरून ३६.६ रुपयांपर्यंत झाला.म्हणजेच रुपयाच्या बाह्य मूल्यात घट झाली. एप्रिल १९९६ मध्ये डॉलरबरोबरचा विनिमय दर ३४.२ रुपये असा झाला. परंतु, पूर्व आशियाई देशांतील चलनविषयक गोंधळाच्या स्थितीमुळे रुपयाच्या स्थैर्यावर परिणाम झाला. २०००-२००१ मध्ये रुपयाच्या डॉलरमधील मूल्यात घट झाली. विनिमय दर १ डॉलर = ४५.६८ रुपये असा करण्यात आला; जानेवारी २००२ मध्ये हा विनिमय दर ४८.५८ रुपये असा झाला.

भांडवली खात्यावरील परिवर्तनीयता

पुढचा टप्पा भांडवली खात्यावरील परिवर्तनीयतेचा. भांडवली खात्यावरील परिवर्तन देशाच्या उदारीकरणात भांडवली व्यवहार त्याचप्रमाणे कर्ज आणि गुंतवणूक तसेच दोन्हीही अल्पकाळ आणि दीर्घकाळ, भांडवली खात्याची माहिती करून घेणे किंवा सट्टेबाजी, रुपयाचे परिवर्तन, भांडवली खात्यात आंतरराष्ट्रीय राखीव दीर्घकाळ रोख्याची उभारणी यशस्वीपणे झाली. वित्तीय पद्धतीत विश्वास आणि नियमितपणामुळे समग्र आर्थिक वातावरण निर्माण झाले.

रुपया भांडवली खात्यावर परिवर्तनीय करण्याबाबत शिफारशी करण्यासाठी सरकारने ८ फेब्रुवारी, १९९७ रोजी एस. एस. तारापोर यांच्या अध्यक्षतेखाली एक समिती स्थापन केली. या समितीने रुपया भांडवली खात्यावर एका टप्प्यात परिवर्तनीय करण्याऐवजी १९९९-२००० या वर्षाअखेर तीन टप्प्यांत करावा अशी शिफारस केली. मात्र जुलै १९९७ च्या पूर्व आशियाई संकटामुळे हा प्रयत्न सोडून देण्यात आला.

सध्या परकीय चलनसाठा मोठ्या प्रमाणात वाढल्याने सरकारने भांडवली खात्यावरील काही व्यवहारासंबंधी परकीय चलनाच्या विनिमयावरील नियंत्रणे शिथिल केली आहेत.

भांडवली खात्यावरील रुपयाच्या पूर्ण परिवर्तनीयतेबद्दल शिफाराशी करण्यासाठी RBI ने २००६ मध्ये एस. एस. तारापोर यांच्या अध्यक्षतेखाली एका दुसऱ्या समितीची स्थापना केली. या समितीने ३१ जुलै, २००६ रोजी आपला अहवाल RBI ला सादर केला.

जो तिने १ सप्टेंबर रोजी जाहीर केला.

भांडवली खात्यावर रुपयाची पूर्ण परिवर्तनीयता :

(तारापोर समिती २००६ चा अहवाल) :- रुपयाच्या पूर्ण परिवर्तनीयेतेची योजना २०१०-११ पर्यंत तीन टप्प्यांत लागू करण्याचा सल्ला समितीने आपल्या अहवालात दिला. समितीच्या मतानुसार पहिला टप्पा २००६-०७ पासून लागू केला जाऊ शकतो, तर दुसरा २००७-०९ दरम्यान आणि तिसरा टप्पा २००९-११ दरम्यान पूर्ण केला जाऊ शकतो. परंतु सरकारने या समितीच्या शिफारशींची पूर्ण अंमलबजावणी केलेली नाही.

फायदे

भांडवली खात्यातील परिवर्तनीयतेचे फायदे पुढीलप्रमाणे-

१) सरासरी आणि बचत व गुंतवणुकीचा परिणामकारक उपयोग : किमतीची आजूबाजूची स्थिती बरोबर असल्यास अर्थव्यवस्थेत सरासरी बचत आणि गुंतवणूक दोन्हींची कार्यक्षमता आणि स्पर्धात्मक शिस्त वाढते.

२) जिंदगीचे वास्तव मूल्याचे संरक्षण : जागतिक बाजारपेठेत वाढत्या विभागणीचा उपयोग संधी निर्मितीत होतो. बचत आणि गुंतवणूक दोन्हीला त्याच्या जिंदगीच्या वास्तव मूल्यामध्ये संरक्षण मिळते.

३) स्थैर्यता आणि कार्यक्षमतेत सुधारणा : जागतिक स्पर्धेत अर्थव्यवस्थेच्या वित्तीय क्षेत्रात निर्यातीसाठी भांडवली खात्याच्या परिवर्तनीयतेमुळे कार्यक्षमता, स्थैर्यता आणि प्रेरणेत सुधारणा होते.

४) परकीय भांडवलाचे आकर्षण : मुक्त आणि स्वतंत्र खात्यावर परकीय भांडवलाचे आकर्षण निर्माण होते आणि परकीयांच्या प्रेरणेमुळे देशांतर्गत उद्योगांत कायमस्वरूपी भागीदारीसारखी परिस्थिती निर्माण होते; जसे तंत्रज्ञानातील भाग (share) व्यवस्थापकीय व्यवहार, बाजार इत्यादी.

५) बाजारपेठ ते जागतिक बाजारपेठेची साखळी (Linking) : मुक्त भांडवली खात्याच्या परिणामी भारतीय शेअर्स, पैसा, परकीय विनिमय, बाँड आणि वस्तूंच्या बाजारपेठांमध्ये जागतिक बाजारात साखळी निर्माण झाली. व्याजाचा दर जागतिक पातळीवर भारतीय उद्योगांत आणि शेतीमध्ये कमी व्याजदराने वित्तीयपुरवठा उपलब्ध होतो.

६) इतर देशांत गुंतवणुकीची संधी उपलब्ध : भांडवली खात्याच्या परिवर्तनीयतेमुळे भारतीयांना इतर देशात गुंतवणूक करण्यास संधी उपलब्ध झाली.

७) श्रीमंतीकडे जाण्याचा मार्ग : मुक्त पद्धतीमुळे भारतीयांना जगात श्रीमंतीचा मार्ग निर्माण झाला आणि भारत एक श्रीमंत देश बनला.

तोटे

भांडवली खात्याच्या परिवर्तनीयतेमुळे पुढील परिणाम दिसून येतात-

१) भांडवली उड्डाणास प्रेरणा : रुपयाच्या भांडवली खात्यातील परिवर्तनीयतेमुळे भांडवली उड्डाणाची स्थिती निर्माण होऊ शकते; म्हणून समतोल रकमेचे परकीय भांडवल आकर्षित करणे किंवा वित्तीय पद्धतीत परकीय भांडवलासाठी विश्वास निर्माण करणे, त्यासाठी सरकारचे स्थैर्य आवश्यक आहे. तसेच अल्पकाळात निर्यात वाढली पाहिजे. त्यामुळे दीर्घकाळ ते आकर्षित होईल.

२) भांडवली प्रवाहाचा चुकीचा निर्देश : एकूण भांडवलावरचे नियंत्रण काढण्याची गरज व्यापारक्षेत्रात आहे. जेव्हा व्यापारक्षेत्र तडजोडीची प्रक्रिया करते तेव्हा चुकीचा निर्देश जाऊन वेगवेगळ्या क्षेत्राच्या नफ्यावर परिणाम होतो. भांडवली प्रवाह क्षेत्रांत आंतरराष्ट्रीय स्पर्धेत तोंड देऊ शकत नाही.

३) राजकोषीय दृढ झीज : चळवळीच्या व्यूहरचनेत राजकोषीय दृढ करणे आवश्यक आहे. म्हणून भांडवलाचे नियंत्रण काढल्यास राजकोषीय दृढीकरणावर परिणाम होतो किंवा होईल.

४) निगम नफ्यावर अधिक परिणाम : पूर्ण परिवर्तनीयता म्हणजे व्यापाराचे पूर्ण उदारीकरण होय. भारतीय उद्योग आणि शेअर बाजारपेठेवर मोठे संकट येऊ शकते. तसेच परकीय स्पर्धा वाढेल. औद्योगिक क्षेत्रातील वाढीचा दर घटेल. परिणामी, निगमच्या नफ्यात घट होईल.

भांडवली खात्यावरील पूर्ण परिवर्तनीयतेमुळे परिणाम होऊ शकतो. उदा., भारताने त्यासाठी लक्ष ठेवणे आवश्यक आहे.

('It is desirable to avoid full convertibility like a plague.')

७.६ चालू आयात-निर्यात धोरण (Current Export - Import Policy)

भारताचे स्वातंत्र्योत्तर परकीय व्यापार धोरण पुढीलप्रमाणे सांगता येते.

स्वातंत्र्योत्तर काळात भारताच्या व्यापार धोरणात परिवर्तन झाले. सुरुवातीच्या काळात व्यापारी धोरणाचे उद्देश; योजनाबाह्य विकास, जलद औद्योगिकीकरण तसेच आर्थिक विकासास प्रोत्साहन देणे असे ठरविण्यात आले. तसेच भारताच्या परकीय व्यापाराची प्रक्रिया सुरू झाली. सरकारने देशी उद्योगांना संरक्षण देण्याच्या उद्देशाने आयात धोरण जाहीर केले. त्यामध्ये आयातीवर नियंत्रण, आयात पर्यायीकरण, सरकारी खरेदीमध्ये स्वदेशी मालाला प्राथमिकता देणे. इ. चा समावेश होता. सरकारने अनेकदेशांबरोबर द्विपक्षीय करार केले. १९५६ नंतर परकीय चलन संकटामुळे आयातीवरील नियंत्रण वाढवावे लागले. परकीय चलननियंत्रण लागू करण्यात आले.

तिसऱ्या पंचवार्षिक योजनेपर्यंत भारताचे परकीय धोरण आयात पर्यायीकरणावर केंद्रित होते. भारताकडे परकीय चलनसाठा मर्यादित असल्याने आयातीचे प्रमाण मर्यादित ठेवणे गरजेचेच होते. अशा स्थितीत १९६२ मध्ये मुदलियार समितीने भारताच्या परकीय व्यापार धोरणाचे व्यापक परीक्षण केले. मात्र १९६६ या अवमूल्यनानंतर थोड्या प्रमाणात आयात उदारीकरण घडवून आणण्यात आले.

तिसऱ्या योजनेच्या कालावधी आढाव्यामध्ये निर्यात वृद्धीचे धोरण अनुसरण्याचा निर्णय घेण्यात आला. कारण वाढती परकीय व्यापारतूट व व्यवहारतोलाचे संकट हे होते. अशा रीतीने १९५२ ते ६६ दरम्यान भारताचे निर्यात धोरण अक्रियाशील होते. त्यामुळे परकीय चलनउत्पन्न मर्यादित राहिले व भारताच्या जागतिक व्यापारातील हिस्सा कमी होत गेला.

इ. स. १९७० मध्ये मुदलियार चार समिती (१९६२) च्या शिफाराशीनुसार

प्रथमच निर्यात धोरणाची घोषणा करण्यात आली. त्यापूर्वी फक्त आयात धोरण जाहीर केले जात असे.

१९७० पासून नियमित आयात तसेच निर्यात धोरण स्वतंत्ररीत्या घोषित करण्यात येऊ लागले. १९८४ मध्ये भारतीय परकीय व्यापार संतुलित करणे व परकीय व्यापारतोलाचे संकट कायम स्वरूपी दूर करण्यासाठी योजना आयोगाचे सदस्य आबिद हुसेन यांच्या अध्यक्षतेखाली एक समिती स्थापन करण्यात आली. समितीच्या शिफारशीनुसार १२ एप्रिल, १९८५ रोजी प्रथमच त्रिवर्षीय आयात-निर्यात धोरण जाहीर करण्यात आले. व्यवहारतोलाचे प्रश्न सोडविण्यासाठी आयात पर्यायीकरण फारसे उपयुक्त नसल्याचे सरकारच्या लक्षात आले. त्यामुळे निर्यातवृद्धीला प्रथम प्राधान्य देण्यात आले. त्यासाठी अनेक धोरणात्मक निर्णय घेण्यात आले. या धोरणात प्रथमच पासबुक प्रथा सुरू करण्यात आली. ज्या अंतर्गत आयात - निर्यातप्रक्रिया सुरू करण्यात आली.

जुलै १९९१ मध्ये आर्थिक सुधारणा लागू करण्यात आल्यानंतर पंचवार्षिक व्यापारधोरण घोषित करण्याचा निर्णय घेण्यात आला. भारताचे पहिले पंचवार्षिक आयात-निर्यात धोरण एप्रिल १९९२ ते ९७ या कालावधीसाठी घोषित करण्यात आले. या धोरणाचा मुख्य उद्देश उदारीकरण व स्वावलंबन असा होता. आयात तसेच निर्यातीसाठी नकारात्मक सूची घोषित करण्यात आली. निर्यातवृद्धीसाठी 'फोकस लॅटिन अमेरिका' धोरण स्वीकारण्यात आले. ३१ मार्च, १९९७ रोजी तत्कालीन केंद्रीय वाणिज्य मंत्री व्ही. व्ही. रमैय्या यांनी भारताचे दुसरे पंचवार्षिक आयात-निर्यात धोरण १९९७-२००२ जाहीर केले. ज्यामध्ये १९९८ मध्ये नवीन एन. डी. ए. सरकारने काही बदल केले. या धोरणामध्ये लायसेन्स प्रक्रियेचे विक्रेद्रींकरण, उत्पादकता तसेच विनियोग वाढविणे अन्य आयात-निर्यात योजनांमध्ये लवचीकता प्रदान करणे. याबद्दल निर्णय घेण्यात आले. तसेच मूल्य आधारित अग्रिम परवानाव्यवस्था समाप्त करून अधिकार शुल्क पासबुक योजना (DEPB) सुरू करण्यात आली. या धोरणांतर्गत २००० मध्ये विशेष आर्थिक क्षेत्र योजना सुरू करण्यात आली. या योजनेत सी. आय. एस. योजना फोकस करण्यात आली.

३१ मार्च, २००२ रोजी भारताचे तिसरे पंचवार्षिक आयात-निर्यात धोरण २००२-०७ घोषित करण्यात आले. मार्च २००४ मध्ये नवीन काँग्रेसच्या यु. पी. ए. सरकारने ३१ मार्च, २००४ रोजी २००४ ते ०९ या कालावधीसाठी नवीन परकीय व्यापारधोरण जाहीर केले. त्यांची माहिती पुढे दिली आहे.

परकीय व्यापारधोरण (२००४-०९) (Foreign Trade Policy 2004-2009)

भारताच्या वाणिज्य मंत्रालयाने पाच वर्षांसाठी ऑगस्ट २००४ मध्ये परकीय व्यापार धोरण जाहीर केले. जागतिक व्यापाराचा भारताच्या प्रमाणाचा हिस्सा दुप्पट करणे हे

ध्येय ठेवले. व्यापारी माल किंवा वाणिज्य वस्तूंचा व्यापार २००३ मध्ये ०.७% होता. तो २००९ पर्यंत १.५ टक्के करणे हे उद्दिष्ट ठेवले.

योजनेची उद्दिष्टे : परकीय व्यापार धोरणाची महत्त्वाची उद्दिष्टे दोन भागांत सांगता येतात. १) भारताच्या जागतिक वाणिज्य वस्तूंच्या व्यापाराच्या हिश्श्याचे प्रमाण दुप्पट करणे आणि २) आर्थिक विकासाच्या साधनांचा कार्यक्षमपणे वापर करणे. निमशहरी आणि ग्रामीण क्षेत्राच्या रोजगारावर विशेष भर देणे. ही उद्दिष्टे पूर्ण करण्यासाठी मुख्य किंवा Key व्यूहरचना स्वीकारली ती पुढीलप्रमाणे-

१) नियंत्रण कमी करणे.

२) पारदर्शकता आणि विश्वासाचे वातावरण निर्माण करणे.

३) व्यवहाराचा खर्च खाली आणणे आणि पद्धत सोपी करणे.

४) प्रशुल्क आणि लेव्ही (levies) निर्यातीसाठी आकारणार नाही.

५) भारताच्या विकासासाठी विशेष क्षेत्राला सुविधा देणे. जागतिक उत्पादन व्यापार किंवा कारखानदारी व्यापार आणि सेवांवर भर देणे.

विशेष केंद्रीय पुढाकार (Special Focus Initiatvies) नुसार रोजगारनिर्मिती निर्यातीची क्षमता निर्माण करणे. म्हणजे शेती, हस्तकला, विणकाम, रत्ने आणि आभूषणे, कातडी आणि पादत्राणे इ.

१) शेती : विशेष कृषी उपाययोजना (विशेष शेती उत्पादन योजना) यामध्ये निर्यातीसाठी फळे आणि भाजीपाला, फुले, लहान जंगली उत्पादन आणि त्याच्या मूल्यासमान उत्पादने. प्रशुल्क मूल्य योग्यतेच्या उत्पादनांच्या निर्यातीचे मूल्य FOB च्या ५ % समान पत.

२) हस्तकला व विणकाम : या क्षेत्रात प्रशुल्कमुक्त आयात-निर्यातीच्या FOB मूल्याचा ५ % वाढ, हस्तकला क्षेत्रासाठी विशेष आर्थिक क्षेत्राची स्थापना करण्यात आली.

३) रत्ने आणि आभूषणे आयातीस रिप्लेसमेंट योजनेनुसार परवानगी.

४) कातडी आणि पादत्राणे यांना खास बाब म्हणून प्रशुल्क मुक्त आयातीस परवानगी.

निर्यात प्रोत्साहन योजना (Export Promotion Scheme) : या योजनेनुसार निर्यातवाढीला प्रोत्साहन देण्यासाठी नवीन योजनेला 'टार्गेट प्लस' (Target Plus) असे म्हटले जाते. शुल्कमुक्त आधारावर भक्कम निर्यातवाढ उच्चपातळीवर होण्यासाठी साधारणपणे निर्यातीचे टार्गेट ठेवले आहे. वाढीची वृद्धी २० %, २५ % आणि १०० % वाढीच्या निर्मितीचे मूल्य शुल्कमुक्त पत (Credit) ५ %, १० % आणि १५ %.

सेवा निर्यात : सेवा निर्यातीच्या बाबतीत 'भारतापासून सेवा' (Served from India) या योजनेला विस्तृत स्वरूपात मान्यता मिळाली आहे. ह्या योजनेअंतर्गत वैयक्तिक सेवा तसेच रेस्टॉरंट (Restaurant) च्या बाबतीत २०% आणि हॉटेलच्या बाबतीत ५% अधिकार दिला आहे.

भांडवली वस्तूंच्या आयातीच्या संदर्भात निर्यात प्रोत्साहनासाठी भांडवली वस्तू [EPCG] योजनेनुसार शेतीक्षेत्राला परवानगी दिली आहे. त्यासाठी 'कृषी निर्यातक्षेत्र' सुरू केले आहे.

जड भांडवली वस्तूंच्या आयातीला परवानगी दिली आहे. त्यासाठी २५ कोटी रुपयांचे मूल्य कमी केले आहे.

निर्यातक्षम घटक (Units) संस्थांना त्यांच्या वस्तू आणि सेवांना सेवा करात सूट दिली आहे.

या धोरणानुसार तारांकित गृहे उभारण्यासाठी सवलती देण्यात येणार आहेत.

तसेच 'मुक्त व्यापार आणि साठवणूक गृहक्षेत्र' या नव्या धोरणानुसार स्थापण्यात येणार आहेत. वस्तू आणि सेवांच्या सुविधांसंबंधी पायाभूत सुविधा उपलब्ध करण्यासाठी स्वातंत्र्य देण्यात आले आहे. व्यापाऱ्यांच्या व्यवहारासाठी मुक्त चलनाचे स्वातंत्र्य दिले आहे. जागतिक व्यापाराच्या दृष्टीने हे भारताचे हे ध्येय आहे.

परकीय प्रत्यक्ष गुंतवणूक १००% गुंतविण्यास परवानगी दिली आहे. विकास आणि क्षेत्राच्या स्थापनेसाठी आणि त्यांच्या पायाभूत सुविधेसाठी १००% गुंतवणुकीस परवानगी देण्यात आली आहे.

जैव तंत्रज्ञान पार्कलासुद्धा १००% निर्यातक्षम संस्थांच्या (Units) सुविधेसाठी परवानगी दिली आहे.

कार्यपद्धती आणि प्रादेशिकपणाचा साधेपणा सांभाळण्यास किंवा जतन करण्यास प्राधान्य दिले आहे.

निर्यातीतील वस्तू आणि सेवांना सेवाकरातून मुक्त केले आहे.

वेगवेगळ्या योजनेसाठीच्या परवान्याच्या नूतनीकरणासाठी २४ महिन्यांची वाढ केली आहे. इलेक्ट्रॉनिक डेटा निर्यात व्यवहारासाठी विनिमयासाठी ठरावीक वेळ दिली आहे.

प्रगती मैदान (Pragati Maidan) व्यापाराच्या विकासाच्या ठिकाणी १००० प्रतिनिधींसाठी केंद्रे उभारण्यासाठी तरतूद केली आहे. तसेच ९०० वाहनांची सोय करण्याची तरतूद केली आहे.

या धोरणात संख्यात्मक निर्बंध कमी केले आहेत. निर्यात उभारणीचे क्षेत्र पुढे येण्यासाठी तरतूद केली आहे.

या धोरणाची यशस्वीरीत्या अंमलबजावणीच्या दर्जावर अवलंबून आहे.

चालू निर्यात-आयात धोरण (Current Export Import Policy)

केंद्रीय वाणिज्य व उद्योगमंत्री आनंद शर्मा यांनी २७ ऑगस्ट, २००९ ते ३१ मार्च, २०१४ या कालावधीसाठी पंचवार्षिक परकीय व्यापारी धोरणाची घोषणा २७ ऑगस्ट, २००९ रोजी केली. जागतिक मंदीच्या काळात परकीय व्यापार धोरणाचे तात्कालिक उद्दिष्ट निर्यातीतील घसरण रोखणे व घसरणीची प्रकृती धनात्मक करणे, हे आहे. तसेच आर्थिक मंदीमुळे प्रभावित क्षेत्रांना अतिरिक्त साहाय्य उपलब्ध करून देणे हेसुद्धा या धोरणाचे उद्दिष्ट आहे. हे उद्दिष्ट ध्यानात घेऊन धोरणामध्ये बहुविध निर्णय घेण्यात आले आहे.

धोरणाची मुख्य लक्ष्ये

(१) निर्यातीतील घसरण रोखणे व निर्यातीवाढीच्या मार्गावर पुनर्स्थापित करणे. तसेच आर्थिक मंदीपासून जादा प्रभावित क्षेत्रांना अतिरिक्त साहाय्य उपलब्ध करून देणे.

(२) मार्च २०११ पर्यंत २०० अब्ज डॉलरचे वार्षिक लक्ष्य व १५% वार्षिक निर्यात वृद्धिसाहाय्य करण्याचे लक्ष्य.

(३) २०१४ पर्यंत वस्तू व सेवांची निर्यात दुप्पट करण्याचे लक्ष्य.

(४) २०१४ पर्यंत देशाची निर्यातवृद्धी २५% वार्षिक दराने वाढण्याची संभावना.

(५) २०२० पर्यंत आंतरराष्ट्रीय व्यापारातील भारताचा हिस्सा दुप्पट करण्याचे दिर्घकालीन लक्ष्य. २००८ मध्ये हा हिस्सा १.६४% होता.

आयात निर्यात धोरणाची वैशिष्ट्ये (Features) : २००९ - १४ या व्यापार धोरणाची वैशिष्ट्ये पुढीलप्रमाणे -

१) फोकस बाजार योजनेचा विस्तार : फोकस बाजार योजने अंतर्गत २६ नवीन बाजारपेठांचा समावेश करण्यात आला. या धोरणात लॅटीन अमेरिकेतील १६ देश आणि अशिया, ओशियान खंडांतील १० देशांशी निर्यात व्यापार वाढविण्यासाठी फोकस बाजार योजनेचा विस्तार केला.

२) फोकस उत्पादन योजना आणि फोकस बाजार योजनेत प्रेरणा : या योजने अंतर्गत नवीन वस्तूंचा समावेश केला तसेच या वस्तूंनाही योजनेतील सुविधा प्राप्त होतील फोकस योजनेत नव्योन कृषी यंत्रसामग्री, शिवणयंत्रे घड्याळे, प्लॉस्टिक, उत्पादने, ज्यूट, दोरखंड, संगीत वाद्य, रेल्वे इंजिन, पवनचक्की, विजेवर चालणारी यंत्रे इलेक्ट्रानिक वस्तू, पवन टरबाईन इ. चा समावेश केला.

३) शुल्क पात्रता पासबुक योजनेच्या कालावधीत वाढ : निर्यात उत्पादनामध्ये आयात वस्तूंचा वापर केला जातो त्या वस्तूंवरील जकातीचा दर कमी करण्यासाठी Duty

Entitlement Pass Book Scheme - PEPB ही योजना सुरू केली. या योजनेचा कालावधी ३१ डिसेंबर २०१० पर्यंत वाढविण्यात आला आहे.

४) हिरे रोखे बाजाराची स्थापना : भारताला हिऱ्यांच्या जगातील व्यापाराचे केंद्र तयार करण्यासाठी हिऱ्यांचे रोखे बाजार स्थापन करण्याचे ठरविले आहे.

५) शहरांना निर्यातीचा विशेष दर्जा : जयपूर, श्रीनगर आणि अनंत नाग या शहरांना हस्त कलांबाबत तर कानपूर, देवास आणि अंबूर या शहरांना चामड्यांच्या वस्तू बाबत तर मलिहाबाद या शहरास फलोत्पादनविषयक वस्तूबाबत Town of Export Excellence असा दर्जा देण्यात आला आहे.

६) निर्यात प्रोत्साहन भांडवली वस्तू : निर्यात प्रधान वस्तू देशात उत्पादन करण्यासाठी लागणाऱ्या परकीय भांडवली वस्तूंच्या आयातीवरील सीमा शुल्कात ३१ मार्च, २०११ पर्यंत सूट देण्याचा ठरविले आहे. त्यामध्ये रसायने व औषधे तयार कपडे अभियांत्रिकी व इलेक्ट्रॉनिक्स वस्तू प्लॅस्टिक चामड्याच्या वस्तू, हस्तशिल्प इ. चा समावेश होतो.

७) कमी खर्च व दिरंगाई कमी करणे : या धोरणात प्रशासकीय दिरंगाई कमी करणे व कार्य करण्यातील खर्च कमी करणे यासाठी प्रयत्न करणे. त्यासाठी परवानगी अर्ज तसेच इतरही अर्ज साधे सोपे केले आहेत. परवाना शुल्क घट केली आहे. कार्य संपादनाचा खर्च कमी करण्यासाठी आयात वस्तू बंदरातून थेट उत्पादन स्थानावर पोहोचविण्याची व्यवस्था केली. तसेच निर्यात मालाच्या नमुन्याची आयात सोपी केली, ताबडतोब कार्य करण्यासाठी इलेक्ट्रॉनिक माध्यमे व कॉम्प्युटरचा जास्तीतजास्त वापर करणे इत्यादी.

८) १००% निर्यात प्रधान उद्योग व सॉफ्टवेअर टेक्नॉलॉजी पार्कसाठी उद्योगांना आमकर सूट २०१० - ११ या वर्षात लागू राहील.

९) कृषिउत्पादनांची नासाडी टाळण्यासाठी एकाच ठिकाणी औपचारिकता पूर्ण केली जाईल.

सराव प्रश्न :

१. खालील प्रश्नांची प्रत्येकी २० शब्दांत उत्तरे लिहा.

अ) व्यापारतोल म्हणजे काय?

ब) व्यवहारतोल म्हणजे काय?

क) चालू खात्यावरील रुपयाची परिवर्तनीयता म्हणजे काय?

ड) भांडवली खात्यावरील रुपयाची परिवर्तनीयता म्हणजे काय?

२. खालील प्रश्नांची प्रत्येकी ५० शब्दात उत्तरे लिहा.

अ) परकीय भांडवलाचे महत्त्व थोडक्यात सांगा.

ब) व्यवहारतोल संकल्पना स्पष्ट करा.

क) व्यवहार तोलातील घटक स्पष्ट करा.

ड) चालू आयात-निर्यात धोरण थोडक्यात सांगा.

३. खालील प्रश्नांची प्रत्येकी १५० शब्दात उत्तरे लिहा.

अ) आथिक विकासातील परकीय भांडवलाचे महत्त्व विशद करा.

ब) व्यवहारतोलात समाविष्ट केल्या जाणाऱ्या घटकांची चर्चा करा.

क) भारताचा १९९१ पासूनचा व्यवहारतोल थोडक्यात स्पष्ट करा.

ड) चालू आयात-निर्यात धोरण स्पष्ट करा.

४. खालील प्रश्नांची प्रत्येकी ३०० शब्दात उत्तरे लिहा.

अ) आर्थिक विकासातील परकीय भांडवलाचे महत्त्व स्पष्ट करा.

ब) व्यवहारतोल संकल्पना स्पष्ट करून व्यवहार तोलात समाविष्ट केल्या जाणाऱ्या घटकांची चर्चा करा.

क) १९९१ पासूनच्या व्यवहारतोलावर चर्चा करा.

ड) रुपयाचे चालू व भांडवली खात्यावरील परीवर्तनीयता स्पष्ट करा.

इ) भारताचे चालू आयात-निर्यात धोरण स्पष्ट करा.

प्रकरण ८

प्रादेशिक आणि आंतरराष्ट्रीय आर्थिक सहकार्य
(Regional & International Economic Co-operation)

८.१ प्रास्ताविक (Introduction)

८.२ दक्षिण आशियाची देशांची प्रादेशिक सहकार्य संघटना (सार्क) महत्त्व, उद्दिष्टे, स्वरुप आणि कार्ये (South Asian Association for Regional co-operation (SAARC) - Important, objective, structures and Function)

८.३ आंतरराष्ट्रीय नाणेनिधी IMF महत्त्व, उद्दिष्टे स्वरुप आणि कार्ये (International monetary fund (IMF) : Importance, objective, stracture and function)

८.४ जागतिक बँक किंवा आंतरराष्ट्रीय पुनर्निमाण व विकास बँक (आयबीआरडी) - महत्त्व, उद्दिष्ट, स्वरुप आणि कार्ये (Word Bank or International Bank for Reconstruction and Development (IBRD) - stracture and function)

८.५ जागतिक व्यापार संघटना (WTO) महत्त्व, उद्दिष्टे, स्वरुप आणि कार्ये (World Trade organization (WTO) - Importance, objective structure and function)

८.६ बिक्स (BRICS)

८.१ प्रास्तविक

१९२९ - ३० ची जागतिक महामंदी तसेच पहिले महायुद्ध आणि दुसरे महायुद्ध (१९३९ - ४५) यामुळे जगातील सर्व देशांना जलद आर्थिक विकासाची ओढ लागली. तसेच बाजारपेठांचा विस्तार करण्यासाठी परस्पर सहकार्य आणि एकत्रिकरणाशियार पर्याय नसल्याने त्यातूनच त्यातूनच आर्थिक, राजकीय व सैनिकी व एकीकरणाची भावना विकसित होऊ लागली. युरोपिय देशांनी नॉर्थ अटालंटिक ट्रिटी ऑर्गनायझेशन

नाटो या संघटनेची स्थापना केली. सहकार्य व एकीकरणाच्या भावनेला मूर्तरूप दिले, सैनिकी समन्वयाला फारसे यश आले नाही, परंतु त्यातून सहकार्य व एकी करणाला प्रोत्साहन मिळाले. सहकार्य व एकीकरणातूनच आंतरराष्ट्रीय बँकिंग व अर्थविषयक समस्या सोडविण्यासाठी आंतरराष्ट्रीय सहकार्यास १९४४ मध्ये ब्रेट वूड (यु. एस. ए) येथे १ ते २२ जुलै १९४४ या दरम्यान संयुक्त राष्ट्र चलनविषयक आणि वित्तीय परिषदेच्या माध्यमातून एकत्र आले. त्यातूनच आंतर राष्ट्रीय नाणेनिधी, आंतरराष्ट्रीय पुर्नबांधणी व विकास बँक स्थापना झाल्या, त्यानंतर अनेक आंतरराष्ट्रीय संस्था व संघटना स्थापन करण्यात आल्या. तसेच विविध प्रकारचे करारही अस्तित्वात आले. त्यामुळे आर्थिक सहकार्याची अनेक नवी क्षेत्रे जगाला उपलब्ध झाली. सदर प्रकरणात सार्क, नाणेनिधी जागतिक बँक, जागतिक व्यापार संघटना ब्रिक्स इ. चा अभ्यास केला आहे.

प्रादेशिक व आंतरराष्ट्रीय आर्थिक सहकार्य (Regtional & International Co - operation) :

प्रादेशिक व आंतरराष्ट्रीय आर्थिक सहकार्य ही बहुअर्थी संकल्पना आहे. संपूर्ण जगात मुक्त व्यापार करणे शक्य नाही. कारण त्यामध्ये आर्थिक राजकीय, कायदेविषयक अनेक अडथळे निर्माण होतात. त्यासाठी जर प्रादेशिक स्तरावर संघ स्थापन करून त्यांच्यात मुक्त व्यापार सुरू केला तर विकासाचा वेग वाढविणे शक्य होते. हे लक्षात आल्याने वेगवेगळे प्रदेश आणि खंड व उपखंड यांत राजकीय, अर्थिक संघटना स्थापन करण्याची प्रेरणा निर्माण होऊन वेगवेगळे करार आणि संघटना स्थापन झाल्या.

प्रादेशिक संघटनांतील सदस्य देशांतील व्यापार आणि आर्थिक व आर्थिकेतर अडथळे दूर करून परस्पर सहकार्य निर्माण करणे हे प्रादेशिक व आंतरराष्ट्रीय आर्थिक सहकार्यात अपेक्षित असते. या संघटनेतील केले जाणारे करार हे व्यापारी आणि द्विपक्षीय तसेच बहुपक्षीय स्वरूपाचे असू शकतात. जागतिक पातळीवर आंतरराष्ट्रीय करार व संघटना व प्रादेशिक पातळीवरील करार यांमध्ये मोठ्या प्रमाणात वाढ झाल्याचे दिसून येते. त्याची सुरुवात आंतरराष्ट्रीय नाणेनिधी, आंतरराष्ट्रीय पुनर्निमाण आणि विकास बँका, तसेच जकात व व्यापार विषयक सामान्य करारे ते २००९ मध्ये स्थापन झालेली ब्रिक्स येथपर्यंत विविध संघटना व करार अस्तित्वात आल्याचे दिसून येते.

८.२ दक्षिण आशियायी देशांची प्रादेशिक सहकार्य संघटना - सार्क (South Asian Association for Regional Co - operation (SAARC)

प्रास्ताविक (Introduction)

प्रादेशिक सहकार्यासाठी दक्षिण आशियाई संघटना (सार्क) (South Asian Association for Regional Co-operation- SAARC)

८ डिसेंबर, १९८५ रोजी दक्षिण आशियाई प्रादेशिक सहकार्य संघटनेची स्थापना झाली. या संघटेनत सात देश कायमस्वरूपी सदस्य आहेत. भारत, बांगला देश, पाकिस्तान, नेपाळ, श्रीलंका, भूतान आणि मालदिव या देशांचा समावेश होतो. या संघटनेचे मुख्य कार्यालय नेपाळची राजधानी काठमांडू येथे आहे. 'सार्क'चे मुख्य ध्येय मानवी आणि भौतिक साधनसंपत्तीचा अधिकाधिक उपयोग करून सामाजिक आणि आर्थिक विकास साध्य करणे.

नुकताच अफगाणिस्तानला सार्कचा आठवा सदस्य बनविण्याचा निर्णय घेण्यात आला आहे.

सार्कची उद्दिष्टे (Objectives of SAARC)

सार्क संघटनेच्या चार्टर कलम I मध्ये पुढील उद्दिष्टे दिली आहेत -

१) दक्षिण आशियातील लोकांच्या सामाजिक, आर्थिक कल्याणात सुधारणा करणे आणि त्यांच्या जीवनमानाचा दर्जा सुधारणे.

२) आर्थिक वाढीचा वेग वाढविणे, प्रदेशांतील सामाजिक प्रगती आणि सांस्कृतिक विकास साधणे, सर्व व्यक्तींना आत्मसन्मानाने जगण्याची संधी देणे आणि त्याच्या क्षमतेचा पूर्णपणे उपयोग करून घेणे.

३) दक्षिण आशियातील देशांमध्ये सामुदायिकरीत्या आत्मनिर्भरता वाढवून ती बळकट करणे.

४) एकमेकांच्या समस्या समजावून घेऊन एकमेकांवरील विश्वास वाढविणे.

५) सभासद देशांच्या विकासाचा वेग वाढविण्यासाठी एकमेकांतील आर्थिक, सामाजिक, सांस्कृतिक, तांत्रिक आणि विज्ञान क्षेत्रांतील सहकार्य वाढविणे.

६) समान हितसंबंधी प्रश्नांवर आंतरराष्ट्रीय मंचावर आपापसांतील सहकार्य वाढविणे.

७) समान उद्दिष्ट आणि हेतू असलेल्या आंतरराष्ट्रीय आणि प्रादेशिक संघटनेबरोबर सहकार्य करणे.

८) इतर विकसनशील देशांबरोबर सहकार्य वाढविणे.

९) दक्षिण आशियाई लोकांच्या कल्याणात वाढ करणे.

१०) दहशतवादाचा सामुदायिकरीत्या मुकाबला करणे.

सार्कची कार्ये :

सार्कची कार्ये पुढीलप्रमाणे सांगता येतात -

(१) दक्षिण आशियाई देशांत विभागीय सहकार्य वाढविणे.

(२) सदस्य देशांतील मतभेद दूर करण्याचा प्रयत्न करणे. तसेच चर्चेद्वारे मतभेद दूर करणे.

(३) सार्कच्या सदस्य देशांमध्ये आर्थिक, सामाजिक व सांस्कृतिक मूल्यांची देवाण-घेवाण करणे.

(४) सार्कच्या सदस्य देशांत व्यापाराला चालना देणे आणि व्यापारात वाढ करणे.

(५) सार्क देशांतील नैसर्गिक साधनसामग्री, मनुष्यबळ आणि कौशल्याचा जास्तीत-जास्त वापर करणे व सहकार्यातून विकास साधणे.

(६) दक्षिण आशियाई देशांतील दारिद्र्य, उपासमार, रोगराई, निरक्षरता यांचे निर्मूलन करणे, तसेच पर्यावरणाचे संवर्धन करणे.

(७) दक्षिण आशियाई देशांच्या सांस्कृतिक व ऐतिहासिक परंपरांचा सांभाळ करणे.

(८) दक्षिण आशियाई देशांमध्ये तांत्रिक सहकार्य वाढीस लावणे.

(९) सार्कचे सदस्य देश व इतर संघटना यांच्यात विचारांची देवाण-घेवाण वाढविणे.

(१०) प्रादेशिक सहकार्यासाठी सक्षम क्षेत्रे निर्माण करणे.

सार्कचे संघटन स्वरूप

'सार्क'च्या कार्यकारी मंडळाने 'उच्च धोरण' ठरविले आहे. त्यानुसार सभासद देशांच्या सरकारचा प्रमुख घटनेनुसार कार्यकारी मंडळावर असतो. कार्यकारी मंडळाची बैठक दोन वर्षांतून एकदा होते. विदेश व्यवहारमंत्री या समितीचे सभासद असतात; विदेश व्यापार सचिवांची स्थायी समिती असते.

ही समिती मागील कार्याचा आढावा घेऊन नवीन योजना मंजूर करून त्याची कार्यवाही करते; स्थायी समितीचे मुख्य कार्य म्हणजे-

१) सल्लामसलत आणि सहकार्यविषयक कार्यक्रम राबविणे.

२) आजूबाजूच्या प्रदेशांत सहकार्य निर्माण करणे.

३) आंतरक्षेत्रियांना प्राधान्य देणे.

४) चलनविषयक अद्ययावतता ठेवणे.

५) स्थायी समिती गरज असेल तेव्हा कार्यकारी मंडळाच्या मंत्र्यांना अहवाल सादर करते. त्याचा मुख्य हेतू अंमलबजावणी हा असतो. स्थायी समिती अंमलबजावणीसाठी

एक समिती तयार करते. या कार्यक्रम समितीला स्थायी समिती मदत करते. ह्या समितीत सभासद सरकारचे वरिष्ठ अधिकारी असतात. कार्यक्रम समिती (Programme Commitee) चे कार्य पुढीलप्रमाणे असते.

१) सचिवाच्या अंदाजपत्रकाची छाननी करणे.

२) सचिवांच्या वार्षिक अनुसूचीचे अंतिम स्वरूप तयार करणे.

३) स्थायी समितीला चालू उपक्रम नेमून देणे.

४) तांत्रिक समितीचा अहवाल आणि प्रादेशिक केंद्राच्या विश्लेषणाचा अभ्यास करणे आणि पुढील कार्यवाहीसाठी स्थायी समितीकडे पाठविणे.

तांत्रिक समिती

या समितीमध्ये सदस्य देशांच्या प्रतिनिधींचा समावेश असतो. या समितीवर सार्कच्या धोरणांची अंमलबजावणी, समन्वय आणि देखरेख ही जबाबदारी असते. सभासद देशांच्यासाठी घटनेनुसार पुढील कार्ये केली जातात -

१) प्रतिनिधीच्या क्षेत्रांत कार्यक्रम आणि प्रकल्पांची उभारणी करणे.

२) मुख्य प्रकल्पांची अंमलबजावणी करणे.

३) प्रकल्प कमिटीचा अहवाल स्थायी समितीला सादर करणे.

सार्कच्या तांत्रिक समितीचा संबंध- १) कृषी, २) पर्यावरण, ३) विज्ञान आणि तंत्रज्ञान, ४) दळणवळण, ५) आरोग्य आणि लोकसंख्या, ६) ग्रामीण विकास, ७) पर्यटन इत्यादींशी असतो.

सार्कने २००१ ते २०१० हे दशक बालकल्याणासाठी राबविण्याचे ठरविले आहे.

सार्कच्या सभासद देशांच्या प्रमुखाची वर्षातून एकदा बैठक आयोजित केली जाते. सार्कची पहिली बैठक १९८५ मध्ये बांगला देशची राजधानी ढाका येथे भरली होती. दुसरी बैठक १९८६ मध्ये बेंगळुरु येथे, तिसरी बैठक नेपाळची राजधानी काठमांडू येथे १९८७ मध्ये, चौथी बैठक इस्लामाबाद येथे १९८८ मध्ये भरली होती. पाचवी बैठक माले येथे १९९० मध्ये, सहावी कोलंबो येथे १९९१ मध्ये भरली होती. नंतरच्या काळात मात्र प्रतिवर्षी बैठक आयोजित करण्याऐवजी दोन वर्षांतून एकदा बैठकीचे आयोजन करण्यात आले होते. तेरावी बैठक २००५ मध्ये ढाका येथे पार पडली.

जानेवारी २००४ मध्ये इस्लामाबाद येथे भरलेली सार्क शिखर बैठक 'ऐतिहासिक' समजण्यात येते. ह्या संमेलनात भारत व पाकिस्तान हे दोन देश परस्परांजवळ आले. सात देशांच्या ह्या संमेलनात घोषणापत्र जाहीर करण्यात आले. ह्या दोन्ही देशांनी एकत्रितपणे आतंकवादाचा बंदोबस्त करण्याची घोषणा केली. तसेच 'खुल्या व्यापाराबाबत' ही सहमती दर्शविण्यात आली. ह्या घोषणा पत्रातील प्रमुख मुद्दे पुढीलप्रमाणे -

१) दक्षिण आशिया एक शांतिपूर्ण व स्थिर क्षेत्र बनविणे.

२) विवाद, मतभिन्नता व संघर्ष ह्यावर शांततेच्या उपाययोजना करणे.

३) सार्वभौमिकता, समानता, क्षेत्रीय अखंडता व राष्ट्रांचे स्वातंत्र्य ह्यांच्या आधारावर समंजस शेजारी म्हणून राहणे व विकास साधणे.

४) शस्त्रास्त्रांचा वापर न करणे, इतरांच्या कारभारात हस्तक्षेप न करणे, तसेच दुसऱ्या देशांच्या भानगडीत न पडणे ह्यावर जोर देण्यात आला.

५) सार्कच्या छोट्या छोट्या देशांच्या विशेष समस्यांबद्दल जागरूक राहणे.

सार्कच्या सर्वसाधारण तरतुदी (SAARC)

१) सार्कमधील देश कोणताही निर्णय एकमताने घेतात.

२) संघटनेत विवाद्य मुद्दे टाळले जातात.

सार्कचे व्यवस्थापन :

सार्कचे व्यवस्थापन पुढीलप्रमाणे आहे -

१) उच्चस्तरित यंत्रणा (Summits) : हे या संघटनेचे सर्वोच्च अधिकार मंडळ आहे. त्यात प्रत्येक देशाचा, सभासद देशांचा समावेश आहे. हे अधिकार मंडळ हे ध्येयधोरणे ठरवितात. त्याला 'कौन्सिल' म्हणतात. प्रत्येक वर्षी आळीपाळीने हे मंडळ वार्षिक सभा घेते.

१९८५-९८ या काळात ढाका १९८५, बेंगळुरु १९८६, काठमांडू १९८७, इस्लामाबाद १९८८, कोलंबो १९९१, ढाका १९९३, नवी दिल्ली १९९५, माले १९९७, कोलंबो १९९८ अशा परिषदा झाल्या.

२) सार्क सचिवालय (SAARC Secretaria) : १६ जुलै १९८७ रोजी सार्कचे सचिवालय काठमांडू येथे स्थापन झाले. तेथे उपक्रमांची अंमलबजावणी केली जाते. या कार्यालयात सेक्रेटरी जनरल हा प्रमुख आहे. सभासद देशांच्या नियुक्त मंत्रिपरिषदेमार्फत सेक्रेटरी जनरलची नेमणूक होते. तीन वर्षांसाठी होते. १९९७ पासून हा कालावधी दोन वर्षांचा केला आहे. सचिवालयात सेक्रेटरी जनरल ७ डायरेक्टर असतात. प्रत्येक देशाचा एक डायरेक्टर आणि जनरल सर्व्हिस स्टाफ असतो. सेक्रेटरी डायरेक्टरची नेमणूक करतो. सचिवालयाच्या स्थापनेचा खर्च नेपाळ सरकारने केला. त्यापुढील खर्च प्रत्येक देशाने वाटून घेतला. भारताचा एकूण खर्चात ३२%, पाकिस्तानचा २५%, बंगला देश, नेपाळ, श्रीलंका यांचा ११% भूतान आणि मालदीव यांचा ५% हिस्सा आहे.

३) मंत्रिमंडळ (Council of Ministers) : मंत्रिमंडळात सभासद देशांचे परराष्ट्र

व्यवहार मंत्री असतात. ही परिषद धोरणे ठरविते. प्रगतिचा आढावा घेणे; सहकार्याची क्षेत्रे ठरविणे; ही परिषद वर्षातून दोनदा सभा घेते.

४) **स्थायी समिती (Standing Committee) :** स्थायी समितीत सभासद देशांचे परराष्ट्रीय सचिव असतात. स्थायी समिती कार्यक्रमाचे नियोजन करणे, कार्यक्रम राबविणे ही कामे ते करत वित्तपुरवठ्यावर देखरेख, परस्पर सहकार्य, क्षेत्रांतर्गत प्राधान्य क्रम निश्चित करणे ही कामे केली जातात. स्थायी समिती कार्यवाही समिती नेमू शकते. त्या आधारे योजना राबविली जाते. त्यात प्रत्येक देशाचे दोन सभासद असतात.

५) **उपक्रम समिती (Programming Committee) :** उपक्रम समिती स्थायी समितीला मदत करते त्यात उच्च अधिकारी असतात. सचिवालयाचे अंदाजपत्रक तयार करणे, कार्यक्रमांची कार्यक्रमपत्रिका तयार करणे; ही कामे या समितीकडे आहेत.

६) **तांत्रिक समिती (Technical Committee) :** यात सर्व सभासद देशप्रतिनिधी असतात. विविध क्षेत्रांतील योजना तयार करणे आणि राबविणे. ही जबाबदारी या समितीची आहे. प्रत्येक सभासद देशाला मुळाक्षरानुसार दोन वर्षांसाठी अध्यक्षपद भूषवता येते. शेती, दळणवळण, पर्यावरण, आरोग्य, लोकसंख्या, ग्रामीण विकास, शास्त्र तंत्रज्ञान, पर्यटन आणि वाहतूक अशा बारा तांत्रिक समित्या कार्यरत आहे.

इतर संघटनांशी सहकार्य (Co-operation with other Organisation) :

सार्क आंतरराष्ट्रीय व प्रादेशिक संघटनांच्या सहकार्यासाठी स्थापन झाले. त्यामध्ये अनेक करार केले जातात. १९९३ मध्ये व्यापार विश्लेषण आणि माहिती पद्धत याबाबत सार्क आणि अंकटाड यात समझोता करार (Memorandum of Association) संस्थापन लेख करण्यात आला.

हा पहिला करार होता. तसेच सार्क आणि ESAP (Economic and Social Commission for Asia and Pasific) यांच्यात फेब्रुवारी १९९४ मध्ये करार झाला. त्यात विकास समस्यांबाबत सहकार्य करणे. त्यासाठी एकत्रित अभ्यास, परिषदा, चर्चासत्रे आयोजित करण्यावर भर दिला आहे.

सार्कने UNDP शी १९९५ मध्ये करार केला. कोलंबो प्लॅन १९९५ मध्ये झाला आणि युरोपियन समाजाशी १९९६ मध्ये करार केला.

सार्क निधी (SAARC Funds)

सार्कचा निधी दोन प्रकारचा -

१) सार्क - जपान विशेष निधी (SAARC - Japan Special Fund) : १९९३ मध्ये जपान सरकारने वित्तपुरवठा करून सार्कला मदत केली. हा निधी पाच लाख डॉलर्सचा आहे. त्यात दोन विभाग आहेत. पहिल्या विभागानुसार निवडक विभागांत हा निधी वापरावयाचा व दुसऱ्या विभागात जपान सरकारने सुचविलेले व्यवस्थापन केलेले उपक्रम राबवायचे आहेत.

२) दक्षिण आशिया विकास निधी (South Asian Development Fund) : सार्कच्च्या प्रादेशिक योजना निधीच्या स्थापने वेळी ५० लाख डॉलर्स भांडवल गुंतवणूक केली. त्यातच सार्क प्रादेशिक फंडनिधी स्थापन झाला. त्यातील उद्देशांनुसार उपक्रम आणि योजना राबविताना आर्थिक अडचणी येऊ नयेत म्हणून निधी उभारला आहे.

दक्षिण आशियायी विकास निधीचे तीन प्रकारे कार्य चालते -

१) योजना शोधणे आणि विकास करणे.

२) संस्थात्मक आणि मनुष्यबळ विकास योजना राबविणे.

३) सामाजिक विकास; सुविधा संबंधित विकास योजना राबविणे.

भारताचा सार्क देशांशी व्यापार (India's Trade with SAARC) :

भारताने नेपाळ, बांगलादेश, भूतान व श्रीलंकेबरोबर द्विपक्षीय करार केले आहेत. 'सार्क' च्या सभासद देशांत भारत भौगौलिक व आर्थिकदृष्ट्या प्रगत असल्याने सार्कच्या व्यापारामध्ये भारताचा वाटा सर्वाधिक आहे. भारताचा सार्क देशांशी असणारा व्यापारतोल हा सतत अनुकूल आहे.

इ. स. १९८० मध्ये भारतातून सार्कच्या इतर देशांत झालेल्या निर्यातीचे मूल्य ३०७ दशलक्ष अमेरिकन डॉलर्स तर आयातीचे मूल्य १४१ दशलक्ष अमेरिकन डॉलर्स होते; तर भारताच्या व्यापारात १६६ दशलक्ष डॉलर्सची शिल्लक होती. १९८७-८८ मध्ये भारतातून सार्कच्या इतर देशांत झालेल्या निर्यातीचे मूल्य ४०६ दशलक्ष अमेरिकन डॉलर्स तर आयातीचे मूल्य ९८ दशलक्ष डॉलर्स होते व भारताच्या व्यापारात ३०८ दशलक्ष डॉलर्सची शिल्लक होती. १९९८-९९ मध्ये भारताचे सार्क देशात झालेल्या निर्यातीचे मूल्य ७१८७ दशलक्ष डॉलर्स होते आणि भारताचा सार्क देशाशी असणारा व्यापार ५२४० दशलक्ष डॉलर्स एवढा शिलकी होता; म्हणजे व्यापारतोल अनुकूल होता. २०१३ - १४ या वर्षाचा.

सार्क देशांशी भारताचा व्यापार
सन २०१३ - १४ (मिलियन किंवा दशलक्ष डॉलर)

देश	निर्यात	आयात	व्यापरतोल
बांगला देश	६१६७	४८४	+५६८३
भूतान	३५६	१५२	+२०४
मालदिव	१०६	०४	+१०२
नेपाळ	३५९२	५३०	+३०६२
पाकिस्तान	२२७४	४२७	+ १८४७
श्रीलंका	४५३४	६६७	+३७६७
अफगाणिस्तान	४७५	२०९	+२६५
सार्कशी एकूण व्यापार	१७५०४	२४७३	+१५०३१
भारताचा एकूण व्यापार	३१४४०५	४५०२००	-१३५७९५

(Source - Economic Survey 2014-15)

विचार करता सार्क देशांशी भारताची निर्यात १७५०४ दशलक्ष डॉलर्सची झाली. तर आयात २४७३ दशलक्ष डॉलर्सची झाली. म्हणजेच १९८० पासून २०१४ पर्यंत सार्क देशांशी भारताला व्यापार तोल अनुकूल राहिलेला आहे. १९८० ते २०१३ - १४ या काळात निर्यात व्यापारात ५७ पटीने वाढ झाली तर आयात व्यापारात१७.५३ पटीने वाढ झालेली आहे. भारताचा बंगला देश, श्रीलंका, नेपाळ या सहकारी देशांशी चांगला व्यापार चालतो.

भारताच्या एकूण निर्यात व्यापारात सार्क निर्यात व व्यापाराचा वाटा २०१३ - १४ मध्ये ५.५६% होता. तर आयात व्यापारातील वाटा ०.५४% होता. हेच प्रमाण १९८७ - ८८ मध्ये अनुक्रमे २.५९% व ०.४४% असे होता. म्हणजेच सध्या आयात-निर्यात व्यापारात वाढ झालेली आहे.

भारताच्या निर्यातीपैकी सर्वाधिक निर्यात बांगला देशात व त्यानंतर श्रीलंकेत झाली आहे.

भारताच्या सार्क सदस्य देशांशी असणाऱ्या व्यापाराबाबत असे निष्कर्ष दिसून येतात :

१) भारताचा व्यापारतोल सतत अनुकूल आहे.

२) भारताचा सार्क देशांशी असणारा निर्यात व्यापार १९८० मध्ये ३०७ दशलक्ष डॉलर्सवरून १९९८-९९ मध्ये ७१८७ दशलक्ष डॉलर्सपर्यंत वाढला तर २०१३ - १४ मध्ये ३१४४०५ दशलक्ष डॉलर्सपर्यंत वाढला.

३) भारताच्या एकूण निर्यातीत सर्वाधिक निर्यात बांगला देशात होते.

४) भूतान व मालदीव देशांत झालेल्या निर्यातीचे मूल्य अतिशय कमी दिसून येते.

५) निर्यातीप्रमाणे आयातीचासुद्धा मालदीवचा वाटा अतिशय कमी होता.

६) श्रीलंकेच्या असणाऱ्या व्यापाराचा विचार केल्यास भारतातून होणाऱ्या निर्यातीचे मूल्य आयात मूल्यांपेक्षा नेहमीच अधिक राहिले आहे.

व्यापार व आर्थिक सहकार्य (Trade and Economic Co-operation) :

सार्कने सदस्य देशांमध्ये महत्त्वाच्या क्षेत्रांत आर्थिक सहकार्य व व्यापार विकास ह्याकरिता काही पावले उचलली. ह्यात सार्क अधिमानी व्यापार करार (साप्टा) सर्वांत महत्त्वपूर्ण आहे.

सार्क अधिमान्य (अधिक पसंती) व्यापार करार (साप्टा) (SAARC Preferential Trading Agreeement - SAPTA)

सार्क देशांच्या अंतर्गत व्यापार सहकार्य वाढावे म्हणून ७ डिसेंबर १९९५ पासून साप्टा करार लागू करण्यात आला. आंतरक्षेत्रीय व्यापाराचा प्रसार करणारी साप्टा ही एक गठीत संस्था आहे. ह्या संस्थेचा उद्देश हा सार्कमधील देशांच्या व्यापारात येणारे अडथळे व्यवस्थितपणे निवारणे.

अ) सार्क अधिमान्य व्यापार कराराची (SAPTA) उद्दिष्टे पुढीलप्रमाणे-

१) सार्कच्या सदस्य देशांचा हळूहळू व्यापार विस्तार करणे.

२) 'सार्क' देशातील अडथळे काढून टाकणे.

३) सदस्य देशांत आर्थिक सहकार्य आणि अंतर्गत व्यापाराची स्थैर्याधिष्ठित उभारणी करणे.

ब) SAPTA च्या प्रशासनाची तत्त्वे :

साप्टा (SAPTA) च्या प्रशासनाची तत्त्वे पुढीलप्रमाणे-

i) परस्पर समझोत्याच्या आधारे एकत्रित समानतेने सभासद देशांना फायदे मिळवून देणे.

ii) कराराप्रमाणे टप्प्याटप्प्याने सुधारणा परस्पर सहकार्यातून तडजोडी करणे. कच्चा माल आणि अर्धसिद्ध उत्पादित वस्तूंना अंतर्गत सवलत दिली जाते.

क) जकाती :

जकातीत सवलत दिली जाते.

जकाती तसेच जकातीशिवाय वेगळ्या मार्गांचा अवलंब केला जातो. जकातीवर

उपाय योजण्याचे मार्ग म्हणजे -

१) निर्यातक्षेत्रात व्यापाराच्या सुविधा उपलब्ध करून देणे.

२) निर्यात पुरवठा, विमा आणि बाजाराची माहिती उपलब्ध करून देणे.

३) तांत्रिक मदत उपलब्ध करून देणे, उद्योगाची स्थापना, निर्यातीसाठी कृषी प्रकल्प उभारणे इत्यादी.

४) दीर्घकाळाचा करार करणे.

५) जकातीचे अडथळे दूर करणे. त्यासाठी प्रशुल्क मुक्त करणे, निर्यात वस्तूंना जकातींपासून सूट देणे. इ.

ड) व्यवहारतोल :

व्यवहारतोलाचा गंभीर प्रश्न निर्माण झाल्यास निर्यात वाढविण्यासाठी सवलत देणे. सहभागी समिती करार आणि विभागणीच्या अंमलबजावणीचा आढावा घेईल. तसेच फायदे सर्व देशांना समान दिले जातील. दिलेल्या सवलती काढून घेणे किंवा त्यात बदल करण्यासाठी अंतर्गत सल्लामसलत करणे हे प्रत्येक तीन वर्षांनी केले जाईल.

दक्षिण आशियाई मुक्त व्यापार क्षेत्र (South Asian Free Trade Area : SAFTA)

इस्लामाबाद येथे भरलेल्या १२ व्या सार्क परिषदेमध्ये (४ ते ६ जानेवारी, २००४ रोजी) मुक्त व्यापार करारावर सदस्य देशांनी सह्या केल्या. त्यानुसार सदस्य देशांनी 'दक्षिण आशियाई मुक्त व्यापार क्षेत्र' (SAFTA) निर्माण करण्याचा निर्णय घेण्यात आला. १ जानेवारी २००६ पासून SAFTA ची कार्यवाही सुरू झाली. या SAFTA ने SAFTA ची जागा घेतली. १९९५ मध्ये दिल्ली येथे भरलेल्या ८व्या सार्क परिषदेत SAFTA संमत करण्यात आला.

SAPTA आणि SAFTA मधील फरक : SAPTA द्वारे सदस्य देशांनी परस्परांना व्यापारविषयक काही सवलती देण्याचे मान्य केले होते. परंतु, SAPTA द्वारे त्यांनी सर्व व्यापार व प्रशुल्कावरील बंधने नष्ट करण्याचे ठरविले आहे. भविष्यात त्यातून दक्षिण आशियाई देशांमध्ये एक समाईक बाजारपेठ आणि समाईक चलन निर्माण करण्याची अपेक्षा आहे.

SAFTA ची वैशिष्ट्ये :

(१) या करारातून कोणताही सदस्य देश केव्हाही बाहेर पडू शकतो.

(२) ज्या वस्तूंवरील प्रशुल्क कमी केले जाणार नाही. त्यांचा आढावा घेतला जाईल.

(३) व्यापाराबाबत संवेदनशील वस्तूंची यादी तयार करण्यात येईल.

(४) सदस्य देशांमध्ये २०१६ पर्यंत ०-५% नी प्रशुल्क कमी करण्याबाबत सहमती झाली आहे.

(५) ० ते ५% नी प्रशुल्क कमी करण्यासाठी भारत आणि पाकिस्तानला ७ वर्षे दिली जातील श्रीलंकेला ८ वर्षे तर इतर देशांना १० वर्षे दिली जातील.

(६) प्रत्येक देश दोन संवेदनशील वस्तूंच्या याद्या तयार करील. त्यांपैकी एक सदस्य देशांपैकी विकसित देशांसाठी तर दुसरी अल्पविकसित देशांसाठी असेल.

(७) सदस्य देशांच्या व्यापार मंत्र्याच्या SAFTA मंत्रिस्तरित परिषदेची निर्मिती करण्यात येईल.

(८) कराराच्या प्रशासन आणि अंमलबजावणीसाठी एक तज्ज्ञांची समिती स्थापन केली जाईल.

(९) तुलनात्मक दृष्ट्या विकसित देशांद्वारे (भारत पाकिस्तान, आणि श्रीलंका) अल्पविकसित देशांसाठी (बांगलादेश, भूतान, मालदीव, नेपाळ) महसुली-घटभरपाई व्यवस्था निर्माण करण्यात येईल.

(१०) वस्तूंच्या उगमस्थानाबद्दल नियम तयार करण्यात येईल.

सार्कचे यश अथवा फलश्रुती (Achievement of SAARC) :

(१) सार्कने सदस्य देशांच्या प्रश्नांवर चर्चा करण्यासाठी सदस्य देशांच्या प्रमुखांची अनेक संमेलने झाली. संमेलनातील चर्चेमुळे सार्क विभागातील बऱ्याच प्रश्नांची तीव्रता कमी होण्यास मदत झाली.

(२) सार्कने प्रत्येक वर्ष एक 'विशेष वर्ष' साजरे करण्याचे ठरविले आहे. १९८९ मध्ये मादकपदार्थांविरुद्ध लढ्याचे वर्ष, १९९२ पर्यावरणाचे वर्ष, १९९४ तरुणांचे वर्ष, १९९६ साक्षरता वर्ष इ.

(३) सार्कच्या सदस्यदेशांमध्ये सांस्कृतिक मूल्यांची देवाण-घेवाण वाढली.

(४) सार्क देश एकमेकांच्या सार्वभौमत्वाचा आदर करू लागले आहेत.

(५) सार्कच्या सदस्य देशांत तांत्रिक व वैज्ञानिक विकासाला चालना मिळाली आहे.

(६) सार्कचे सदस्य देश जागतिक स्तरावर एकमेकांना सहकार्य करू लागले. त्यामुळे सदस्य देशांची सौदाशक्ती वाढली.

(७) २००१ ते २०१० हे 'लहान मुलांच्या हक्कांचे दशक' म्हणून साजरे केले जात आहे.

(८) सदस्य देशांच्या आर्थिक विकासाला काही प्रमाणात गती मिळाली.

(९) सार्कच्या सदस्य देशांनी केलेल्या प्रयत्नांमुळे आपापसातील व्यापारांचे प्रमाण बरेच वाढले आहे.

सार्कचे अपयश अथवा दोष :

व्यापाराच्या उदारीकरणामध्ये सार्क देशांची सुरुवात चांगली झाली. परंतु, त्यांना अनेक समस्यांना तोंड द्यावे लागले.

१) काही वस्तूंबरोबर देशांतर्गत व्यापारात मोठ्या जकातीची सवलत पूर्ण करता आली नाही किंवा पोहोचली नाही.

२) ह्या प्रादेशिक संघाचा परकीय जागतिक व्यापारात अगदी लहान हिस्सा आहे. त्यामुळे संघटनेतील देशांचे इतर देशांबरोबर आयात-निर्यातीचे अधिक संबंध आहेत.

३) संघटनेतील सदस्य देशांत दारिद्र्य, बेकारी, अतिरिक्त लोकसंख्या या समस्या आहेत. त्यामुळे परस्पर वित्तीय साहाय्य करणे कठीण आहे.

४) भारत आणि पाकिस्तान या दोन देशांत राजकीय वैमनस्य असल्याने परस्परांत विधायक सहकार्य निर्माण होणे कठीण आहे.

५) भारत हा आकाराने, आर्थिकदृष्ट्या, लोकसंख्येने इतर सदस्य देशांपेक्षा मोठा आहे; इतर सदस्य देशांना भारताच्या वर्चस्वाचे भय वाटते.

६) तांत्रिक समितीद्वारे वाहतूक, जमीन आणि जलवाहतूक सुविधा सदस्य देशांत उपलब्ध झाल्या नाहीत; म्हणून सदस्य देशांतील व्यापार विकसित झाला नाही.

७) सदस्य देशांची पतपुरवठ्याची साधने वेगवेगळी आहेत; तो एक महत्त्वाचा अडथळा देशांच्या व्यापाराच्या विकासाला निर्माण होतो.

८) वस्तूंचा व्यापार बेकायदा आणि अव्यवहार्य असल्यास सदस्य देशांत व्यापारात अडथळे येतात.

सध्या 'सार्क' त्याचे उद्दिष्ट साध्य करण्यात महत्त्वपूर्णरीत्या प्रगती करण्यात अपयशी ठरला आहे. सदस्य देशांमधील संबंधाचे चांगले वातावरण राहिले नाही; सार्कचे भवितव्य अंधारमय वाटते.

८.३ आंतरराष्ट्रीय नाणेनिधी (International Monetary Fund - I.M.F.) :

आंतरराष्ट्रीय नाणेनिधी (International Monetary Fund-IMF)

आंतरराष्ट्रीय नाणेनिधी ह्या आंतरराष्ट्रीय वित्तीय संस्थेची स्थापना आंतरराष्ट्रीय आर्थिक स्थैर्याला आणि समतोल आंतरराष्ट्रीय व्यापाराची मुक्त वाढ करण्यासाठी झाली. तसेच

देशांची बहुविध चलनांची परिवर्तनीयता करण्यासाठी उत्तेजन देणे, निधीचा संचय मध्यवर्ती बँकेत राष्ट्रीय चलनात राखून ठेवणे त्याची उपलब्धता काही विशिष्ट स्थितीत नाणेनिधीच्या सदस्यांना व्हावी या कारणाने झाली.

१९३० च्या जागतिक महामंदीच्या काळात जगातील अनेक देशांनी सुवर्ण परिमाणाचा त्याग केला आणि राष्ट्रीय धोरणांचा स्वीकार केला. मोठ्या स्वरूपातील निर्बंध, विनिमय नियंत्रण आणि निर्यातीला उत्तेजन देण्यासाठी विनिमयाचे मूल्यमापन केले. परिणामी, जागतिक व्यापारात मंदीच्या काळात परिणामकारक घट झाली. या स्थितीत जुलै १९४४ मध्ये ब्रेटन वुड्स (अमेरिका) येथे एक आंतरराष्ट्रीय परिषद भरविली. या ब्रेटन वुड्स परिषदेत भारतासह ४४ देशांनी भाग घेतला. त्यांनी आंतरराष्ट्रीय नाणेनिधीची स्थापना केली. निधीच्या कार्याला १ मार्च, १९४७ पासून सुरुवात झाली. सुरुवातीला ४४ देश सदस्य होते; नंतर सदस्यसंख्या वाढून ती जानेवारी २०१५ मध्ये १८८ पर्यंत वाढली. आंतरराष्ट्रीय नाणेनिधीची स्थापना हा आंतरराष्ट्रीय आर्थिक सहकार्यातील महत्त्वाचा टप्पा मानला जातो. सभासद देशांनी ठरविलेल्या आंतरराष्ट्रीय उद्दिष्टांचा पाठपुरावा जाणीवपूर्वक निधीद्वारे केला जातो.

अ) नाणेनिधीची उद्दिष्टे (Objectives of Fund) :

नाणेनिधीच्या करारानुसार कलम १ नुसार डिसेंबर १९४५ मध्ये नाणेनिधीची स्थापना झाली. आंतरराष्ट्रीय नाणेनिधीचा उद्देश पुढीलप्रमाणे -

१) आंतरराष्ट्रीय वित्तीय सहकार्यासाठी कायमस्वरूपी संस्थेची स्थापना झाली. ही संस्था आंतरराष्ट्रीय आर्थिक समस्यांवर सल्लामसलत आणि सहकार्य देणारी यंत्रणा पुरविते.

२) आंतरराष्ट्रीय व्यापाराची संतुलित वाढ आणि विस्तारास मदत करणे; तसेच रोजगार आणि उत्पन्नात वाढ घडवून आणून उच्च दर्जा राखणे व आर्थिक धोरणांचे प्राथमिक उद्दिष्ट म्हणून सर्व सभासद देशांच्या उत्पादक मार्गांचा विकास करणे.

३) विनिमयात स्थैर्य आणणे आणि स्पर्धात्मक विनिमय आणि घसारा टाळणे.

४) सभासद देशांना चालू व्यवहारसंदर्भात देणी देण्यासाठी ही यंत्रणा मदत करते. त्यामुळे विश्वास निर्माण होतो. तसेच बहुपक्षीय व्यापारात वाढ करणे व व्यापारवाढीतून देशाचा आर्थिक विकास साध्य करणे. त्यामुळे हानिकारक मार्गांचा अवलंब करावा लागत नाही.

५) सभासद देशांना तात्पुरत्या स्वरूपात पैसा उपलब्ध करून देणे. त्यामुळे सभासद देशांच्यात विश्वास निर्माण होतो. सभासद देशांना त्यांच्या शिलकी देण्यातील

गैरतडजोडी दुरुस्त करता येतात. त्यामुळे सभासद देशांना राष्ट्रीय किंवा आंतरराष्ट्रीय सुबत्तेस हानिकारक मार्गांचा अवलंब करावा लागत नाही.

६) सभासद देशांतील व्यवहारतोलातील असमतोलाचे आकारमान कमीतकमी ठेवणे. अशा रीतीने नाणेनिधीची उद्दिष्टे, धोरण आणि निर्णयासाठी मार्गदर्शन करतात.

७) संतुलित आंतरराष्ट्रीय व्यापारास प्रोत्साहन देणे.

८) आंतरराष्ट्रीय चलनविषयक सहकार्यास प्रोत्साहन देणे.

९) मागास व अकल्पविकसित देशांना गुतंवणुकीस प्रोत्साहन देणे.

१०) अल्पविकसित आणि विकसनशील देशांत शांतता मार्गाने त्यांचे प्रश्न सोडविण्याचा प्रयत्न नाणेनिधी करते.

आंतरराष्ट्रीय नाणेनिधीची कार्ये (Functions of Fund) :

आंतरराष्ट्रीय नाणेनिधीची उद्दिष्टे पाहिल्यानंतर आता आंतरराष्ट्रीय नाणेनिधीची कार्ये पुढीलप्रमाणे सांगता येतात -

१) आंतरराष्ट्रीय नाणेनिधी सभासद देशांना व्यवहारतोलातील तूट भरून काढण्यासाठी अल्प मुदतीचा कर्जपुरवठा करते. मात्र सभासद देशांच्या गरजेनुसार आणि मर्जीनुसार आंतरराष्ट्रीय नाणेनिधी परकीय चलनाची विक्री करत नाही; तर हा निधी उपयोग आणीबाणीच्या किंवा कठीण परिस्थितीत उपयोगात आणला जातो.

२) आंतरराष्ट्रीय नाणेनिधी अल्प मुदतीची तात्पुरत्या स्वरूपात कर्ज देणारी संस्था आहे. व्यवहार तोलातील असमतोलाची समस्या दूर करण्यासाठी मदत करते.

३) नाणेनिधीचे ध्येय म्हणजे सदस्य देशांच्या जकाती कमी करणे आणि इतर व्यापारावर निर्बंध घालणे.

४) व्यवहारतोलासाठी 'चांगल्या आयोजनाचे पालनकर्ते' म्हणून नाणेनिधी काम करते.

५) आंतरराष्ट्रीय नाणेनिधीच्या विनिमयदराची तडजोड करण्यासाठी यंत्रणा उपलब्ध होते.

६) आंतरराष्ट्रीय नाणेनिधी फक्त विनिमयाचा साठाच ठेवत नाही तर सभासद देशांची चलन मूल्यांची अचूक तपासणी करतो. नाणेनिधी निष्पक्षपाती काम करते. निर्णयाबरोबर मध्यस्थाची भूमिका स्वीकारून आर्थिक सहकार्य वाढविण्यासाठी प्रयत्न करते.

७) परकीय चलनात कर्ज देणारी संस्था म्हणून कार्य करते.

८) सभासद देशांची दीर्घकाळ खर्च स्थितीमुळे समतोल सुधारण्यासाठी सभासद देशांचे चलनाचे मूल्य दर कमी-जास्त करणारी किंवा तपासणी करणारी यंत्रणा उपलब्ध करून देते.

९) सभासद देशांना चलनविषयक आणि वित्तीय धोरण ठरविण्याबाबत तांत्रिक सल्ला देणे.

१०) आंतरराष्ट्रीय सल्लागार यंत्रणा उपलब्ध करून देणे.

११) संशोधन अभ्यास आणि अहवाल प्रकाशित करणे, या सर्वांचे आयोजन करणे.

१२) आंतरराष्ट्रीय नाणेनिधी प्रशिक्षण आणि तांत्रिक सहकार्य देण्याचे कार्य, आंतरराष्ट्रीय नाणेनिधीचा मध्यवर्ती बँकिंग सेवा विभाग, आर्थिक व्यवहार विभाग, संख्याशास्त्र विभाग इत्यादी विभाग पडतात. आंतरराष्ट्रीय नाणेनिधी वित्तीय देखरेख आणि कार्याचे नियंत्रण करते.

आंतरराष्ट्रीय नाणेनिधीचे प्रशासन व संघटन आणि स्वरुप :

१) **बोर्ड ऑफ गव्हर्नर्स :** नाणेनिधीचा सर्वोच्च अधिकारी बोर्ड ऑफ गव्हर्नर्स असून ह्यात प्रत्येक सदस्य देशाचा गव्हर्नर व एक विकल्प गव्हर्नर असतो. ह्या बोर्डाची वर्षातून एकदा बैठक होते.

२) **बोर्ड ऑफ एक्झिक्युटिव्ह डायरेक्टर्स :** बोर्ड ऑफ गव्हर्नर्स आपले बरेचसे अधिकार ह्या बोर्डकडे सोपवितो. ह्यातील ६ सदस्य महत्तम अभ्यंश असणाऱ्या सदस्य राष्ट्रांचे प्रतिनिधी असतात. अमेरिका, ब्रिटन, फ्रान्स, जपान व सौदी अरेबिया व आणखी १६ निर्देशक, बोर्ड ऑफ गव्हर्नर्सचे इतर सभासद निवडतात.

१) **ऋण किंवा कर्ज, आर्थिक मदत देणे :** सदस्य राष्ट्रांना विनिमयदर स्थिर ठेवण्याकरिता ऋण किंवा कर्ज देऊन विदेशी चलनांचा पुरवठा करणे हे नाणेनिधीचे महत्त्वाचे उद्दिष्ट आहे. ह्या ऋणासंबंधी IMF च्या कार्य पद्धतीचे काही नियम ठरले आहेत १) कोणतेही सदस्य राष्ट्र एका वर्षात आपल्या अभ्यंशाच्या २५ % महत्तम कर्ज घेऊ शकते. २) ह्या कर्जामुळे सदस्य राष्ट्राला IMF कडून जेवढे विदेशी चलन मिळेल त्याच्या सममूल्य देशी चलन त्याला IMF कडे जमा ठेवावे लागते. ३) जोपर्यंत IMF जवळ जमा केलेला विदेशी चलनाचा साठा त्याच्या अभ्यंशाच्या दुप्पट होणार नाही तोपर्यंत सदस्य राष्ट्र सतत कर्ज काढू शकतो. प्रत्येक राष्ट्राने अभ्यंशाच्या ७५ % देशी चलन IMF जवळ सुरुवातीलाच दिलेले असते. ह्यामुळे त्याला अभ्यंशाच्या १२५ % इतकेच जास्तीत जास्त कर्ज मिळू शकते. ह्या नियमात IMF ने १९५५ पासून आणखी सूट दिली आहे. विशेष परिस्थितीत आता IMF अभ्यंशाच्या सममूल्यापर्यंत कर्ज देऊ शकतो. प्रत्यक्ष विदेशी चलनाच्या मदतीच्या व्यतिरिक्त जमानती प्रत्ययाच्या (Stand by-Credit) मदतीचे अभिवचन देण्याची पद्धती १९५५ पासून सुरू करण्यात आली आहे.

IMF द्वारे देण्यात येणाऱ्या कर्जाचे विविध प्रकार

अ) संकटकालीन कर्ज : अचानक राजकीय किंवा आर्थिक संकट उद्भवल्यास व त्यामुळे इतर देशांनाही धोका होण्याचा संभव असल्यास IMF ताबडतोब कर्जाची व्यवस्था करतो. १९५५ मध्ये सुएझ कालवा संकटाच्या वेळी IMF ने ब्रिटनला ५६१० लक्ष डॉलर्सचे कर्ज व ७३९० लक्ष डॉलर्सचा जमानती प्रत्यय दिला. १९६२ व १९६३ मध्ये IMF ने भारताला १००० लक्ष डॉलर्सची कर्जे दिलीत. तसेच शोधनशेषातील तूट दूर करण्याकरिता भारताला ५ अरब SDR चे कर्ज मंजूर करण्यात आले.

ब) हंगामी किंवा सामायिक कर्ज : व्यापारतोलातील तात्पुरते असंतुलन दूर करण्याकरिता IMF ६ ते १२ महिन्यांपर्यंत कर्ज देतो; असे कर्ज क्युबा, एलसेल्बेडोर इत्यादींना मिळाले आहे.

क) चालू खात्यातील तूट भरून काढण्याकरिता कर्ज : अविकसित व विकसनशील देशांना आपल्या आर्थिक योजना सफल करण्याकरिता थोड्या प्रमाणावर आयात करावी लागते. त्यामुळे व्यापारतोलात तूट येत असते. ह्याकरिता IMF अशा देशांना तात्पुरते कर्ज देत असतो. अशाप्रकारे कर्ज कॅनडा, फ्रान्स, जपान, भारत इत्यादी राष्ट्रांना मिळाले आहे.

ड) विनिमयदरात स्थैर्य आणण्याकरिता कर्ज : अशाप्रकारचे कर्ज वेळोवेळी ब्रिटन, अमेरिका, फ्रान्स, भारत, जपान, ब्राझील इत्यादी राष्ट्रांना देण्यात आले आहे. १९८१-८२ मध्ये भारताला अशा कार्याकरिता ५ कोटी SDR चे ऋण मंजूर करण्यात आले होते.

इ) कर्जाचे शुल्क : IMF जवळ ज्या देशाचे चलन त्याच्या अभ्यंशापेक्षा जास्त होते तो देश IMF चा कर्जदार किंवा ऋणको होतो. अशावेळी IMF त्या देशाच्या अभ्यंशापेक्षा अधिक झालेल्या रकमेवर शुल्क आकारतो. ३ महिने पावेतो असणाऱ्या कर्जावर कोणतेही शुल्क आकारण्यात येत नाही; पण त्यापेक्षा जास्त मुदतीवर १ वर्षाचे शुल्क वसूल करण्यात येते. मे १९८४ पासून शुल्काचा दर दरसाल दर शेकडा ७ करण्यात आला.

२) दुर्लक्ष मुद्रा (Hard Currency) ज्या देशाला चलनाची सतत मागणी आहे परंतु IMF जवळ ते चलन पुरेशा प्रमाणात नसेल तर त्या संबंधित देशाकडून ते चलन उधार घेते किंवा सुवर्णाच्या मोबदल्यात ते खरेदी करू शकते. एवढे करूनही त्या

चलनपुरवठा कमी पडत असेल तर ते चलन दुर्लभ म्हणून घोषित करून IMF ला त्याचे रेशनिंग करण्याचा अधिकार मिळतो.

३) पुन्हा खरेदी : जेव्हा कोणताही देश IMF जवळून कर्ज घेतो तेव्हा तो आपले चलन IMF ला विकून दुसऱ्या देशाचे चलन विकत घेतो. त्या देशाला आपले हे चलन ५ वर्षांच्या आत पुन्हा खरेदी करावे लागते.

४) जमानती व्यवस्था (Stand by Arrangements) : ह्या व्यवस्थेच्या अंतर्गत सदस्य राष्ट्राच्या परिस्थितीची चौकशी न करता त्याला एक निश्चित अवधीकरिता एका निश्चित रकमेपर्यंत IMF कर्ज देऊ शकते. ज्या देशाला आपले विनिमयनियंत्रण शिथिल करावयाचे असते अशा देशाला हे साहाय्य करण्यात येते.

५) तांत्रिक मदत : वित्तीय मदती बरोबरच IMF गरजू सदस्यांना तांत्रिक मदत तसेच मौद्रिक व राजकोषीय गोष्टीत उपयुक्त सल्लापण देते. ह्याकरिता IMF ने १९६४ पासून केंद्रीय अधिकोषण विभाग व राजकोषीयविषयक विभाग असे दोन विभाग काढले आहेत. ह्या दोन विभागांचे तज्ज्ञ सदस्य राष्ट्रांना आवश्यकतेनुसार सल्ला व सेवा देत असतात.

६) प्रशिक्षणाची व्यवस्था : IMF ने निरनिराळ्या सदस्य राष्ट्रांतून तांत्रिक शिक्षण देण्याकरिता १९५१ मध्ये वॉशिंग्टन येथे प्रशिक्षण केंद्र चालू केले आहे. त्या ठिकाणी आपल्या कर्चमाऱ्यांद्वारे मूल्यगणन व नियंत्रण, विनिमय नियंत्रण, मुद्रा धोरण, प्रशुल्क धोरण, अधिकोषाचा विकास इत्यादींबाबत प्रशिक्षण दिले जाते. १९६४ नंतर ह्या कार्याला वेग आला आहे.

७) संरचनात्मक समायोजनाची सोय : मार्च १९८६ पासून ह्या सोयीची व्यवस्था करण्यात आली आहे. डिसें. १९८७ मध्ये ह्या सोयीचा विस्तार करण्यात आला व गरीब देशांना ६ दशलक्ष SDR एवढे रियासती साहाय्य देण्याचा ठराव करण्यात आला. भारतासहित ६२ देश सध्या ह्या मदतीला पात्र आहेत.

८) विविध आंतरराष्ट्रीय व वित्तीय संस्थांना विकासार्थ साहाय्य : IMF मुळेच विश्व अधिकोष, आंतरराष्ट्रीय वित्तनिगम, आंतरराष्ट्रीय विकास संघ इत्यादी साहाय्यक संस्थांचा उदय व विकास झाला आहे. ह्या संस्थांद्वारा विकसनशील देशांना मोठ्या प्रमाणात साहाय्य मिळत आहे.

९) विकसनशील देशांना विशेष मदत : सदस्य राष्ट्रांनी आपल्या शोधनशेषात सुधारणा करावी व मौद्रिक स्थैर्य आणावे ह्याकरिता IMFने सढळ हाताने मदत केली आहे व पुढील प्रमुख योजना अमलात आणल्या आहेत -

अ) क्षतिपूरक वित्तीय सोयी ब) बफर स्टॉकची सोय क) विस्तारित वित्त व्यवस्थेची सोय ड) संरचनात्मक समायोजनाची सोय इ) विकसित संरचनात्मक समायोजनाची सोय फ) तेल सुविधा योजना.

आंतरराष्ट्रीय नाणेनिधीचा कोटा :

नाणेनिधीचा सभासद होताना जी वर्गणी द्यावी लागते तिला 'कोटा' असे म्हणतात. IMF ला स्वत:चे कार्य करता यावे म्हणून भांडवल हे सदस्य देशांकडून प्राप्त होते. त्यानुसार सध्या सदस्य देशांना त्यांच्या देशाचा कोटा चार बाबींच्या भारीत सरासरीने काढला जातो.

१) जी. डी. पी. या गणनेसाठी बाजार दर आणि क्रमशक्ती समानतेचा दर यांचा एकत्रित वापर केला जातो.

२) आर्थिक चलनक्षमता ३) खुलेपणा ४) आंतरराष्ट्रीय चलनसाठा

प्रत्येक सदस्य देश आपला कोटा हा २५% पर्यंतचा कोटा SDRS च्या रूपात अथवा डॉलर, युरो, चेनपाऊंड इ. स्वरूपात देता येतो उर्वरित ७५% कोटा स्वत:च्या चलनात देता येतो. सदस्य देशांच्या कोट्यात वारंवार बदल करण्यात येतो.

२००८ मधी कोट्यात सुधारणा केली व मार्च २०११ मध्ये अमलात आली. त्यानुसार भारताचा कोटा १.९११% वरून २.४४२% पर्यंत वाढला आहे. भारत हा IMF मधील कोटा धारण करणारा ११ व्या क्रमांकाचा देश बनला. सार्वधिक कोटा अमेरिकेचा असून तो १७.६७% आहे.

२०१० च्या नवीन सुधारणेनुसार भारताचा कोटा २.४४२% वरून २.७४९% एवढा केला आहे त्यामुळे भारत IMF मध्ये ८व्या क्रमांकाचा कोटा धारक देश बनेल. मात्र त्याची अंमलबजावणी झालेली नाही.

SDR चा उद्देश : सदस्य देश SDR चा वापर आंतरराष्ट्रीय व्यवहार पूर्ण करण्यासाठी करतात. दुसऱ्या देशांना ते विकूसुद्धा शकतात. त्यामुळे SDR ना 'आंतरराष्ट्रीय व्यवहाराचे' एकक असे म्हटले जाते.

भारत हा IMF चा संस्थापक सदस्य आहे. भारताचे अर्थमंत्री हे IMF च्या 'बोर्ड ऑफ गव्हनर्स' मध्ये पदसिद्ध गव्हर्नर म्हणून काम पाहतात.

आंतरराष्ट्रीय नाणेनिधीची कामगिरी / यश (Achievement of I.M.F.) :

आंतरराष्ट्रीय नाणेनिधीने केलेले साध्य किंवा यश (Achievements of IMF)

आंतरराष्ट्रीय नाणेनिधी पूर्णपणे उद्दिष्ट साध्य करण्यात यशस्वी ठरली आहे. निधीने सभासदांच्या समस्या सोडविण्यासाठी महत्त्वाची भूमिका बजावली आहे. सभासद देशांत चलनविषयक शिस्त आणण्याचा प्रयत्न केला आहे व वित्तीय तूट भरून काढण्यासाठी

निधीचा उपयोग झाला आहे. तसेच तांत्रिक सहकार्य चलनविषयक आणि वित्तीय धोरण ठरविण्यासाठी लाभले. चलनाचे अवमूल्यन व असमतोल व्यवहारासाठी मदत झाली आहे. त्यामुळे व्यवहारातील अवमूल्यन दूर होण्यास मदत झाली आहे. आंतरराष्ट्रीय नाणेनिधीचे तांत्रिक आणि आर्थिक सहकार्य लाभले. व्यापारात वाढ घडवून आणण्यासाठी नाणेनिधीची महत्त्वाची भूमिका आहे. सभासद देशांना नाणेनिधी विविध देशांचे चलन उपलब्ध करून देत असल्याने देशादेशांतील व्यवहारात वाढ होऊन जागतिक व्यापारात वाढ झाली आहे. नाणेनिधीला बहुविध विनिमय दर पद्धतीत सुलभता आणण्यात यश आले आहे. अलीकडच्या काळात नाणेनिधीने कर्जाच्या संदर्भात अधिक लवचीक धोरण स्वीकारले आहे. सभासद देशांना विकासासाठी कर्जाची उपलब्धता होत आहे. सभासद देशांना रोखतेची समस्या सोडविण्यासाठी मदत होत आहे. नाणेनिधीने विकसनशील देशांना कर्जपुरवठा करून त्या देशांच्या व्यवहारतोल आणि चलनव्यवस्थेत स्थैर्य निर्माण करण्यास मदत केली आहे.

नाणेनिधी सदस्य देशांना वित्तीय धोरण, अंदाजपत्रक, कर व्यवस्थापन इत्यादींविषयी तज्ज्ञांकडून मार्गदर्शन केले जाते. नाणेनिधीने मध्यवर्ती बँक, मार्गदर्शन सेवा केंद्राची स्थापना, मध्यवर्ती बँकांना मार्गदर्शन करण्यासाठी केली आहे.

यश :

१) सदस्य राष्ट्रांच्या संख्येत वाढ : सुरुवातीला १ मार्च, १९४७ रोजी IMF ची सदस्य संख्या ४४ होती. ती वाढून १८८ पर्यंत झाली. पूर्व युरोप व रशिया हे सुद्धा सदस्य झाले आहेत.

२) आंतरराष्ट्रीय रोखतेत वाढ : आंतरराष्ट्रीय नाणेनिधी आपल्या संसाधानांत वाढ करून तसेच विशेष आहरण योजना (S.D.R.) सुरू करून आपल्या रोखतेत वाढ केली आहे. नाणेनिधी ६७ अरब डॉलर कर्ज देऊ शकते.

३) विनिमय दरांची व्यवस्था : नाणेनिधी आपल्या स्थापनेपासून १९७१ च्या आंतरराष्ट्रीय मौद्रिक संकटापर्यंत स्थिर विनिमय दराची व्यवस्था यशस्वीपणे पार पाडू शकला सध्या अनेक देशांनी बदलत्या विनिमय दराचा स्वीकार केला आहे.

४) व्यवहारतोलात संतुलन राखण्यात मदत : सदस्य राष्ट्रांच्या व्यापारातील अल्पकालीन तूट दूर करणे हे नाणेनिधीचे सुरुवातीपासूनचे उद्दिष्ट होते. व्यवहारतोलात निर्माण होणाऱ्या अडचणी दूर करण्याकरिता नाणेनिधीने अमेरिका, ब्रिटन, जपान ह्या सारख्या विकसित व भारत, इंडोनेशिया, घाना, पाकिस्तान यांसारख्या विकसनशील देशांना वेळोवेळी वित्तीय साहाय्य दिलेले आहे.

५) बहुपक्षीय तोलाची व्यवस्था : देणी फेडण्याची बहुपक्षीय पद्धती अमलात आणून चालू तोलाची (Payments) विशेष सोय केल्यामुळे विदेशी व्यापार व विदेशी भांडवलाच्या आयातीला व निर्यातीला प्रोत्साहन मिळाले.

६) निधीचा व्यवस्थित उपयोग : IMF आपल्या जवळील निधीचा उपयोग पुनर्निमाण व विकास ह्या कार्याकरिता करण्यात यशस्वी झाला आहे. पूर्वी हा आपल्या निधीचा उपयोग व्यवहारतोलातील मूलभूत असंतुलन दूर करण्याकरिताच करीत होता; परंतु, आता IMF ने ह्याबाबत उदार धोरण स्वीकारले आहे.

७) आर्थिक सहकार्य भावनेचा विकास : विविध देशांमधील आर्थिक सहकार्य वाढविण्याच्या कार्यात IMF ने बरीच प्रगती केली आहे.

८) तांत्रिक साहाय्यता व प्रशिक्षण : गेल्या काही वर्षांपासून IMF विकसनशील देशांना आर्थिक मदतीशिवाय मौद्रिक व प्रशुल्कनीतीवर महत्त्वपूर्ण तांत्रिक साहाय्यता देत आहे. सध्या त्याने 'केंद्रीय अधिकोषण सेवा विभाग' व 'राजकोषीय संबंधी विभागाची स्थापना' केलेली आहे. पहिला विभाग सदस्य राष्ट्रांच्या केंद्रीय अधिकोषाच्या संचालनात तज्ज्ञ अधिकाऱ्यांची सेवा देत आहे. तर दुसरा विभाग राजकोषीय विषयात मदत करून बहुमोलाचे कार्य करीत आहे.

९) आंतरराष्ट्रीय पातळीवर सुरक्षित कोष : IMF जवळ विभिन्न राष्ट्रांतून लहान लहान प्रमाणात सुवर्ण जमा होते. ह्याचा उपयोग आंतरराष्ट्रीय पातळीवर सुरक्षित निधी म्हणून होतो; संकटकाळी सदस्य राष्ट्रांना ह्या सुवर्णकोषाचा उपयोग होतो.

१०) स्पर्धात्मक चलन अवमूल्यनावर नियंत्रण : सदस्य राष्ट्र हे IMF च्या परवानगीशिवाय, (विशिष्ट परिस्थिती वगळता) आपल्या चलनाचे अवमूल्यन करू शकत नव्हते. त्यामुळे स्पर्धात्मक अवमूल्यनाचे संकट टाळता आले.

११) इतर संस्थांशी संबंध : जागतिक बँक आंतरराष्ट्रीय वित्त निगम, विकास संघास संकटकालीन दोष, अंकटार्ड इत्यादी वित्तीय संस्थांशी नाणेनिधी संपर्क ठेवतो; ह्यामुळे सदस्य राष्ट्रांना मदत मिळून त्याचा फायदा होतो.

१२) विकसनशील देशांना विशेष मदत : नाणेनिधीने विकसनशील देशांना उदारपणे साहाय्य दिले आहे व देत आहे. IMF तर्फे देण्यात येणाऱ्या मदतीमुळे व मार्गदर्शनामुळे विविध देशांच्या शोधनशेषातील असंतुलन दूर करण्यात व मौद्रिक स्थैर्य स्थापन करण्यात यश आले आहे.

अपयश किंवा टीका

निधीवर अशी टीका केली जाते की,

१) विनिमय दराचे स्थैर्य राखण्यात अयपश : निधीच्या स्थापनेत विनिमय दराचे स्थैर्य आणि स्थिरता देण्याचे करारात नमूद केले होते. परंतु हे उद्दिष्ट साध्य करण्यात अपयश आले आहे.

२) निधीची सशर्तता / अटी : निधीच्या काही अटी कमी केल्या त्यामुळे पूर्वीच्या कर्जात वाढ झाली. त्या अटी म्हणजे- १) देशाच्या खर्चामुळे समतोल टिकविण्यासाठी खर्च कमी करणे. २) देशाच्या आर्थिक प्राधान्याबरोबर व्यवहारतोलाच्या असमतोलाचे कारण आणि सामाजिक - राजकीय गरज. ३) देशाच्या परीक्षणाच्या (assessment) काळात वित्तीय कार्यक्रमात तडजोडी. त्यासाठी निधीने मदत केली. ४) देशाने उत्पादन वाढीसाठी आणि साधनांच्या वाटणीत सुधारणा करणाऱ्या कार्यक्रमासाठी वित्तीय मदत निधीकडून घेतली. ५) देशाने पुढील टप्पे विचारात घेतले-तुटीवर नियंत्रण, बँकपद्धतीत सुधारणा, व्यवस्थापनात सुधारणा, कायदे आणि भ्रष्टाचार नाकारणे इत्यादी. ६) व्यापाराच्या उदारीकरणामुळे विनिमय सुधारणा आणि आयात नियंत्रण. ७) सर्व अनुदाने काढून टाकली. ८) परकीय करार कडक झाले. समतोलाच्या आधारावर देशांतर्गत कर्जवाढ. ९) सुसंबंध राखण्यासाठी विनिमय दर धोरणाबरोबर हस्तक्षेप केला जात असे; मात्र, ते चलनविषयक आणि वित्तीय धोरणासाठी देशाला कर्ज देण्यासाठी हानिकारक होते.

३) साधनांची कमतरता : विकसित देशांची गरज भागविण्यासाठी तसेच आंतरराष्ट्रीय वित्तीय पद्धतीत सुधारणा करण्यामुळे भांडवलाच्या प्रवाहात आस्थरता होती. निधीकडे साधनांची उपलब्धता पूर्णपणे नव्हती. विकसित देशांचा कोटा वाढवला त्यामुळे इतर देशांना साधने उपलब्ध झाली नाहीत.

४) दुय्यम भूमिका : आंतरराष्ट्रीय चलनाच्या व्यवस्थेत दुय्यम भूमिका पार पाडावी लागत असे. त्यामुळे अल्पकाळात पतपुरवठा सुविधा उपलब्ध झाली नाही. परिणामी, काही विकसित देश देव-घेव करू शकले. त्यांनी एकमेकांना मदत केली. त्यामुळे त्यांना अल्पकाळात पतपुरवठा उपलब्ध झाला.

५) परकीय विनिमय नियंत्रणे कमी करण्यात अपयश : परकीय विनिमयावर निर्बंध घालण्याचे उद्दिष्ट होते ते साध्य झाले नाही. ते जागतिक व्यापाराला सल्ला देण्याकडे आकर्षित झाले.

६) व्याजाचा उच्च दर : नाणेनिधीकडून मिळणाऱ्या कर्जावर अधिक व्याजदर

आकारले जाते. त्यामुळे कर्ज घेणाऱ्या देशाचा कर्जाचा बोजा वाढला. त्यामुळे अधिक व्याजदर विकसनशील देशांना परवडणारे नव्हते.

७) भेदभाव करणारे धोरण : निधीमध्ये विकसित देशांचे अधिक वर्चस्व आहे. त्याचा उपयोग विकसित देश स्वत:साठी करून घेतात; त्यांना अनुकूल असे धोरण राबवले जाते. त्यामुळे विकसनशील देशांचा त्याला विरोध राहतो.

८) आशियाची अवघड स्थिती : फ्रिडमन यांच्या मते, ''आंतरराष्ट्रीय नाणेनिधी ही आशियातील बिकट स्थितीला जबाबदार आहे. ऑगस्ट २००० मध्ये आंतरराष्ट्रीय नाणेनिधीचे मुख्य अर्थशास्त्रज्ञ मिचेल मुसा (Michael Mussa) यांनी हे मान्य केले की, चलनविषयक अवघड स्थिती ही आंतरराष्ट्रीय भांडवलाचा प्रवाह अधिक खुला झाल्याने झाली. विशेषत: अल्पकाळात कर्जाचा प्रवाह वाढला, त्याचबरोबर वित्तीय पद्धत ठिसूळ दिसून येते.''

९) अल्पकालीन कर्जाला प्राधान्य : आंतरराष्ट्रीय नाणेनिधी फक्त चालू व्यापारी व्यवहारांसाठी आवश्यक असणाऱ्या अल्पकालीन कर्जाला प्राधान्य देते. मात्र, दीर्घकालीन कर्ज नाणेनिधी देत नाही. त्यामुळे नाणेनिधीचे क्षेत्र मर्यादित असल्याची टीका केली जाते.

१०) कार्यपद्धतीतील दोष / उणिवा : नाणेनिधीमध्ये विकसनशील देशांना योग्य प्रतिनिधित्व मिळत नाही. तसेच नाणेनिधीच्या कोट्याला योग्य आधार नाही. नाणेनिधीच्या अटी सदस्य देशांना जाचक वाटतात व नाणेनिधीच्या कार्यपद्धतीला राजकीय गालबोट लागले आहे.

आंतरराष्ट्रीय नाणेनिधी व भारत (The I.M.F. and India)

ज्या देशांनी ब्रेटन वुड्स संमेलनात भाग घेतला होता; अशा सुरुवातीस ४४ देशांपैकी भारत एक देश आहे. १९७० पर्यंत नाणेनिधीच्या कोट्यामध्ये भारताचा ५ वा क्रमांक होता. त्यामुळे नाणेनिधीच्या कार्यकारी मंडळावर कायमस्वरूपी संचालक नियुक्त करण्याचा अधिकार भारतास प्राप्त झालेला होता. मात्र १९७० नंतर जपान, कॅनडा आणि इटलीचा भारतापेक्षा अधिकार वाढला आहे.

स्थापनेच्या वेळी भारतीय रुपयाचे सुवर्णातील मूल्य ०.२६८६०१ ग्रॅम किंवा ३०.५५ अमेरिकन सेंट निश्चित करण्यात आले होते. जेव्हा १९४९ मध्ये भारतीय रुपयाचे अवमूल्यन करण्यात आले तेव्हा रुपयाचे सुवर्णातील मूल्य ०.१८६६२१ ग्रॅम आणि डॉलरमधील मूल्य २१ अमेरिकन सेंट पर्यंत कमी झाले होते. त्यानंतर १९६६ मध्ये पुन्हा रुपयाचे अवमूल्यन करण्यात आल्याने रुपयाचे सुवर्ण आणि अमेरिकन डॉलरमधील मूल्य घसरले आहे.

भारत हा आंतरराष्ट्रीय नाणेनिधीचा संस्थापक सदस्य असल्याने नाणेनिधीचा एक महत्त्वाचा लाभार्थी मानला जातो. आतापर्यंत भारताची नियोजन काळातील आर्थिक नीती सार्वजनिक क्षेत्राला अधिक महत्त्वाची ठरली आहे. प्रारंभीच्या काळात भारताने उद्योगाच्या वाढीसाठी संरक्षित व्यापारधोरणाचा पुरस्कार केला होता. भारताचे हे धोरण नाणेनिधीच्या मुक्त व्यापारधोरण तत्त्वज्ञानाच्या विरोधी ठरले आहे.

भारताने समाजवादी समाजरचना निर्माण करण्याचे एक महत्त्वाचे उद्दिष्ट ठरविल्याने सार्वजनिक क्षेत्राला अधिक महत्त्व देण्यात आले आहे; अशा समाजवादी अर्थव्यवस्थेत विदेशी भांडवल गुंतवणुकीला परवानगी दिली जात नाही; पण औद्योगिक विकासासाठी मात्र विदेशी भांडवल गुंतवणुकीला महत्त्व देण्यात आले आहे.

मागील काही वर्षांत नाणेनिधी आणि जागतिक बँकेने आर्थिक उदारीकरण, कमीत-कमी नियंत्रणाचा व मुक्त व्यापार धोरणाचा पुरस्कार करण्यावर भर दिला आहे; तसेच सार्वजनिक क्षेत्राचे महत्त्व कमी करून खासगी क्षेत्राच्या विकासाला अधिक महत्त्व देण्यात आले आहे.

भारत हा नाणेनिधीच्या लाभार्थींपैकी एक महत्त्वाचा लाभार्थी मानला जातो. भारताने नाणेनिधीकडून वेळोवेळी मदत घेऊन त्याची परतफेड केली आहे.

नाणेनिधीकडून भारताने घेतलेले कर्ज :

व्यवहारतोलातील तूट भरून काढण्याकरिता भारताने निधीकडून (IMF कडून) वेळोवेळी कर्ज घेतले आहे. १९४८-४९ मध्ये भारताने IMF कडून १०० दशलक्ष डॉलर्स कर्ज घेतले होते. १९५६-५७ पर्यंत ते सर्व फेडण्यात आले. दुसऱ्या योजना काळात १९५७ मध्ये भारताने IMF कडून २०० मिलियन डॉलर्स कर्ज घेतले. हे कर्ज पूर्णपणे फिटण्याआधीच १९६१ मध्ये २५० दशलक्ष डॉलर्सचे अतिरिक्त कर्ज घेतले. त्यामुळे भारताचा विदेशी विनिमय कोष मोठ्या संकटातून वाचला. १९६५-६६ मध्ये भारताचा विदेशी विनिमय कोष अत्यंत कमी होऊन संकटात सापडला असता IMF ने भारताला ३०० दशलक्ष डॉलर्स कर्ज देऊन सावरले.

जुलै १९७५ मध्ये IMF ने तेल सुविधांच्या अंतर्गत २१०.३ दशलक्ष SDR चे कर्ज दिले. १९७६ मध्ये २०० दशलक्ष SDR चे व १९७७ मध्येही एवढ्याच रकमेचे कर्ज दिले. १९९१ मध्ये भारताने IMF पासून ५००० दशलक्ष SDR चे मोठे कर्ज व्यवहारतोलाची समस्या सोडविण्याकरिता घेतले. ही समस्या तेलाच्या किमती वाढल्यामुळे निर्माण झाली होती. ह्यापैकी ३९०० दशलक्ष SDR चा भारताने उपयोग केला व ११०० दशलक्ष SDR परत केले.

१९८८-८९ मध्ये भारतीय शोधनशेषाची परिस्थिती आणखी गंभीर झाली. त्यामुळे

भारतीय विदेशी विनिमयकोषाची पातळी अत्यंत खालावली होती. १९९०-९१ मध्ये भारताची स्थिती आणखी खराब झाली. ह्यावेळी १.२ बिलियन डॉलर्स कर्ज घेतले. हे कर्ज मंजूर करताना IMF ने भारताला पुढील अटी घातल्या -

अ) रुपयाचे चे २२ % अवमूल्यन करणे. ब) आयात शुल्कात मोठी कपात करणे. क) उत्पादन शुल्कात वाढ. व ड) सार्वजनिक खर्चात कपात करणे.

१९९० च्या दशकात विस्तारित कोषसोयी, ऋण-वचन (Stand-by) प्रत्ययप्रबंध तसेच क्षतिपूरक व आकस्मिक वित्तसवलतीच्या अंतर्गत भारताने IMF कडून जे कर्ज घेतले ते पुढील तालिकेत दर्शविले आहे.

भारताने IMF करून घेतले कर्जे (१९९१ ते २०१४ – १५) (मार्च अखेर घेतलेले कर्ज) (मिलियन / दशलक्ष डॉलर्स)

वर्ष	एकूण कर्ज	वर्ष	एकूण कर्ज
१९९१	२६२३	२००६	९८१
१९९२	३४५१	२००७	१०२९
१९९३	४७९९	२००८	११२०
१९९४	५०४०	२००९	१०९८
१९९५	४३००	२११०	६०४१
१९९६	२३७४	२०११	६३०८
१०९७	१३१३	२०१२	६१६३
१९९८	६६४	२०१३	५९६४
१९९९	२८७	२०१४	६१४९
२०००	२६	२०१४	५८९८
२००५	१०२९		

(संदर्भ : डॉ. एस. व्ही. ढमढेरे भारतीय आणि जागतिक आर्थिक विकास डामंड पब्लिकेशन आणि आर्थिक सर्वेक्षण २०१४ - १५ पा. १२७)

नाणेनिधी देत असलेल्या कर्जाबाबत महत्त्वाची गोष्ट म्हणजे कर्ज घेणाऱ्या देशाला अंतर्गत व्यवस्थेबाबत IMF तर्फे टाकण्यात येणाऱ्या अटींचे पालन करावे लागते. IMF चा व्याजदर हा इतर आंतरराष्ट्रीय व्याजदरांपेक्षा कमी असतो ही लक्षणीय बाब आहे. सध्या नाणेनिधीकडून घेतलेल्या कर्जात वाढ होत आहे.

भारताला आंतरराष्ट्रीय नाणेनिधी (IMF) पासून मिळणारे लाभ :

प्रमुख लाभ पुढीलप्रमाणे आहेत -

१) जागतिक बँकेची सदस्यता : IMF चा सदस्य असल्यामुळे भारत जागतिक बँकेचा सदस्य होऊ शकला.

२) संकटकाळी साहाय्यक : समतोलाची तूट भरून काढण्याकरिता IMF ने भारताला वेळोवेळी साहाय्य केले आहे. १९६५ मध्ये पाकिस्तानी आक्रमणामुळे निर्माण झालेले आर्थिक संकट दूर करण्याकरिता IMF ने ताबडतोब २० कोटी डॉलर्सचे कर्ज मंजूर केले. अशा प्रकारे प्रत्येक अडचणीच्यावेळी IMF भारताला आर्थिक मदत करत आहे.

३) आंतरराष्ट्रीय विनिमय प्रमाप (International Exchange Standard): IMF चा सदस्य असल्यामुळे भारतीय रुपयाचा संबंध जगातील प्रमुख चलनांशी जोडला गेला. ह्यामुळे भारताला दोन लाभ झालेत-अ) भारत कोणत्याही देशाशी सहजतेने देण्या-घेण्याचे व्यवहार करू शकतो. ब) भारत स्टर्लिंगच्या बंधनातून मुक्त झाला.

४) तज्ज्ञांची मदत : IMF चा सदस्य असल्यामुळे भारताला वेळोवेळी व्यवहारतोल संतुलनाबाबत IMF च्या तज्ज्ञांकडून सल्ला मिळत असतो व ह्या सल्ल्याच्या भरवशावर आर्थिक मदत मिळते.

५) धोरण निश्चितीत भारताचा सहयोग : भारत प्रारंभापासून IMF च्या कार्यकारी संचालक मंडळाचा स्थायी सदस्य असल्यामुळे तो आपल्या व इतर सदस्य देशांच्या समस्या प्रभावीपणे मांडू शकतो. आता मात्र तो स्थायी सदस्य नाही.

६) आंतरराष्ट्रीय प्रभाव वाढला : IMF चा सदस्य असल्यामुळे भारताच्या आंतरराष्ट्रीय प्रभावात वाढ झाली. आंतरराष्ट्रीय क्षेत्रांत भारताच्या सूचनांकडे लक्ष देण्यात येते. आंतरराष्ट्रीय पर्यावरण कोष स्थापन करणाऱ्या भारताच्या सूचनेवर IMF व जागतिक बँकेने (World Bank) संमती दर्शविली आहे.

७) आर्थिक सुधारणा व उदारीकरण धोरणाबाबत मदत : १९९१ च्या उत्तरार्धात जेव्हा आर्थिक संकटात भारत सापडला होता तेव्हा भारताची आर्थिक परिस्थिती सुधारण्याकरिता व उदारीकरणाचे धोरण सफल बनविण्याकरिता ऑक्टो. १९९१ ते जुलै १९९३ ह्या काळात उद्यत ऋणव्यवस्थेच्या (Stand-by Arrangement) अंतर्गत २.२ अरब डॉलर्सचे कर्ज मंजूर केले.

खास उचल हक्क किंवा विशेष आहरण अधिकार (Special Drawing Rights = SDR)

१९६७ मध्ये रियो-डोजानिरो येथे भरलेल्या आंतरराष्ट्रीय नाणेनिधी व जागतिक बँकेच्या मेळाव्यात नाणेनिधीने आंतरराष्ट्रीय चलन स्थापित करण्याची योजना पुरस्कृत केली. विकसित व विकसनशील राष्ट्रांना आपली आंतरराष्ट्रीय देणी व नाणेनिधीच्या कर्जाची परतफेड सोने किंवा डॉलरमध्ये करावी लागत होती. परंतु विकसनशील गरीब देशांकडे डॉलरमध्ये परिवर्तनीय विदेशी चलन किंवा सोने फारच थोडे असल्यामुळे त्यांची फार कुचंबणा होत होती; ह्यावर उपाय म्हणून नाणेनिधीने "Special Drawing Rights म्हणजे SDR नावाने आंतरराष्ट्रीय कागदी चलन काढण्याचा निर्णय घेऊन अमलात आणला. ह्या योजनेमुळे नाणेनिधीशी होणारे सर्व व्यवहार ह्या नव्या आंतरराष्ट्रीय मुद्रेत होतात. त्यामुळे नाणेनिधीच्या संसाधनाची रोखता किंवा तरलता (Liquidity) वाढून विकसनशील राष्ट्रांना नाणेनिधीद्वारे अधिक मदत होत आहे.''

दुसऱ्या महायुद्धानंतरच्या काळात वस्तूंच्या व्यापारात दरवर्षी ८ टक्क्यांनी वाढ झाली. परंतु, सुवर्णाच्या पुरवठ्यात केवळ २ टक्क्यांनी वाढ झाली; त्यामुळे आंतरराष्ट्रीय रोखतेची समस्या अधिकच जटिल झाली. ही रोखतेची समस्या सोडविण्यासाठी आंतरराष्ट्रीय मौद्रिक प्रणालीत सुधारणा करणे आवश्यक झाले; म्हणून नाणेनिधीच्या १० मुख्य सदस्यांनी १९६७ मध्ये एक नवीन मौद्रिक योजना प्रस्तुत केली. या योजनेला खास उचल हक्क (Special Drawing Rights) म्हणजे SDR असे नाव देण्यात आले. ही नवीन मुद्रा किंवा चलन म्हणजे कागदी सुवर्ण (Paper Gold) होय. ही योजना नाणेनिधीने जानेवारी १९७० पासून लागू केली. ह्यामुळे आता नाणेनिधीत दोन प्रकारचे खाते तयार झालेत १) सामान्य खाते (General Account) ह्यात सुवर्ण व विदेशी चलनांची देणी-घेणी ह्यांचा समावेश आहे व २) खास उचल हक्क ह्यातून SDR ची सुविधा प्राप्त होते. आंतरराष्ट्रीय रोखतेत समाविष्ट होणाऱ्या राखीव संपत्तीला पूरक म्हणून खास उचल हक्क (SDR) निर्माण करण्यात आलेत; ह्यामुळे आंतरराष्ट्रीय नाणेनिधीचे कार्य विस्तृत झाले.

८.४ जागतिक बँक किंवा आंतरराष्ट्रीय पुनर्निर्माण व विकास बँक (World Bank or International Bank for Reconstruction & Development)

IBRD व तिच्या चार सहयोगी संस्थाना मिळून 'जागतिक बँक' असे म्हटले जाते; म्हणजेच जागतिक बँक गटात पुढील संस्थांचा समावेश होतो.

(१) IBRD - International Bank for Reconstruction & Development

(२) IDA - International Development Association (३) IFC - International Finance Corporation (४) MIGA - Multilateral Investment Guarantee Agency. (५) ICSID - International Centre for the settlement of Investment Disputes. यांपैकी भारत पहिल्या चार संस्थांचा सदस्य आहे; परंतु पाचव्या म्हणजे ICSID चा सदस्य नाही.

जागतिक बँक - उद्दिष्टे आणि कार्ये व योगदान (Word Bank - Objectives Functions & Performance)

जागतिक बँक आवश्यकता महत्त्व :

१९३९ ते १९४५ या कालावधीत झालेल्या दुसऱ्या महायुद्धाची झळ युरोप व आशियातील अनेक देशांना लागली होती. इंग्लंड, फ्रान्स, रशिया, जर्मनी, जपान या देशांतील उद्योगधंदे व दळणवळणासाठी साधने प्रचंड प्रमाणात उध्वस्त झाली होती. इतर देशांतही संपत्तीचा विनाश कमी-अधिक प्रमाणात झाला होता. युद्ध संपताच ह्या सर्व देशांच्या अर्थव्यवस्थेचे पुनर्निर्माण व पुनर्रचना करणे अत्यंत गरजेचे किंवा आवश्यक होते. ह्याकरिता प्रचंड प्रमाणावर भांडवलाच्या पुरवठ्याची व्यवस्था करणे अनिवार्य होते. ह्या शिवाय आशिया, आफ्रिका व दक्षिण अमेरिकेच्या इतर अविकसित देशांचा जलद आर्थिक विकास घडवून आणणे हे जागतिक शांततेच्या दृष्टीने अत्यावश्यक होते; अशा अविकसित देशांची आर्थिक प्रगती साधण्यासाठी भांडवल पुरवठ्याची योजना आखणे अत्यंत जरुरीचे होते; म्हणून ब्रेटन वुड्स परिषदेत ही कार्ये करण्याकरता **'जागतिक बँक'** स्थापन करण्याचा निर्णय घेण्यात आला.

जागतिक बँकेचे 'पुनर्रचना आणि विकासासाठी आंतरराष्ट्रीय बँक' (International Bank for Reconstruction and Development) IBRD असे नाव आहे. दुसऱ्या महायुद्धानंतर युद्ध भडकू नये तसेच चलन विषयक व भांडवली व्यवहार सुरळीत चालावेत; याबद्दल विचार-विनिमय करण्यासाठी जुलै १९४४ मध्ये ब्रेटन वुड्स येथे जी परिषद झाली; त्यात 'आंतरराष्ट्रीय नाणेनिधी' व 'जागतिक बँक' या दोन संस्था स्थापन करण्याचा निर्णय घेण्यात आला. या बँकेची स्थापना १९४५ मध्ये झाली. तिचे कार्य जून १९४६ मध्ये सुरू झाले. या बँकेचे मुख्यालय वॉशिंग्टन येथे आहे. नाणेनिधीचे सभासद असणारे देश जागतिक बँकेचे सभासद असतात, सध्या या बँकेचे १८८ सभासद देश आहेत.भारतात जागतिक बँकेचा संस्थापक सदस्य आहे.

IBRD चे आर्थिक वर्ष १ जुलै ते ३० जून असे आहे. IBRD ही संस्था एका सहकारी संस्थेप्रमाणे आहे ही 'बोर्ड ऑफ गव्हर्नर्स' ही तिची अंतिम धोरण ठरवणारी संस्था आहे. या बोर्डावर प्रत्येक सदस्य आपली एक प्रतिनिधी पाठवतो. शक्यतो देशाच्या

अर्थमंत्र्याची नियुक्ती केली जाते या बँकेत दैनंदिन कामकाजासाठी २५ कार्यकारी संचालक कार्यकरतात. USA UK जपान, फ्रान्स, जर्मनी हे सर्वांत मोठे भागधारक आहेत. त्यांच्याकडनू प्रत्येकी एका संचालकाची नेमणूक केली जाते आणि उर्वरित सदस्यातून २० संचालक निवडून दिले जातात.

जागतिक बँकेची उद्दिष्टे

(१) पुनर्निर्माण व विकास – महायुद्धात ज्या राष्ट्रांचे उत्पादक उद्योग व व्यवसाय नष्ट झाले आहेत; अशा राष्ट्रांचे आर्थिक पुनरुत्थान करण्यासाठी सर्व प्रकारे मदत होणे हे प्राथमिक उद्दिष्ट होते. त्याचबरोबर इतर अविकसित देशांमध्ये आर्थिक विकासाच्या योजनांना हातभार लावून त्याच्या विकासाची गती वाढवणे हेही महत्त्वपूर्ण उद्दिष्ट होते.

(२) भांडवली गुंतवणुकीला प्रोत्साहन – भांडवलदारांना सर्व प्रकारे प्रोत्साहन व जमानत देऊन त्यांचे भांडवल आर्थिक विकासासाठी उपलब्ध करून देणे, हे बँकेचे दुसरे उद्दिष्ट होय. कारण भांडवलाच्या अभावी कोणत्याही देशाचा विकास होऊ शकत नाही; जर खासगी भांडवलदार ह्याकरिता पुरेसे भांडवल पुरवू शकत नसतील तर ही बँक स्वत:च्या संसाधनातून दीर्घकालीन कर्ज देऊ शकते; अशा प्रकारे खासगी भांडवलाला आंतरराष्ट्रीय भांडवली बाजारात गतिमान करणे हा जागतिक बँकेचा दुसरा उद्देश आहे.

सदस्य देशांमध्ये भांडवली गुंतवणूक होण्यास मदत करणे :

(१) उद्ध्वस्त अर्थव्यवस्थेची घडी बसवून विकास करणे.
(२) खासगी भांडवल गुंतवणुकीकरिता उपलब्ध करून देणे.
(३) देशांच्या आर्थिक विकासातील विषमता कमी करणे.
(४) युद्धसामग्री कारखान्याचे उपभोग्य वस्तुनिर्मिती कारखान्यात रूपांतर करणे.

(३) आंतरराष्ट्रीय व्यापाराची दीर्घकालीन प्रगती – राष्ट्रांच्या आर्थिक विकासात मोठ्या प्रमाणावर विषमता असेल तर आंतरराष्ट्रीय व्यापारात वेळोवेळी असंतुलन निर्माण होईल. महत्त्वाच्या चलनांची दुर्मीळता ही अजूनही भेडसावणारी समस्या आहे; म्हणून आंतरराष्ट्रीय व्यापारात सतत दीर्घकालीन प्रगती होण्याकरिता योग्य व्यवसायात भांडवल-पुरवठा करूनही ही विषमता कमीत कमी करणे हे ह्या बँकेचे तिसरे उद्दिष्ट आहे.

(४) शांतताकालीन अर्थव्यवस्थेची पुनर्स्थापना – युद्धकाळात अनेक शांतताकालीन उत्पादक कारखान्यांचे युद्धसामग्रीच्या कारखान्यांत परिवर्तन करण्यात आले होते. युद्धसमाप्तीनंतर अशा ह्या कारखान्यांद्वारे जीवनावश्यक उपभोग्य वस्तूंचे उत्पादन पुन्हा सुरू व्हावे; ह्याकरता भांडवल गुंतवणूक आवश्यक होती; अशा परिवर्तनासाठी भांडवल उपलब्ध करून द्यावे हेही या बँकेचे एक उद्दिष्ट होते.

(५) व्यवहारातील स्थैर्य आणि आंतरराष्ट्रीय व्यापाराचा संतुलित विकास करण्यासाठी दीर्घकालीन भांडवली गुंतवणूक होण्यास प्रोत्साहन देणे.

स्वरुप : जागतिक बँकेच्या कराराप्रमाणे सर्व राष्ट्रांना सभासदत्व खुले ठेवण्यात आले आहे. ह्या सभासदत्वाची मुख्य अट म्हणजे जो देश आंतरराष्ट्रीय नाणेनिधीचा सभासद असतो तोच जागतिक बँकेचा सभासद होऊ शकतो; व दुसरी अट म्हणजे सभासद होऊ इच्छिणाऱ्या देशाने बँकेच्या नियमाचे पालन करण्याचे अभिवचन दिले पाहिजे. जागतिक बँकेचे प्रमुख कार्य हे भांडवलाची देव-घेव असल्यामुळे जोपर्यंत कोणताही देश नाणेनिधीची सभासद होत नाही, तोपर्यंत विनिमयदराच्या स्थैर्याबद्दल खात्री देता येत नाही; कारण विनिमय दर आस्थर असताना भांडवली कर्ज देणे धोक्याचे असते. ह्यामुळेच नाणेनिधीचे जेवढे सभासद आहेत तितकेच जागतिक बँकेचे सुद्धा आहेत. १९७० मध्ये बँकेची सभासद संख्या ११३ होती; ती वाढून सध्या १८८ झाली आहे.

जागतिक बँकेची वित्तीय संसाधने (भांडवल) -

बँकेची वित्तीय संसाधने ही प्रामुख्याने बँकेचे अधिकृत भांडवल कोष (Reserves) व त्याने घेतलेले कर्ज ही आहेत.

बँकेचे भांडवल - १९४५ च्या बँक करारानुसार बँकेचे अधिकृत भांडवल १००० कोटी डॉलर्स ठरविण्यात आले होते; हे भांडवल १ लक्ष डॉलर्सच्या १ लक्ष अंशात विभागण्यात आले होते. प्रारंभापासूनच बँकेच्या अंशांना मोठ्या प्रमाणावर मागणी होती. त्यामुळे प्रत्येक आवेदक राष्ट्राला त्याच्या पात्रतेनुसार अंशांची वाटणी करण्यात आली. १९४५ मध्ये प्राथमिक सभासद बनलेल्या १४ राष्ट्रांपैकी १९७० मध्ये सर्वांत मोठी चार अंशधारी राष्ट्रे पुढीलप्रमाणे होती -

संयुक्त संस्थाने ६३५ कोटी डॉलर्स, ब्रिटन २६० कोटी डॉलर्स, फ्रान्स १०५ कोटी डॉलर्स, भारत ८० कोटी डॉलर्स. सप्टें. १९५९ मध्ये बँकेचे अधिकृत भांडवल २१ बिलीयन म्हणजेच २१०० कोटी डॉलर्स होते. सदस्य राष्ट्रांच्या अंशदानात १०० % वृद्धी करण्यात आली. कॅनडा व जर्मनी, जपान इत्यादी १७ राष्ट्रांनी १०२ टक्क्यांपेक्षा अधिक वृद्धी स्वीकारली. १९६३ मध्ये जागतिक बँकेचे अधिकृत भांडवल २२ बिलीयन डॉलर्स झाले. १९६५ मध्ये २४ बिलीयन, १९७० मध्ये २७ बिलीयन डॉलर्स होते. १९८० मध्ये अधिकृत भांडवल वाढवून ८५ बिलीयन डॉलर्स करण्यात आले.

जागतिक बँकेच्या तिसऱ्या सामान्य वाढीचा प्रस्ताव एप्रिल १९८८ मध्ये स्वीकारण्यात आला.

अभिदानाचा कालावधी ३० सप्टे. १९३३ संपला. ह्या अंतर्गत ७४.८ बिलीयन डॉलर्सची सामन्य वृद्धी करण्यात आली. त्यामुळे अधिकोषाचे एकूण अधिकृत भांडवल

१७१ बिलीयन डॉलर्स झाले. परिणामत: बँड पुढील वर्षात ऋणाच्या आकारात वाढ करू शकेल.

जागतिक बँकेत कोणत्याही देशाचा मताधिकार त्याच्या अंशदानावर अवलंबून असतो. प्रत्येक सदस्य राष्ट्राला २५० मते असतात. ह्याशिवाय १ लक्ष डॉलर्सच्या अंशदानावर एक जास्तीचे मत मिळते. अमेरिकेचे अंशदान सर्वांत जास्त आहे. त्यामुळेच त्याची मताधिकार शक्ती सर्वांत जास्त आहे. ह्यानंतर जपान, ब्रिटन, फ्रान्स, जर्मनी, भारत व चीन ह्यांचा क्रम येतो.

जागतिक बँकेच्या ठरावानुसार प्रत्येक सदस्य राष्ट्राचे अंशदान किंवा अभ्यंश पुढीलप्रमाणे ३ भागांत वाटलेले असतात.

(१) सदस्य देशाला आपल्या अंशदानाचा २% हिस्सा सोने किंवा अमेरिकन डॉलरच्या रूपात ठेवावा लागतो.

(२) सदस्य देशाला आपल्या अंशदानाला १८% हिस्सा स्वत:च्या चलनात जमा करावा लागतो.

(३) उरलेला ८०% हिस्सा त्या देशाची 'संचित देयता' मानण्यात येते. बँकेला गरज पडेल तेव्हा तो ह्यांपैकी काही भाग मागू शकतो. हा भाग सदस्य देश देशी चलनात देऊ शकतो.

अशा प्रकारे जागतिक बँकेजवळ २०% प्रदत्त भांडवल असते. ह्याचा उपयोग कर्ज देण्याकरता होतो.

अशा प्रकारे भांडवल वसूल केल्यामुळे बँकेजवळ सोन्याचा व डॉलर्सचा मोठा संग्रह झाला आहे. याशिवाय प्रत्येक सदस्य राष्ट्राच्या चलनांचाही संग्रह आहे. यातून बँक गरजेप्रमाणे कर्ज देऊ शकते. एखादे चलन कमी पडल्यास बँक आपले सोने विकून ते मिळवू शकते किंवा गरजेनुसार त्या देशात ऋणही उभारू शकते.

आपली संसाधने वाढविण्याकरता बँक स्वत:च्या नावाचे कर्जरोखे (Loan Bonds) विकण्याचा बँकेला अधिकार आहे. विशेषत: डॉलरसारख्या दुर्लभ चलनसाठा अपुरा पडू लागल्यास बँक असे रोखे विकून कर्ज उभारू शकते. १९४७ नंतर बँकेने अमेरिका, स्वित्झर्लंड, कॅनडा, जर्मनी, नेदरलंड, इटली इ. देशांत अनेकवेळा कर्जरोखे विकले आहेत.

जागतिक बँकेची कार्ये -

(१) सदस्यांना कर्ज देणे -

   (अ) स्वत:च्या निधीतून.

   (आ) उधार घेतलेल्या भांडवलातून.

   (इ) ऋणको देशाच्या वतीने हमी घेऊन.

(२) क्षेत्रातून कर्जाचे वाटप करणे.
(३) उद्देशानुसार ऋण देणे.
(४) तांत्रिक क्षेत्रात मार्गदर्शन करणे.
(५) विदेशी विनिमयाच्या संकटातून मुक्तता करणे.
(६) सामान्य कर्जाची व्यवस्था करणे.
(७) विकास साहाय्यक संघाची स्थापना करणे.
(८) आंतरराष्ट्रीय तंटे सोडविण्यास मदत करणे.
(९) स्टाफ कॉलेजची स्थापना.

(१) कर्ज देणे - सदस्य राष्ट्रांना पुढीलप्रमाणे कर्ज देता येते.

(अ) स्वत:च्या बँकेतून कर्ज देणे, बँकप्रद भांडवलाच्या २० टक्क्यांपर्यंत आपल्या बँकेतून कर्ज देऊ शकते.

(आ) उधार घेतलेल्या भांडवलातून ऋण देणे. सदस्य राष्ट्रांना कर्ज द्यावयाचे झाल्यास बँक इतर देशांजवळून कर्ज घेऊ शकते.

(इ) जागतिक बँक कोणत्याही देशाच्या खासगी गुंतवणूकदारांना गरजू देशात गुंतवणूक करण्यास प्रोत्साहन देते. ऋणको देशाच्या वतीने गॅरेंटी किंवा हमी घेते.

३० जून १९९२ पर्यंत जागतिक बँकेने एकूण २१८२०९ मिलीयन अमेरिकन डॉलर्सचे कर्ज मंजूर केले आहे. ह्यातून जवळपास ११६६६६ मिलीयन अमेरिकन डॉलर्स कर्ज वाटलेले आहे.

(२) ऋणाचे क्षेत्रीय वितरण - आतापर्यंत जागतिक बँकेने सर्वाधिक कर्ज लॅटिन, अमेरिका तसेच आशिया व आफ्रिका क्षेत्रांतील देशांना दिले आहे. वित्तीय वर्ष १९९२ मध्ये बँकेद्वारे ह्या देशांना ५३३६ मिलीयन डॉर्लसचे कर्ज देण्यात आले; ह्यानंतर पूर्व आशियाचा क्रम येतो.

जागतिक बँकेने भारताला १ जुलै २००४ ते जून २००५ पर्यंत २.८९ अब्ज डॉलर्स कर्जपुरवठा केला. (१३% एकूण कर्जापैकी)

(३) उद्देशानुसार ऋण - जागतिक बँकेद्वारे कृषी व ग्रामीण विकास, ऊर्जा, वाहतूक व दळणवळण ह्यांच्याकरिता एकूण ऋणाचा ६५ % भाग मंजूर करण्यात आला.

(४) तांत्रिक मार्गदर्शन - आर्थिक साहाय्याव्यतिरिक्त बँक सदस्य राष्ट्रांना तांत्रिक बाबतीत मार्गदर्शन करते. योजनांचे मितव्ययी संचालन, वित्तीय प्रबंध बँक विकास, इ. तांत्रिक क्षेत्रांत मार्गदर्शन करण्यासाठी विशेषज्ञांच्या सेवा पुरविते. याशिवाय सदस्य राष्ट्रांच्या अधिकाऱ्यांना याबाबतीत प्रशिक्षित करण्यासाठी बँकेने शिक्षण केंद्रही चालवले आहे.

(५) विदेशी विनिमयाच्या संकटात साहाय्यता - सदस्य राष्ट्रे जेव्हा विनिमय संकटात सापडतात; तेव्हा त्यातून त्यांची सुटका करण्याकरिता बँकेने वेळोवेळी भरपूर साहाय्य केले आहे. उदा., १९५८ मध्ये भारत विदेशी विनिमय संकटात सापडला असता भारताला १०० मिलीयन डॉलर्सची मदत केली.

(६) सामान्य कर्जाची व्यवस्था - सदस्य राष्ट्रे जेव्हा सर्वसामान्य कामाकरिता कर्जाची मागणी करतात; तेव्हा बँक साहाय्यला धावून येते.

(७) आंतरराष्ट्रीय विकास संघाची स्थापना - आंतरराष्ट्रीय ऋणाची सोय व्हावी म्हणून जागतिक बँकेने विविध वित्तीय संस्था स्थापन केल्या. आंतरराष्ट्रीय वित्त निगमाची (ITC) स्थापना १९५६ मध्ये केली व त्याद्वारे खासगी प्रमंडळांना औद्योगिक कार्यासाठी कर्ज द्यावयास सुरुवात केली. तसेच १९६० मध्ये आंतरराष्ट्रीय विकास संघाची स्थापना ही बँकेच्या प्रेरणेमुळेच झाली. ह्या संघाद्वारे विकसनशील देशांना स्वस्त दरात कर्ज देण्यात येते. जून १९७० पर्यंत ५१ राष्ट्रांना २४२ कोटी डॉलर्सची कर्ज दीर्घकालासाठी मंजूर केली. ह्यापैकी ४८ % कर्ज एकट्या भारताला मिळाले आहे. ह्याशिवाय राष्ट्रांमधील भांडवल स्थानिक विकासाच्या कामी यावे म्हणून बँक सदस्य राष्ट्रांना वित्त निगम (Finance Corporation) स्थापन करण्यास प्रोत्साहन देते. सदस्य देशांत औद्योगिक विकास बँकेची स्थापन करण्यातही बँकेने हातभार लावला आहे.

८) आंतरराष्ट्रीय विवादात मध्यस्ती - रॉक व फोर्ड फेडरेशनच्या मदतीने बँकेने वॉशिंग्टन येथे आर्थिक विकास संस्थेची स्थापना करून अविकसित सदस्य राष्ट्रांतून प्रशिक्षार्थी बोलावून अर्थिक विकासाच्या निरनिराळ्या प्रश्नांबद्दल त्यांना प्रशिक्षण देण्याची व्यवस्था केली आहे.

कार्ये :

सध्या जागतिक बँक विकासात्मक प्रकल्पासाठी ५ ते २० वर्षांपर्यंतच्या कालावधीसाठी कर्जे देते. बँकेची कर्जपुरवठ्याची व्यवस्था पुढील बाबींच्या आधारे स्पष्ट होते.

- जागतिक बँक सदस्य देशाला त्याच्या बँकेच्या भागभांडवलातील हिश्याच्या २०% पर्यंत कर्जे देऊ शकते.
- कर्जाचे प्रमाण व्याजदर आणि अटी / शर्ती बँकेद्वारेच ठरविल्या जातात. कर्ज पुरवठ्याबरोबर, जागतिक बँक सदस्य देशांना विविध तांत्रिक सेवासुद्धा पुरविते त्यासाठी बँकेने वॉशिंग्टन येथे 'आर्थिक विकास संस्था आणि एक स्टाफ कॉलेज' स्थापन केले आहे.

भारत आणि जागतिक बँक (India & World Bank)

जागतिक बँकेचा सदस्य झाल्यामुळे भारताला बराच फायदा मिळाला आहे. उद्योग, शेती,दळणवळण, वाहतूक इ. सर्वच क्षेत्रांचा विकास करण्याकरिता भारताला बँकेचे साहाय्य सतत मिळत आहे.

जागतिक बँकेची भारताला मदत :

१. १९४९ मध्ये रेल्वेच्या पुननिर्मितीकरिता ३४ मिलियन डॉलर्स ची मदत केली.

२. साहाय्यक संस्थांतर्फे मोठी मदत.

३. १९९१ ते ९६ पर्यंत जवळपास १२ बिलीयन डॉलर्सचे कर्ज दिले.

४. १९९६ मध्ये जवळपास ३ बिलियन डॉलर्सचे कर्ज.

५. India Development Fourm मार्फत मदत.

६. तांत्रिक क्षेत्रात मदत.

७. १९५६ च्या विनिमय संकटात १०० मिलियन डॉलर्सची मदत.

१) सर्वप्रथम १९४९ मध्ये रेल्वेच्या पुननिर्मितीकरता भारताला ३४ मिलियन डॉलर्सचे कर्ज मंजूर करण्यात आले. शेती व ग्रामीण विकास, वीज, औद्योगिक विकास, शहरी विकास तसेच वाहतूक व दळणवळण ह्याकरिता बँकेने भारताला कर्ज दिले.

२) बँकेची साहाय्यक संस्था आंतरराष्ट्रीय विकास संघातून (IDA) भारताला महत्त्वपूर्ण मदत मिळाली आहे. १९८१ च्या पूर्वी भारताला आंतरराष्ट्रीय विकास संघातर्फे काही विशिष्ट अटींवर विशेष मदत मिळाली होती. ह्या अटी शिथिल झाल्यामुळे बँक भारताला आता आधिक अर्थिक मदत देऊ शकते. ३० जून १९८९ पर्यंत बँकेने भारताला ११९ योजनांकरिता १५.४ बिलियन डॉलर्सचे कर्ज दिले आहे. १९८८, १९८९ व १९९० या वित्तीय वर्षात भारताला मंजूर झालेले कर्ज अनुक्रमे २२५५,२१३६ व ११०८ मिलियन डॉलर्स होते.

३) १९९१ ते १९९६ पर्यंत भारताला ११.८९८ बिलियन डॉलर्सचे कर्ज मंजूर करण्यात आले. ह्यातील १०.८९३ बिलियन डॉलर्स हे संवितरणाकरता (Disbursement) होते.

४) १९९६ च्या वित्तीय वर्षात जागतिक बँकेने भारताला २.९७८ बिलियन डॉलर्स मंजूर केले.

ह्यातील १.३०९ बिलियन डॉलर्सचे वाटप झाले. ह्याच वर्षी भारताने जागतिक बँकेला ११४९ बिलीयन डॉलर्सचे मूळ कर्ज व ८८४ मिलीयन डॉलर्सचे व्याज ह्यांची परतफेड केली. अशा प्रकारे मिळालेल्या कर्जापेक्षा केलेली कर्ज परतफेडीची रक्कम जास्त होती.

५) भारतातील अर्थिक योजना यशस्वी व्हाव्या म्हणून प्रचंड ऋण देण्याव्यतिरिक्त आणखीही मदत केली. १९५८ मध्ये जागतिक बँकेच्या मार्गदर्शनाखाली Aid India Consortium स्थापन करण्यात आला. १९९४ मध्ये ह्याचे नाव बदलून India development Forum असे करण्यात आले. १९९६ पर्यंत गेल्या ५ वर्षांत ह्याद्वारे दिलेल्या आश्वासनाची रक्कम दरवर्षी सामान्यतः ७ बिलियन डॉलर्सएवढी होती.

६) अर्थिक मदतीव्यतिरिक्त बँकेने भारताला तांत्रिक क्षेत्रातही मदत केलेली आहे. वेळोवेळी भारतात पाठविण्यात आलेल्या विशेषज्ञांनी भारतातील विविध योजनांची पाहणी व अभ्यास करून त्याबाबत मोलाचे मार्गदर्शन, यथोचित उपाय सुचविले आहेत.

७) भारतात जेव्हा जेव्हा विदेशी विनिमय संकट निर्माण झाले तेव्हा तेव्हा बँकेने बहुमोलाचे साहाय्य केले. उदा. १९५८ मध्ये भारताला भेडसावणाऱ्या विदेशी विनिमय संकटातून सोडवण्याकरिता बँकेने १०० मिलियन डॉलर्सचे कर्ज दिले होते.

भारताने जागतिक बँकेकडून घेतलेली कर्जे

बहुपक्षीय कर्जे	२००५	२००७	२०१०	२०१२	२०१३	२०१४
अ) सरकारी कर्जे	३७७१	५०१५	६३८७	८८९८	८९१२	८८७६
ब) गैर सरकारी केर्जे						
IBRD (सार्व क्षेत्र)	१०२०	१०४३	१८९३	२१७७	२३५५	२३९४
IBRD (वित्तीय संस्था)	५८	१५०	२९८	५३१	५४९	६३५
क) सवलतीच्या दरात (IDA)	२३६९३	२४५४८	२५३८०	२६८५३	२६०७१	२६७७०

जागतिक बँकेकडून भारताला आधुनिकीकरण, रेल्वे प्रचालन, विस्तारीकरण व नूतनीकरण टाटा लोह व पोलाद, भारत लोह व पोलाद कंपनी राजस्थान कालवा, इयर इंडियाकडून विमानांची खरेदी चेन्नई व कोलकाता बंदराचा विकास विजनिर्मिती विस्तार योजना कृषिविकास टॉम्बे थर्मल पॉवर स्टेशनची स्थापना इ. साठी कर्ज उपलब्ध झाले आहे.

आंतरराष्ट्रीय विकास संघाकडून (IDA) भारताला सवलतीच्या दराने कर्ज उपलब्ध होत आहे. २००५ मध्ये २३६९३ मिलियन २६७७० मिलियन डॉलर्सपर्यंत त्यामध्ये वाढ झाली. म्हणजेच जागतिक बँकेची सहयोगी संस्था IDA कडून सवलतीच्या दरात कर्जात वाढ होताना दिसून येते.

इ. स. २००५ मध्ये आंतरराष्ट्रीय विकास व पुनर्निर्माण बँकेकडून (IBRD) म्हणजेच जागतिक बँकेकडून बहुपक्षीय कर्जे 4849 मिलियन डॉलर्सएवढी कर्जे उपलब्ध झाली

त्यातील सरकारी कर्जे सवलतिविना मिळालेली ३७७१ मिलियन डॉलर्सएवढी होती. २०१४ मध्ये या बँकेकडून एकूण कर्जे ११९०५ मिलियन डॉलर्स एवढे होते. आय बी आर डी या कर्जाच्या परतफेडीची मुदत वीस वर्षे आहे. तर आय. डी. ए. च्या कर्जाच्या परतफेडीची मुदत ३५ वर्षे आहे. त्यावर शून्य व्याजदर आकारला जातो परंतु ०.७५% सेवाशुल्क जागतिक बँक आकारते. जागतिक बँकेने वीजनिर्मिती व जलसिंचन या पायाभूत निर्मितीसाठी भारताला कर्ज दिले. तसेच सावर्जनिक क्षेत्रातील बँकाच्या भांडवलीकरणासाठीसुद्धा कर्ज दिले.

भारताला बँकेतर्फे जे कर्ज व साहाय्य मिळाले त्यावर खालीलप्रमाणे टीका करण्यात येते.

अ) बँकेद्वारे एका विशिष्ट उद्देशाने व विशिष्ट कार्याकरिताच ऋण देण्यात येते. त्यामुळे ह्या ऋणाचा उपयोग इतर आवश्यक व महत्त्वाच्या कार्याकरिता करता येत नाही. परंतु, भारताला आता विनाअट असे सामान्य कर्ज मिळू लागले आहे.

ब) बँकेने भारताच्या विभिन्न कर्जावर २.५ टक्क्यांपासून ते ११.६ टक्क्यांपर्यंत व्याज दर आकारलेला आहे. भारतासारख्या अविकसित देशांकरिता तो बराच जास्त होतो.

क) अन्य देशांच्या मानाने भारताला सर्वाधिक कर्ज मिळत असले तरी भारताची औद्योगिक व विकास योजनांची आवश्यकता पाहता ही मदत कमी वाटते.

अशी जरी टीका होत असली तरी एक सच्चा मित्र, साहाय्यक व मार्गदर्शक ह्या नात्याने जागतिक बँकेने अर्थिक व तांत्रिक क्षेत्रांत केलेल्या मदतीमुळे भारताच्या अर्थिक विकासात व प्रगतीत भरघोस साहाय्य झाले आहे हे कृतज्ञतापूर्वक मान्य करणे भाग आहे.

जागतिक बँकेच्या कार्याचे टीकात्मक परीक्षण :

जागतिक बँकेने स्थापनेपासून जी विविध कार्ये केली आहेत त्यात असलेल्या त्रुटींबद्दल पुढीलप्रमाणे टीका करण्यात येते.

१) बँकेचे कार्य पक्षपाती व भेदभाव करणारे आहे असे काही देशांचे म्हणणे आहे. संघटनेत कर्ज घेणाऱ्यांचे बहुत्व असल्यामुळे त्यांना अनुकूल अशा कर्जाच्या अटी ठेवण्यात येतात. अशी ऋणदात्या राष्ट्रांची तक्रार आहे.

२) बँक फार उशीर करून कर्ज देते असा ऋणको राष्ट्रांचा आक्षेप आहे. कर्ज देण्यापूर्वी ऋणको राष्ट्रांच्या कर्ज परत क्षमतेवर अवास्तविक जोर देण्यात येतो. अशी टीका करण्यात येते. दिलेल्या कर्जाचा विशिष्ट योजना व कार्ये ह्यांच्याच

करता उपयोग करावा ही बँकेची अट फार जाचक ठरते असे ऋणको देशांचे म्हणणे आहे.

३) जागतिक बँकेच्या तुलनेत वैयक्तिकरीत्या देशांतर्फे देण्यात येणारे कर्ज अधिक जलद व उपयुक्त ठरते. बँक व्यक्तिगत देश व गुंतवणूकदार ह्यांचे कार्यक्षेत्र मर्यादित करते असे आलोचकांचे म्हणणे आहे.

४) व्यावसायिक दृष्टीने विचार केल्यास १०-१२ % व्याजदर हा तसा जास्त नाही हे जेवढे खरे आहे तेवढेच हा दर अविकसित व गरीब देशांच्या दृष्टीने बराच जास्त आहे हेही तेवढेच खरे आहे. गरीब देशांची आर्थिक स्थिती व कर्जफेडीची क्षमता ह्यांचा विचार करता बँकेची कर्जे ही बरीच महाग ठरतात अशी टीका केली जाते. आंतरराष्ट्रीय विकास संघाच्या स्थापनेमुळे ह्या समस्येची तीव्रता काही प्रमाणात कमी झाली आहे. परंतु ह्या विकास संघाची साधनसंपत्ती मर्यादित असल्यामुळे पुरेशा प्रमाणात ऋण वाटप होऊ शकत नाही.

५) आशिया व आफ्रिका ह्यातील देशांना देण्यात येणारी मदत ही त्यांच्या आवश्यकतेच्या मानाने अतिशय तोकडी पडते. व कर्ज देताना लादण्यात येणाऱ्या अटी ह्या बऱ्याच कडक असतात. अशी वास्तव तक्रार ह्या गरीब देशांची आहे.

६) खनिज तेलाची आयात करणाऱ्या देशातील ऊर्जाविकास कार्यक्रमांना प्राथमिकता देणे अत्यावश्यक आहे. पण ह्याकरिता जागतिक बँकेकडे स्वतंत्र अशा संस्थेचा अभाव आहे.

७) जागतिक बँक काही विशिष्ट परिस्थितीत कर्जदार देशाच्या अंतर्गत अर्थव्यवस्थेत हस्तक्षेप करते असे आक्षेपकांचे म्हणणे आहे. म्हणून जागतिक बँकेने संकुचित राष्ट्रीय दबावापासून मुक्त होऊन कार्य करावयास पाहिजे असे त्यांचे म्हणणेआहे.

८) जागतिक बँकेने विविध देशांतील ज्या योजनांना साहाय्य केले त्यांपैकी ६७ टक्क्यांपेक्षा जास्त योजनांची प्रगती अत्यंत असमाधानकारक आहे. ह्यावरून हे स्पष्ट होते की जागतिक बँकेने केलेली योजनांची निवड व त्यांचे प्रबंधन सदोष आहे.

जागतिक बँकेच्या कार्यावर टीका :

१. मदत देताना भेदभाव, पक्षपात होतो.

२. कर्ज देण्यात फार उशीर होतो.

३. तुलनेने खाजगी कर्ज जलद व उपयुक्त ठरते.

४. विकसनशील देशाच्या मानाने व्याजदर जास्त.

५. मागणीच्या मानाने कर्जाचा अल्प पुरवठा होतो.
६. ऊर्जाविकास कार्यक्रमांना मदत व प्राधान्य नाही.
७. कर्जदार देशाच्या अर्थव्यवस्थेत हस्तक्षेप करतो.
८. जागतिक बँकेद्वारे सदोष योजनांची निवड होते.

जागतिक बँकेच्या कार्याचे मूल्यमापन :

जागतिक बँकेने सदस्य देशांना अधिक मदत मिळावी म्हणून IFC, IDA, MIGA यांसारख्या सहयोगी संस्था स्थापना केल्या आहेत.

जागतिक बँकेने आपल्या एकूण कर्जपुरवठ्यांपैकी सुमारे ७५% कर्जे आफ्रिका, आशिया व लॅटिन अमेरिकेतील विकसनशील देशांना दिली आहेत.

सध्या भारत जागतिक बँकेचा सर्वांत मोठा कर्जदार देश आहे.

जागतिक बँकेचे यश

जागतिक बँकेच्या कामकाजाला ६० वर्षे होऊन गेलीत. तिच्या कारभाराचे यश व अपयश पुढीलप्रमाणे सांगता येते-

(१) विकसनशील देशांना मदत - जागतिक बँकेने विकसनशील देशांना मोठ्या प्रमाणात कर्जे उपलब्ध करून दिली आहेत. या देशांना नेहमीच्या कर्जापेक्षा विशेष मदत करून देण्यात या बँकेने पुढाकार घेतला आहे.

(२) शेतीला कर्जपुरवठा - विविध देशांतील पाटबंधारे योजनांना कर्जपुरवठा तसेच शेतमालाची विक्री, संकरित बियांचा कार्यक्रम, भूमिसुधारणा, शेतीबाबतचे शिक्षण - प्रशिक्षण इत्यादींसाठीच्या उपक्रमांना भरीव मदत केली आहे. तसेच बाजारपेठांशी ग्रामीण क्षेत्र जोडण्यासाठी रस्ते विकास कार्यक्रम हाती घेतले आहेत.

(३) विविध सेवांची उपलब्धता - जागतिक बँकेने आर्थिक, तांत्रिक सल्ला व सेवा दिल्या आहेत; तसेच तज्ज्ञांचा सल्ला अल्प मोबदल्यात उपलब्ध करून दिला आहे.

(४) लघुउद्योगांचा विकास - विकसनशील देशात लघुउद्योगांची वाढ होऊन रोजगार उपलब्ध व्हावा; यासाठी १९७५ अखेर या बँकेने ४४ देशांत ६८ वित्त महामंडळांना ३ अब्ज डॉलर्स कर्जरूपाने दिले आहेत.

(५) व्याजदर कमी - जागतिक बँक अत्यंत कमी व्याजदराने कर्जपुरवठा करते. सवलतीच्या दराने कर्जपुरवठा करण्यासाठी 'तिसरी खिडकी' या नावाने योजना सुरू केली आहे. त्यावर ४.५% व्याजदर आकारला जातो; गरीब देशांना अशी कमी व्याजदराची कर्जे दिली जातात.

(६) पुनर्रचनेवर भर - दुसऱ्या महायुद्धात बेचिराख झालेल्या देशांची आर्थिक

पुनर्रचना घडवून आणण्यासाठी बँकेने महत्त्वपूर्ण कामगिरी केली आहे.

(७) गरजांकडे लक्ष - विकसनशील देशांचे लोकसंख्यानियंत्रण कार्यक्रम, सकस आहार, प्रदूषणनियंत्रण, राष्ट्रीय उत्पन्नाचे वाटप इ. प्रश्नांकडे जागतिक बँकेने लक्ष घातले. तसेच अलीकडच्या काळात नागरी पाणीपुरवठा, सांडपाण्याच्या निचऱ्याची व्यवस्था, झोपडपट्टीनिर्मूलन, पर्यटन इ. च्या विकासासाठी मदत केली आहे.

(८) पायाभूत सुविधांची उपलब्धता - गरीब देशांना जागतिक बँकेने रस्ते, वीज, पाणी, दळणवळण इ. क्षेत्रांत मोठ्या प्रमाणात कर्जे दिली आहेत. १९७५ अखेर बँकेच्या एकूण कर्जात वीजपुरवठ्याच्या कर्जाचे प्रमाण ३३% होते; तर वाहतूक व दळणवळणासाठी कर्जाचे प्रमाण ३३% होते. त्यामुळे पायाभूत संरचना मजबूत होण्याला मदत झाली.

(९) विविध संस्थांची निर्मिती – आंतरराष्ट्रीय वित्तीय संस्था, आंतरराष्ट्रीय विकास संस्था, बहुराष्ट्रीय गुंतवणूक हमी योजना इ. ची स्थापना केली आहे.

(१०) सर्वांना समान न्याय - जागतिक बँकेने एकूण कर्जवाटपापैकी २५% कर्जे आशिया व मध्य पूर्वेकडील देशांना ३०% कर्जे पश्चिम गोलार्धातील देशांना २०% कर्जे, युरोप खंडातील देशांना आणि १३% कर्जे आफ्रिकन देशांना दिलेली आहेत; यावरून बँकेचा समतोल प्रादेशिक दृष्टिकोन दिसून येतो.

जागतिक बँकेचे अपयश -

(१) कर्जातील विविध अडथळे - विकसनशील देशांना कर्ज देताना अनेक अटी पूर्ण कराव्या लागतात. कर्ज देताना परत करण्याची क्षमता लक्षात घेतली जाते. मात्र हे कर्ज घेतल्याने कालांतराने ही क्षमता निर्माण होईल याकडे दुर्लक्ष केले जाते. कर्जाचा वापर कसा केला जातो; यावर जागतिक बँकेची कडक नजर असते. त्यामुळे देशाच्या स्वायत्ततेत हस्तक्षेप होण्याची शक्यता असते. या बँकेवर विकसित देशांचे वर्चस्व असल्याने विकसनशील देशांबाबत विशेष सहानुभूती असत नाही.

(२) अमेरिकेचा प्रभाव - जागतिक बँकेत अमेरिकेचा मोठा निधी असल्याने या बँकेवर अमेरिकेचे वर्चस्व आहे. अमेरिकेला विकसनशील देशांच्या हिताला प्राधान्य देण्यात फारसे स्वारस्य नाही.

(३) राजकीय गटबाजी – जागतिक बँकेच्या स्थापनेपासून त्यात राजकारणाचा शिरकाव झालेला आहे. ही संस्था काही श्रीमंत देशांच्या राजकीय गटांचा अड्डा बनली आहे अशी टीका केली जाते. पर्यावरणाला हानी करणारे काही उद्योग विकसित देशांकडून विकसनशील देशांकडे पाठविले जात आहेत.

(४) अपुरे भांडवल – जागतिक पातळीवर कर्जाची वाढती मागणी विचारात

घेता या बँकेकडील भांडवल अपुरे पडते.

(५) जादा व्याजदर - विकसनशील देशांचा विचार करता या बँकेचा व्याजदर अधिक आहे. या बँकेकडे भांडवल अपुरे असल्याने जागतिक नाणेनिधीकडून कर्जाची उभारणी करून तो पैसा कर्जासाठी वापरला जातो. त्यामुळे एकत्रित व्याजाचा विचार केल्यास तो अधिक वाटतो.

(६) निर्बंध घातले जातात - विकसनशील देश कर्जाच्या सापळ्यात अडकले आहेत. त्यातून बाहेर पडण्यासाठी जागतिक बँक आणि नाणेनिधींकडे धाव घ्यावी लागते. मदत देताना जागतिक बँक व नाणेनिधीने सूचविलेला पुनर्रचना कार्यक्रम स्वीकारला पाहिजे; अशी अट घातली जाते. ब्राझील, चिली, अर्जेंटिना तसेच १९९१ मध्ये भारतातही तीच परिस्थिती निर्माण झाली; अशा तऱ्हेने देशांच्या वेगवेगळ्या परिस्थितीचा फारसा विचार न करता एकाच तऱ्हेचा पुनर्रचनेचा कार्यक्रम सर्व देशांना लागू करणे चुकीचे ठरते.

(७) अयोग्य वागणूक - जागतिक बँक गरीब देशांना योग्य वागणूक देत नाही अशी टीका केली जाते. ही बँक सुरुवातीपासूनच भांडवलशाही विचारांवर आधारलेली आहे. या बँकेच्या हाती प्रचंड आर्थिक ताकद असल्याने विकसनशील देशांना कर्ज देताना ती अनेक जाचक अटी घालते. विकसनशील देशांतील प्रकल्पांसाठी विकसित देशातील बहुराष्ट्रीय कंपन्यांच्या जुन्या व कालबाह्य साधनसामग्रीच्या बाजारपेठा उपलब्ध करून दिल्या जातात.

(८) कर्ज मंजुरीला विलंब व जाचक अटी - जागतिक बँकेकडे कर्जासाठी अर्ज केल्यानंतर सदस्य देशांच्या कर्जफेडी संदर्भात बरीचशी चर्चा होते व त्यामध्ये बराच कालावधी जातो व कर्ज मंजुरीस विलंब होतो. कर्ज त्या संबंधित प्रकल्पांवरच खर्च करावे अशी अट घातली जाते. बऱ्याच वेळेस प्रकल्प अहवाल तयार करताना तो प्रकल्प महत्त्वाचा असेल; परंतु कर्ज मंजुरीस विलंब लागल्याने मध्यंतरीच्या काळात त्या प्रकल्पाचे महत्त्व कमी होऊन अन्य एखाद्या प्रकल्पाचे महत्त्व वाढलेलेअसते.

(९) खासगी गुंतवणुकीस अडचणी - या बँकेचे प्रमुख उद्दिष्ट म्हणजे आंतरराष्ट्रीय क्षेत्रांत खासगी गुंतवणुकीला प्रोत्साहन देणे हे आहे. मात्र विकसनशील देशात गुंतवणूक करण्यात खासगी गुंतवणूकदारांना अनिश्चितता वाटते. किफायतशीर क्षेत्रांत सरकारी गुंतवणूक झाली असल्याने तेथे खासगी गुंतवणुकीला फारसा वाव नसतो. जागतिक बँकेच्या प्राधान्यक्रमाचा विचार करता संबंधित क्षेत्रातील गुंतवणूक अधिक लाभदायक नसल्याने खासगी गुंतवणूकदार फारसे उत्सुक नसतात.

(१०) गरीब देशांकडे दुर्लक्ष - आशिया व आफ्रिका खंडांतील देशांना कर्जाची मोठी गरज असूनही तेथे बहुसंख्य लोकांचे जीवनमान दारिद्र्यरेषेखालचे असून या बँकेने

हवा तेवढा कर्जपुरवठा या देशांना केलेला नाही. त्यामुळे तेथील नैसर्गिक साधनसामग्रीचा जास्तीतजास्त विकास झालेला नाही.

८.५ जागतिक व्यापार संघटना (Word Trade Organization)

भारत हा गॅटच्या संस्थापक सदस्य आहे. गॅटच्या मार्गदर्शक तत्त्वानुसार सदस्य देशांत व्यापार व्यवहार चालत. १९८५ नंतर गॅटच्या व्यवहाराबाबत मतभेद निर्माण झाले त्यातून डंकेल प्रस्ताव तयार झाला. सुरुवातीला विकसनशील देश; कामगार संघटना व अन्य घटकांनी या प्रस्तावाला मोठा विरोध केला होता. यातील त्रुटी दूर करण्यासाठी सदस्य देशाच्या चर्चेच्या एकूण ८ फेऱ्या झाल्या. १९९३ मधील उरुग्वे फेरीत या मसुद्याला अंतिम रूप देण्यात आले. १५ एप्रिल, १९९४ रोजी माराकश, मोरोक्को येथे भारतासह जगातील एकूण १२ देशांनी या मसुद्यावर स्वाक्षऱ्या केल्या आणि १ जानेवारी, १९९५ रोजी जागतिक व्यापार संघटनेची (W.T.O.) स्थापना झाली. सध्या या संघटनेची सभासद संख्या १६० जानेवारी, २०१५ रोजी येमेन हा १६० वा देश सदस्य बनला.

WTO चे सर्वोच्च धोरण ठरविणारे प्राधीकरण म्हणजे 'मंत्रिस्तरीय परिषद' होय. तिची दर दोन वर्षांतून एकदा एक परिषद होते. साधारणपणे सदस्य देशाचा वाणिज्य मंत्री या परिषदेमध्ये भाग घेतो. हा WTO च्या दैनंदिन व्यवहारावर नियंत्रण ठेवणारा सर्वोच्च अधिकारी असतो. त्याची नियुक्ती साधारण परिषदेमार्फत ४ वर्षांसाठी केली जाते. १ सप्टेंबर, २०१३ पासून ब्राझीलचे रॉबर्टो अॅझेवेदो हे WTO चे महासंचालक आहेत WTO चे मुख्य कार्यालय जिनिव्हा येथे आहे.

WTO च्या प्रशासनासाठी बऱ्याच महत्त्वाच्या समित्या आहेत. त्यापैकी दोन समित्या महत्त्वाची भूमिका बजावतात -

(१) विवाद तडजोड मंडळ (Settlement) : हिच्याद्वारे सदस्य देशांतील व्यापार विषयक तक्रारी सोडविल्या जातात; त्यासाठी ती दर महिन्यात दोनदा आपल्या सभा घेते.

(२) व्यापार परीक्षण मंडळ : ही समिती सदस्य देशांतील व्यापारधोरणांचे परीक्षण करते, असे परीक्षण दर दोन वर्षांनी केले जाते.

WTO च्या मंत्रिस्तरीय परिषदा : मंत्रिस्तरीय परिषद ही WTO ची सर्वोच्च धोरण ठरविणारी संस्था आहे ती बहुपक्षीय व्यापार करारांबाबत सर्व बाबींवर धोरणे ठरवू शकते. १९९५ पासून तिच्या सात परिषदा झाल्या आहेत. त्या पुढीलप्रमाणे -

(१) सिंगापूर ९ ते १३ डिसेंबर १९९६ भारताचे प्रतिनिधी श्री. रामैय्या (२) जिनिव्हा १९९८ भारताचे प्रतिनिधी श्री. रामकृष्ण हेगडे (३) सिटल (USA) ३० नोव्हे. ते ३ डिसेंबर, १९९९ श्री. मुरासोली मारन (४) दोहा (कतार) ९ ते

१४ नोव्हेंबर २००१ (५) कॅनकून (मेक्सिको) १० ते २४ सप्टेंबर २००३ भारताचे प्रतिनिधी श्री. अरुण जेटली (६) हाँगकाँग १३ ते १८ डिसेंबर २००४ भारताचे प्रतिनिधी श्री. कमलनाथ (७) जिनिव्हा ३० नोव्हेंबर ते ३ डिसेंबर २००९ भारताचे प्रतिनिधी श्री. आनंद शक्ती. (८) जिनिव्हा १५ ते १७ डिसेंबर २०।११ (९) बाली (इंडोनेशिया) येथे ३ ते ७ डिसेंबर २०१३ पुढची दहावी परिषद १५ ते १८ डिसेंबर २०१५ नैरोबी (केनिया) येथे आहे.

जागतिक व्यापारसंघटनेची उद्दिष्टे :

जागतिक व्यापार संघटनेची उद्दिष्टे पुढीलप्रमाणे आहेत –

(१) व्यापाराच्या क्षेत्राच्या संबंधांतील देशात लोकांचे जीवनमान उंचावणे, रोजगार-पातळीत वाढ करणे, वास्तव उत्पन्नात वाढ करणे, परिणामकारक मागणीत वाढ करणे, उत्पादनात वाढ करणे आणि वस्तू आणि सेवा व्यापार वाढविणे.

(२) जागतिक साधनांचा जास्तीतजास्त वापर करणे; त्याबरोबर स्थैर्यात्मक विकास करणे व आर्थिक विकास साध्य करणे.

(३) विकसनशील देशांच्या आर्थिक विकासासाठी सकारात्मक दृष्टिकोन ठेवून त्यांच्या व्यापारात वाढ घडवून आणणे.

(४) आंतरराष्ट्रीय व्यापारातील संबंधांमधील भेदभाव करणारे धोरण नाहीसे करणे आणि व्यापारातील जकाती आणि इतर निर्बंध कमी करणे.

(५) बहुपक्षीय करारानुसार व्यापारात समन्वय घडवून आणणे व त्यासाठी उत्तेजन देणे; व्यापारपद्धती फायदेशीर आणि टिकाऊ बनविण्यासाठी प्रयत्न करणे.

(६) व्यापार धोरणामध्ये परिवर्तनात्मक धोरणे आणि स्थैर्यात्मक विकासासाठी समन्वय साधणे.

(७) पर्यावरण संवर्धन करणे व कायमस्वरूपी विकासासाठी प्रयत्न करणे.

(८) जगातील उपलब्ध साधनसामग्रीचा जास्तीतजास्त वापर करणे.

(९) देशादेशांतील भेदभाव करणारी व्यापारी व्यवस्था नष्ट करणे.

(१०) आंतरराष्ट्रीय व्यापाराच्या प्रक्रियेत अधिक उदारीकरणाचे धोरण स्वीकारणे.

(११) उरुग्वे फेरीतील मान्य तरतुदींचे पालन करणे.

(१२) व्यापारातील अनिष्ट स्पर्धेला पायबंद घालणे.

जागतिक व्यापार संघटनेचे कार्य (Functions of WTO)

जागतिक व्यापार संघटनेची मुख्य कार्ये पुढीलप्रमाणे -

१) बहुपक्षीय व्यापारासंबंधी या कराराचे प्रशासन आणि अंमलबजावणी करणे.

२) व्यापारातील वाटाघाटी घडवून आणण्यासाठी व्यासपीठ म्हणून कार्य करणे.

३) व्यापारात निर्माण झालेले कलह व तंटे सोडविण्याचा प्रयत्न करणे.

४) जकाती आणि व्यापारातील इतर निर्बंध कमी करण्यासाठी आचारसंहिता आणि नियमावली तयार करणे.

५) व्यापारातील निकोप स्पर्धेला प्रोत्साहन देणे आणि राष्ट्रीय व्यापार धोरणावर लक्ष ठेवणे.

६) जागतिक व्यापार धोरण ठरविणाऱ्या आंतरराष्ट्रीय नाणेनिधी व जागतिक बँकेसारख्या संस्थांना सहकार्य करणे.

७) व्यापारधोरण परीक्षण व्यवस्थेशी संबंधित नियम आणि तरतुदींची अमंलबजावणी करणे.

८) संसाधनांच्या पर्याप्त वापरासाठी प्रयत्नशील राहणे.

९) सभासद देशांना नवीन किंवा सुधारित व्यापारी उपाययोजनांची माहिती देणे.

१०) वस्तू, सेवा आणि बौद्धिक संपदांच्या अभ्यासासाठी सल्लागार मंडळे स्थापनकरणे.

११) आंतरराष्ट्रीय व्यापारात वाढ व्हावी यासाठी सतत प्रयत्नशील रहाणे.

१२) तुलनात्मक लाभावर आधारित खुल्या व्यापाराला चालना देणे.

१३) उदारीकरणासाठी व व्यापारावरील निर्बंध कमी करण्यासाठी आंतरराष्ट्रीय वाटाघाटीसाठी व्यासपीठ उपलब्ध करून देणे.

थोडक्यात, आंतरराष्ट्रीय व्यापार सुलभ होण्यासाठी आणि द्विपक्षीय जागा बहुपक्षीय व्यापाराने घेण्यासाठी सर्व सदस्य देशांना मान्य होईल असे सर्वमान्य आणि सर्व समावेशक निर्यात चर्चेच्या माध्यामातून तयार करण्याचे कार्य करण्यासाठी WTO ची स्थापना करण्यात आली.

जागतिक व्यापार संघटनेची व्याप्ती :

जागतिक व्यापार संघटना व्यापारातील अडथळ्यांच्या घटकांना नाकारून महत्त्वाच्या घटकांकडे लक्ष देण्याचे काम करते; त्याची चर्चा खालीलप्रमाणे -

१) निर्यातीच्या निर्बंधांचा आधारमूल्य किंवा निर्यात कोटा.

२) वस्तूंच्या संदर्भात नियंत्रणाखाली व्यापारातील अडथळे दूर करण्यासाठी ग्राहकांना संरक्षण देणे.

३) आरोग्य आणि पर्यावरण घटकांसाठी काही देशांच्या व्यापारावर नियमांच्या आधारे नियंत्रण घालण्यात येईल.

D.D.T. आणि कीटकनाशके, पर्यावरण आणि आरोग्यास हानिकारक ठरल्यास त्यावर नियंत्रण घालणे.

४) विकसनशील देशांत बालमजुरांचा कामामध्ये उपयोग केल्यास आयात थांबविणे.

५) भेदविरहित व्यापार समतोलासाठी तरतूद.

६) WTO मध्ये पुढील महत्त्वाचे करार आहेत

   अ) वस्तू व्यापारासंबंधीचा बहुपक्षी करार. (MAT)

   ब) सेवा व्यापाराचा सर्वसाधारण करार. (GATs)

   क) बौद्धिक संपदा संबंधीचा व्यापार करार. (TRIPs)

   ड) व्यापारधोरण पुनरावलोकन यंत्रणा. (TPRM)

   इ) शेतीविषयक सहमती करार.

   ई) विवादाच्या तडजोडीसाठी नियम आणि तरतूद.

जागतिक व्यापार संघटनेचे करार (The WTO Agreements) :

उरुग्वे येथील गॅटच्या परिषदेतील ठरावानुसार जागतिक व्यापार संघटनेची WTO स्थापना करण्यात आली आहे. त्यामुळे गॅटमधील महत्त्वाचे करार जागतिक व्यापार संघटनेतदेखील समाविष्ट करण्यात आले आहेत. जागतिक व्यापार संघटनेच्या सभासदांची मंत्री पातळीवरील बैठक दोन वर्षांतून एकदा भरते. WTO मध्ये पुढील महत्त्वाचे करार करण्यात आलेले आहेत.

१) वस्तू व्यापारासंबंधीचा बहुपक्षी करार

२) सेवा व्यापाराचा सर्वसाधारण करार (GATs)

३) बौद्धिक संपदा संबंधीचा व्यापार करार (TRIPS)

४) तक्रार निवारण करार

५) व्यापार धोरणाचे परीक्षण यंत्रणा

६) बहुवचनीय व्यापार करा.

१) वस्तू व्यापाराचे बहुपक्षीय करार : वस्तू व्यापारात पुढील करारांचा समावेश केला आहे.

अ) गॅट १९९४ : गॅटच्या व्यवहारतोल संतुलनावर करार झालेली आहे. सदस्य

देशातील व्यवहारतोल संतुलनातील अडथळे कमी केले जातात. हा WTO चा वस्तूंचा व्यापाराबाबत एक सर्व समावेशक करार आहे. त्यात विशेष क्षेत्रे आहेत.

त्यात कृषी टेक्सटाईल यांचा समावेश होतो तर त्यातील विशेष मुद्दे अनुदाने, डंपीग, सरकारी व्यापार, वस्तुगुणवत्ता निकष इ. आहेत.

ब) शेतीविषयक करार (Agriculture Agreement) : १९९४ मध्ये डंकेल प्रस्ताव स्वीकारल्यापासून जागतिकीकरणाची प्रक्रिया अधिक वेगाने सुरू झाली आहे. डंकेल प्रस्तावात शेतीविषयक करारास अतिशय महत्त्व देण्यात आले असल्याने कृषिप्रधान अर्थव्यवस्थेचे लक्ष जागतिक व्यापार संघटनेच्या शेतीविषयक कराराकडे लागले आहे. या करारात बिगर जकाती विषयक नियंत्रणाचा जागतिक स्पर्धेवर होणारा परिणाम विचारात घेण्यात आला आहे. या कराराचे मुख्य उद्दिष्ट देशांतर्गत उत्पादन आणि निर्यात वाढीसाठी दिले जाणारे अर्थसाहाय्य कमी करणे आहे. करारात एकूण उत्पादन मूल्याच्या १०% पेक्षा अधिक अर्थसाहाय्य असता कामा नये; तसेच (१९८६-९०) हा आधार कालावधी मानून प्रत्यक्ष निर्यात अर्थसाहाय्य ३६% पेक्षा कमी ठेवले पाहिजे. शेतमालाच्या आंतरराष्ट्रीय बाजाराची सुयोग्य दिशेने वाटचाल होण्यासाठी व्यापार अडथळ्यांचे परिणाम कमी करणे हा कराराचा मुख्य उद्देश आहे. करारामध्ये शेतीमालाच्या आंतरराष्ट्रीय व्यापारातील बाजार प्रवेशावर निर्बंध, देशांतर्गत मदत आणि निर्यात उत्तेजनासाठी अर्थसाहाय्य अशा तीन बाबींवर भर देण्यात आलेला आहे.

क) कापडविषयक करार (Textile and Clothing Agreement) : १९६० पासून गॅटच्या करारात कापडाच्या व्यापाराचा समावेश करण्यात आला आहे. १९७४ पासून कापड आणि तयार कपडे यांच्या व्यापारावर बहुधागा व्यवस्थेचा प्रभाव वाढत गेला होता. १९९४ मध्ये औद्योगिक उत्पादनासाठी लागू ठरणारे नियम आणि अटी कापड उद्योगासाठी लागू करण्यात आल्या आहेत. त्यानुसार १९९० च्या आधारावर १९९५ मध्ये कापडाच्या आयातीवर १६%, १९९८ मध्ये १७%, २००२ मध्ये १८% आणि २००५ मध्ये राहिलेल्या सर्व कापड उत्पादनाचा समावेश करारात करण्यात आला आहे; अशा रीतीने २००५ पर्यंत कापडाचा व्यापारावरील सर्व निर्बंध टप्प्याटप्प्याने काढून टाकावेत.

२) सेवाच्या व्यापारासंबंधी करार (Agreement about Trade in Service): उरुग्वे येथील गॅटच्या परिषदेत सेवांच्या व्यापाराचा करारात समावेश करण्यात आला आहे. व्यापार सेवांमध्ये बँकिंग सेवा, विमा, दळणवळण, वाहतूक सेवा, सल्लागार मंडळे इत्यादींनी पुरविलेल्या सेवांचा समावेश होतो; त्या करारातील अटींमध्ये सुचविल्यानुसार त्या पुरविल्या पाहिजेत. वित्तीय सेवामध्ये गुंतवणूकदार, ठेवीदार आणि

विमाधारक यांचे संरक्षण झाले पाहिजे. दूरसंचार सेवा व्यापाराच्या दृष्टीने महत्त्वाच्या असल्याचे मान्य करण्यात आले आहे.

३) बौद्धिक संपदा व्यापार करार (TRIPS Agreement) : या करारात बौद्धिक संपदा अधिकाराचे संरक्षण करण्यात आले आहे. यामध्ये संशोधन हक्काचे संरक्षण, कॉपीराईट, व्यापारचिन्ह किंवा सेवाचिन्ह पेटंट, व्यापारातील गोपनीयता (Trade Secret), औद्योगिक ट्रेडमार्क (Industrial Design) साठी १० वर्षांचा कालावधी निश्चित करण्यात आला असून, पेटंटसाठी २० वर्षांचा कालावधी निश्चित करण्यात आला आहे. व्यापारी गोपनीयता (Trade Secret) आणि संशोधनास व्यापारी मूल्य असल्याने त्याचेदेखील संरक्षण झाले पाहिजे असे करारात स्पष्ट करण्यात आले आहे.

जागतिक व्यापार संघटनेच्या सभासद राष्ट्रांमध्ये वादविवाद निर्माण झाल्यास त्याचे निवारण करण्यासाठी लवादमंडळाची निर्मिती करण्यावर भर देण्यात आलाआहे.

४) तक्रार निवारण करार : यामध्ये जागतिक व्यापार संघटनेच्या सदस्य देशांतील व्यापारविषयक तक्रारीचे निवारण करण्यासाठी यंत्रणेचा समावेश केला आहे.

५) व्यापार धोरणाची परीक्षण यंत्रण : या कराराद्वारे जागतिक व्यापार संघटनेच्या सदस्य देशांच्या व्यापार धोरणाचे सतत परीक्षण करण्यासाठी परीक्षा समिती स्थापन करण्यात आली आहे. ही समिती बहुपक्षीय व बहुवचनीय व्यापाराचे परीक्षण करते.

६) बहुवचनीय व्यापार करार : यामध्ये सरकारी देणी-घेणी परत मिळविण्याचा करार नागरी हवाई उड्डाण व्यापाराचा करार गाईच्या मांसासंबंधित आंतरराष्ट्रीय करार व आंतरराष्ट्रीय डेअरी करार इ. चा समावेश केला आहे.

५) जागतिक व्यापार संघटना आणि शेतीविषयक सहमती करार (Agreement on Agriculture under WTO) :

भारत हा कृषिप्रधान देश आहे. भारताने जागतिक व्यापार संघटनेचे सदस्यत्व स्वीकारले असल्याने जागतिकीकरणाचा भारतातील शेती व्यवसायावर काय परिणाम होईल हा चर्चेचा विषय बनला आहे. १९९४ पासून (डंकेल प्रस्ताव) शेतीच्या जागतिकीकरणाची प्रक्रिया वेगाने सुरू झाली आहे. साहजिकच, शेतमालाच्या व्यापारात उदारीकरण आणले जात आहे. गॅटच्या शेवटच्या उरुग्वे फेरीत उदारीकरणाच्या हेतूने भारताने 'शेतीविषयक सहमती करारावर (Agreement on Agriculture under-WTO)' स्वाक्षरी केली आहे आणि भारताने गॅट बरोबरच WTO चे सदस्यत्व स्वीकारले आहे.

जागतिक व्यापार संघटना आणि भारत अथवा भारताचा विदेशी व्यापार

जागतिक व्यापार संघटना आणि भारताचा विदेशी व्यापार

जागतिक व्यापार संघटनेचा भारत पहिल्यापासून सदस्य आहे. शेतीवर प्रतिकूल परिणाम होईल अशी चर्चा होती, प्रत्यक्षात भारतीय अर्थव्यवस्थेवर काही परिणाम घडून आले.

(१) जकाती कमी केल्यामुळे भारताच्या आतंरराष्ट्रीय व्यापारात वाढ झाली. सन २००१ मध्ये भारतातून तांदूळ, चहा, मसाल्याचे पदार्थ, लोह, धातू, चामड्याच्या वस्तू, हिरे आणि हिरेजडित दागिने इ. ची निर्यात ३६२५ द. ल. डॉलर एवढी होती, जागतिक निर्यातीत भारताचा हिस्सा ०.६६% होता. तो २०११ मध्ये १.७% पर्यंत वाढला.

(२) भारतातील कृषीआधारित उद्योगाची निर्यात वाढून भारताला मौलिक असे परकीय चलन प्राप्त झाले.

(३) भारताने उदारधोरण स्वीकारल्याने व्यापारावरील निर्बंध कमी झाले त्यामुळे निर्यातीत वाढ झाली.

(४) बहुविध सुती कापडविषयी करार केल्यामुळे याबाबतची कोटा पद्धती व नियंत्रणे रद्द झाली. त्यामुळे भारतातून सुती कापडाच्या निर्यातीत वाढ झाली.

(५) निर्यातीसाठी भारताला सेवाक्षेत्र खुले झाले. त्यामुळे भारतातून कॉम्प्युटर, सॉफ्टवेअर, टेलिकम्युनिकेशन सेवा, सल्लामसलत, वैद्यकीय सेवा, चित्रफिती इ. निर्यात होऊन बहुमोल परकीय चलन मिळते. १९९० मध्ये जागतिक सेवा निर्यात व्यापारात भारताचा हिस्सा ०.५% (८४.६ बिलियन अमेरिकनडॉलर) होता तो वाढून २००१ मध्ये १.४% (२०.९ बिलियन डॉलर्स) पर्यंत झाला. २०१३ - १४ मध्ये एकूण सेवा क्षेत्राची निर्यात १५१.५ बिलियन डॉलर्सपर्यंत वाढली आहे. सर्वांत जास्त निर्यात संगणक सेवेची ६९.४ बिलियन डॉलर्सची झाली.

(६) भारतातील परकीय गुंतवणुकीत वाढ झाली. १९९५-९६ ते २०००-०१ या दरम्यान एकूण परकीय गुतंवणूक सरासरी प्रतिवर्षी ४.८५ महापद्म डॉलर-एवढी झाली. प्रत्यक्षात अपेक्षित प्रत्यक्ष गुतंवणुकीपेक्षा ही गुंतवणूक कमी आहे. परंतु सेवा क्षेत्रात परकीय गुंतवणूक वाढत आहे. २०१३ - १४ मध्ये २४९९ मिलियन डॉलर पर्यंत वाढली. नोव्हेंबर २०१४ मध्ये भारतातील एकूण परकीय गुंतवणूक ३५०.९ बिलियन डॉलर्सची झाली.

(७) सर्वाधिक उपकृत राष्ट्र या कलमाच्या अमंलबजावणीमुळे भारताला बहुराष्ट्रीय व्यापारप्रणाली फायदेशीर ठरली आहे.

(८) व्यापाराशी निगडित बौद्धिक संपदेच्या अधिकारामुळे शेतकरी वर्गाला बियाणे उत्पादन करून त्याची विक्री करणाऱ्या हक्कावर विपरीत परिणाम होत नाही. फक्त व्यापारी तत्त्वावर ठरावीक ब्रँडच्या बियाणांच्या विक्रीवर अल्पसा प्रतिकूल परिणाम होतो.

(९) पेंटट हक्क नोंदणीमुळे भारतातील औषधे हळूहळू स्वस्त होतील.

(१०) भारतातील लघुउद्योग परकीय मोठ्या उद्योगांच्या स्पर्धेत टिकू शकत नाहीत. भारतीय अर्थव्यवस्थेतील एकूण उत्पादनाच्या ४०% उत्पादन व ५०% रोजगारी व ३३% निर्यात या क्षेत्रातून होते. बहुराष्ट्रीय कंपन्यांच्या वर्चस्वामुळे उपभोग्य वस्तू, उदा., आईस्क्रिम, तयार कपडे, प्रक्रिया केलेले अन्न, मिनरल वॉटर, इत्यादींनाही या परकीय स्पर्धेत टिकणे अशक्य झाले आहे.

(११) भारतात चीनच्या वस्तूंनी भारतीय बाजारपेठेवर आक्रमण केले आहे. बॅटरी सेल, सिगारेट लायटर, कुलपे, कारचा स्टेडिओ, वीज बचत दिवे, व्ही. सी. डी. प्लेअर, मनगटी घड्याळे, खेळणी, पंखे, ओव्हन, सौंदर्यप्रसाधने इत्यादींची चीनकडून मोठी आयात होते. या संघटनेमुळे चीनच्या मालाचे डंपिग होत आहे.

(१२) भारताला पर्यटन व प्रवासी वाहतुकीपासून चांगले उत्पन्न मिळते आहे.

(१३) जागतिक व्यापार संघटना (WTO) व भारताचा विदेशी व्यापार : भारत १९९५ मध्ये जागतिक व्यापार संघटनेत सामील झाला. त्यामुळे जागतिक निर्यात व्यापारात १९९० मध्ये भारताचा ०.५% भाग होता, तो वाढून १९९५ मध्ये ०.६% झाला; आर्थिक सुधारणांच्या १२ वर्षांच्या काळात २००२ पर्यंत वाढून ०.८% झाला.

(१४) १९९० मध्ये भारताची एकूण निर्यात १८१४३ मिलियन डॉलर्स होती, ती वाढून १९९५ मध्ये ३१११७ मिलियन डॉलर्स झाली. इ.स. २००३-२००४ ह्या वर्षात भारताची निर्यात ६३८४३ मिलियन डॉलर्सपर्यंत वाढली. WTO च्या आधुनिक अहवालानुसार भारताच्या व्यापारिक वस्तूंच्या निर्यातीत १५% वाढ झाली असून इ. स. २००२ मध्ये जगाच्या ३० प्रमुख निर्यातक व आयातक देशांमध्ये भारताने चीननंतर दुसरा क्रमांक घेतला आहे.

२०१३ - १४ मध्ये एकूण सेवाक्षेत्राची निर्यात १५१.५ बिलियन डॉलर्स पर्यंत वाढली आहे. सर्वांत जास्त निर्यात संगणक सेवेची ६९.४ बिलियन डॉलर्सची झाली सेवा क्षेत्रात परकीय गुंतवणूक वाढत आहे. २०१३ - १४ मध्ये २४२९९ मिलियन डॉलरपर्यंत वाढली. नोव्हेंबर २०१४ मध्ये भारतातील एकूण परकीय गुंतवणूक ३५०.९ बिलियन डॉलर्सची झाली. २०१३ - १४

मध्ये भारताची निर्यात ३१४४०५ मिलियन डॉलर्सपर्यंत वाढली. १९९० ते २०१३ - १४ पर्यंत ही निर्यात १७ पट वाढली आहे.

१५) भारताची आयात १९९० - ९१ मध्ये २१२१९ मिलियन डॉलर्सची होती. ती २००१ - ०२ मध्ये ५४४१३ मिलिमन डॉलर्स झाली तर २०१३ - १४ मध्ये ४५० - २०० मिलियन डॉलर्सपर्यंत वाढली. त्यामुळे भारताच्या व्यापारतोलात २०१३ - १४ मध्ये १३५७९५ एवढी तर दिसून येते. १९९० - ९१ ते २०१३ - १४ पर्यंत आयातीत २१ पटीने वाढ झाली.

भारतीय कापड व तयार कपड्यांच्या मागणीत वाढ होत आहे. १९९४ - ९५ मध्ये तयार कपड्यांची निर्यात ३२८२ मिलियन डॉलर्सची होती. ती वाढून २४६९१ मिलियन डॉलर्सपर्यंत २०१३ - १४ पर्यंत वाढली.

पेटंटच्या बाबतीत भारतीय शास्त्रज्ञांना जास्तीतजास्त सुविधा उपलब्ध करून दिल्या तर ते नवीन व चांगल्या दर्जाची औषधांचा शोध लावतील. भारतात एकूण औषधांमध्ये दहा ते पंधरा % औषधे पेटंट कायद्यांतर्गत आहेत त्यामुळे पेटंटचा भारतीय औषध उद्योगावर व किमतीवर फारसा परिणाम होणार नाही. भारताला जुनी औषधे व ज्यांचे पेटंट नाही अशा औषधांची निर्यात करून परकीय चलन मिळवता येईल.

Sui Generis हीव्यवस्था पेटंटपेक्षा वेगळी आहे. भारतीय शेतीला या पद्धतीचा फायदा होईल. कारण या व्यवस्थेमुळे रोपे प्रजनन अधिकाराच्या व्यवस्ता माध्यमातून शेतकऱ्यांना अधिक सुधारित बियाणे व रोखे बाजारात मिळू शकतील. त्यामुळे शेती क्षेत्रात संशोधन व विकास यामध्ये गुंतवणुकीला प्रेरणा मिळेल. तसेच अधिक उत्पादन देणाऱ्या जातींचा विकास होईल.

WTO पासून विदेशी चलनसाठ्यात वाढ होईल. १९९३ - ९४ मध्ये विदेशी चलनसाठा १९२५४ मिलियन डॉलरइतका होता तो डिसेंबर २०१४ मध्ये ३२०६४९ मिलियन डॉलरपर्यंत वाढला. हा चलनसाठा वाढण्याला व्यापाराबरोबरच अनेक कारणे आहेत.

गॅट व WTO च्या करारामुळे जकात कपातीमुळे भारतात परकीय वस्तूंचा प्रवाह वाढला आहे. ग्राहकांना अनेक दर्जेदार वस्तू योग्य किमतीला उपलब्ध होत आहेत. त्यामुळे वस्तूंची टंचाई कमी होण्याला मदत होत आहे. तसेच WTO मुळे भारताची निर्यात वाढून रोजगारातही वाढ होईल. भारतात सात लाख अतिरिक्त रोगार निर्माण होईल असे वर्तविले गेले आहे.

जागतिक व्यापारात भारताच्या हिस्स्यात अपेक्षित वाढ होत नाही ह्याचे प्रमुख कारण विकसित देश-विकसनशील देशांच्या निर्यात व्यापारात सतत विविध तऱ्हेचे

अडथळे व अडसर निर्माण करण्याचा प्रयत्न करीत असतात. ह्या विविध प्रकारच्या अडथळ्यांमुळे जागतिक व्यापारात विकसनशील देशांतील व्यापाराचा अत्यंत कमी हिस्सा असतो. जागतिक व्यापार संघटनांसारख्या राज्योपरी संघटनेच्या (Super Statal Organization) दबावाखाली असलेल्या विकसनशील देशांना आपले व्यापार अडथळे काढून टाकण्यास व त्यांचा सतत प्रवाह चालू ठेवण्याकरिता विकसित व संपन्न देश भाग पाडत असतात व त्याचवेळी विकसित देश स्वत:च्या फायद्याकरिता संरक्षण-धोरण अंमलात आणण्याकरिता व्यापार-अडसर (Trade Barriers) उभे करीत असतात. ह्याबाबत १९९४-९५ च्या आर्थिक समीक्षेत स्पष्टपणे म्हटले आहे की, ''नव्वदाव्या शतकात औद्योगिक देशांमध्ये बेकारी तिच्या चरम सीमेवर आहे. ह्यामुळे केवळ ह्याच देशांमध्ये समस्या उत्पन्न झाल्या असे नसून इतर देशांमध्ये सुद्धा संरक्षण वाद भयंकर रूप धारण करू शकतो. परिणामत: बहुपक्षीय व्यापाराला धोका निर्माण होऊ शकतो. बऱ्याचशा विकसनशील देशांनी आर्थिक सुधारणांचा अंगीकार करून आपल्या व्यापाराला महत्त्वपूर्ण पद्धतीने उदार बनविले तर विकसित देशांनी व्यापार-अडसर निर्माण केले आहेत व विकसनशील देशांतील लाभ मिळवून देणाऱ्या वस्तूंना बाजारपेठ प्राप्त करण्यात धोका निर्माण झाला आहे.''

थोडक्यात, विकसित देश हे विकसनशील देशांच्या निर्यात व्यापारात शक्यतो सर्व प्रकारचे अडथळे निर्माण करण्याचा प्रयत्न करीत आहेत. ह्या कारणामुळे भारतासारख्या विकसनशील देशांचा जागतिक व्यापारातील हिस्सा वाढत नाही.

WOT च्या परिषदा :

दोहा जाहीरनामा :

जागतिक व्यापार संघटनेची चौथी मंत्रिपरिषद नोव्हेंबर २००१ मध्ये कतार येथील 'दोहा' या ठिकाणी झाली. या परिषदेत अनेक महत्त्वाचे निर्णय घेतले. या परिषदेत विकसनशील देशांच्या व्यापारात वाढ घडवून आणणे. त्या दृष्टीने विकसित देशांनी जकाती कमी करून बिगर जकातीचे अडथळे दूर करणे, निर्यात सबसिडीमध्ये घट करणे. विकसित देशांत कृषी आणि सुती कापडासाठी बाजारपेठ खुली करणे विकसित देशांतील शेतीचा आधार काढून घेणे इ. विषयांवर वेगवेगळे करार करण्यात आले. विकसनशील देशांच्या विकास, गरजा, अन्न-सुरक्षा, ग्रामीण विकास इ. बाबत महत्त्वपूर्ण निर्णय घेण्यात आले.

बुद्धिसंपदा, मालमत्तेचे रक्षण करणे या बाबतच्या कराराचे सविस्तर स्पष्टीकरण होणे गरजेचे आहे. यावर चर्चा झाली तसेच विकसनशील देशांत कमी किमतीत उत्पादन होणाऱ्या शेतमालाचा मुद्दा चर्चेत होता. तसेच कोट्याबाबतचे धोरण विकसनशील देशांना

हानिकारक असल्याचे स्पष्ट करण्यात आले. निर्यात अर्थसाहाय्याबाबत 'दोहा' परिषदेत चर्चा झाली. श्रीमंत राष्ट्रे त्यांच्या देशांतील अन्नप्रक्रिया करून त्याची निर्यात करणाऱ्या उत्पादकांना मोठ्या प्रमाणात अर्थसाहाय्य करीत असल्याचे निदर्शनास आणले गेले. त्यामुळे गरीब राष्ट्रांतील कृषिउत्पादनाच्या बाजार किमतीवर प्रतिकूल परिणाम होतो. श्री. मारन भारतीय व्यापार व उद्योगमंत्री यांनी भारताची बाजू या परिषदेत मांडली; ते म्हणाले, "जागतिक व्यापार संघटना म्हणजे "ग्लोबल" गव्हर्नमेंट नव्हे." श्रीमंत राष्ट्रांनी आपली जबाबदारी पार पाडलेली नाही. "दोहा परिषद भारताच्या हिताची ठरली."

कॅनकून परिषद :

२००३ मध्ये जागतिक व्यापार संघटनेची पाचवी मंत्रिस्तरावरील परिषद मेक्सिको मधील कॅनकून येथे झाली. कॅनकून परिषदेत भारताचे व्यापार व उद्योगमंत्री श्री. अरुण जेटली यांनी प्रतिनिधीत्व केले. कॅनकून परिषदेत अंतिम मसुदा मंजूर होण्यात अनेक अडचणी आल्या. भारतीय शेतकऱ्यांच्या अर्थसाहाय्याचा मुद्दा चर्चेत होता. विकसित देशांतील शेतकऱ्यांशी भारतातील शेतकऱ्यांची तुलना करून शेतीमधील अर्थसाहाय्य चालू ठेवले जाईल, असे बजाविण्यात आले. साखर उद्योगात देण्यात येणारे संरक्षण, कापूस, उत्पादकांना दिले जाणारे अर्थसाहाय्य हे कसे आवश्यक आहे. ते या परिषदेत पटवून देण्यात आले.

जी - २० राष्ट्रांनी जागतिकीकरणाचे धोरण विकसनशील देशांच्या हिताचे नसल्याचे निदर्शनास आणून दिले. त्यांनी विकसित देशांतील अर्थसाहाय्याचा मुद्दा उपस्थित केला. त्यांनी सबसिडी कमी करण्याचे नाकारण्याचे निदर्शनास आणून दिले. त्यामुळे विकसनशील राष्ट्रांत असंतोष निर्माण झाला. शेती उत्पादित मालासाठी बाजारपेठा आणखी खुल्या करण्यास विकसनशील देशांनी विरोध केला. अनेक मुद्यांबाबत मतभेद होऊन कॅनकून परिषद अपयशी ठरली.

जिनिव्हा परिषद :

जुलै २००४ मध्ये जिनिव्हा येथील मंत्रिपरिषदेत भारताचे व्यापार व उद्योगमंत्री श्री. कमलनाथ यांनी भाग घेतला, या संघटनेमुळे भारतातून औद्योगिक वस्तू व सेवांची निर्यात वाढली असल्याचे मान्य करण्यात आले. तसेच शेतकऱ्यांच्या हिताची जपणूक करण्यात आली. या परिषदेत व्यापारसुविधा एवढाच विषय चर्चेला होता. विकसित देशांनी अन्नसुरक्षा, जीवन सुरक्षितता आणि विकासासाठी निगडित गरजा याबाबत लवचिक धोरण स्वीकारण्यास मान्यता देण्यात आली. जी - २० देशांच्या गटाला दारिद्र्य, विषमता, बेकारी वाढत असल्याची जाणीव झाली असून विकसनशील देशांचा हा गट संघटनेत प्रभावी ठरणार आहे.

३०नोव्हेंबर ते ३ डिसेंबर जुलै, २००८ आणि २००९ मधील वाटाघाटी: जुलै २००८ मध्ये 'दोहा' वाटघाटी फसल्यानंतर भारताने २००९ मध्ये अमेरिकेसह जागतिक व्यापार संघटनेच्या सर्व सदस्यांना पुन्हा एकदा वाटाघाटीत सामील करण्यासाठी पुढाकार घेतला होता. परंतु त्यानंतर जिनिव्हा येथे ही कोंडी सुटली नव्हती. २००१ मध्ये जागतिक व्यापार संघटनेने १५३ सदस्य देशांदरम्यान जागतिक व्यापार खुला करण्यासाठी वाटाघाटी सुरू केल्या होत्या. अनेकदा प्रयत्न करूनही खुला बाजार व संरक्षणाच्या मुद्यावर समझोता होऊ शकला नाही.

२८ मे, २०१०रोजी पॅरीसमध्ये आढावा : पॅरीस येथे २५ मे, २०१० रोजी जागतिक व्यापार संघटनेच्या प्रमुख सदस्य देशांचे व्यापारमंत्र्या जागतिक व्यापार खुला करण्यासंबंधी आढावा बैठक सुरू झाली. व्यापार संघटनेच्या वाटाघाटी लवकर आटोपल्या पाहिजेत; अशी भारताची इच्छा आहे.

डिसेंबर २०१३ मध्ये बाली (इंडोनेशिया) परिषद :

जागतिक व्यापार संघटनेच्या या नवव्या परिषदेत बाली पॅकेज स्वीकारण्यात आले त्यात कृषी अथवा सुरक्षा व्यापार सुलभीकरण करार यांचा समावेश आहे.

बाली पॅकेजनुसार भारतासारख्या देशांना अन्न सुरक्षेसाठी कायमस्वरूपी समस्या समाधान होईपर्यंत अन्नधान्य साठा करण्याची संमती देण्यात आली. परंतु अमेरिकेने त्याला विरोध करून ही सवलत चार वर्षांसाठीच द्यावी असे मत व्यक्त केले.

जागतिक व्यापार संघटनेच्या सदस्य देशांनी आपले कस्टम नियम व पद्धती सुलभ करावेत की जेणे करून सर्व देशांना परस्परांशी व्यापार करणे सोपे आणि सोईचे जाईल.

जागतिक व्यापार संघटनेच्या कार्याचे मूल्यमापन -

जागतिक व्यापार संघटनेमुळे निर्माण होणाऱ्या समस्यांची चर्चा करून मार्ग काढण्यासाठी व्यासपीठ स्थापन झाले.

जागतिक व्यापार संघटनेचे फायदे / यश -

(१) विकसनशील देशांवरील परिणाम - उदारीकरणामुळे अनेक विकसनशील देशांना अधिक लाभ झाला. कार्यक्षम शेती निर्यातदार देशांच्या उदारीकरणामुळे अधिक फायदा झाला.

(२) व्यापारात उदारीकरण - जागतिक व्यापार संघटनेमुळे जगातील देशांनी व्यापारात उदारीकरणाचा मार्ग अवलंबिल्यामुळे मुक्त बाजारपेठा आस्तत्वात आल्या.

(३) नवीन क्षेत्रांना मार्गदर्शन - WTO या करारामुळे प्रथमच सेवेतील

आंतरराष्ट्रीय व्यापार, बौद्धिक गुंतवणूक, मालमत्ता अधिकारी तसेच व्यापार संबंधित गुंतवणूक स्थापत्य याविषयी नियम तयार करण्यात आले.

(४) व्यापक कार्यक्षेत्र - WTO चे कार्यक्षेत्र गॅटपेक्षा जास्त व्यापक आहे. गॅटमध्ये वस्तूंच्या व्यापारालाच प्राधान्य दिले जात असे. मात्र, WTO मध्ये वस्तू, सेवा, बौद्धिक संपदा अशा सर्वच बाबींशी संबंधित व्यापाराला स्थापत्य देण्यात आले आहे. त्यामुळे जागतिक व्यापाराला शिस्त लावणे व दिशा देणे WTO ला शक्य झाले आहे.

(५) औद्योगिकीकरण - जकाती कमी केल्यामुळे देशांतर्गत उद्योगांची वाढ होण्यास मदत झाली. सुती कापड, वाहतुकीची साधने, कातडी, रबर, प्रवासी साधने इ. वरील जकाती कमी करण्याचे प्रयत्न संघटनेकडून होतात.

(६) बौद्धिक स्वामित्वाचे अधिकार - बौद्धिक स्वामित्वाच्या अधिकाराशी संबंधित व्यापाराचा या करारात अंतर्भाव करण्यात आला. त्यामुळे पेटंट, ट्रेडमार्क, कॉपीराईट यासारख्या बौद्धिक स्वामित्वाचे रक्षण करणे शक्य झाले.

(७) व्यापारविषयक प्रश्नांची तीव्रता कमी झाली - व्यापारविषयक प्रश्नांवर चर्चा करण्यासाठी जागतिक व्यापार संघटनेने विविध ठिकाणी मंत्रिस्तरीय परिषदांचे आयोजन केले. त्यामुळे व्यापार व गुंतवणूक, व्यापाराचे उदारीकरण, आयातीसंबंधी धोरणे, अनुदाने, शेती इ. बाबतीत चर्चा झाली. काही बाबींवर एकमत झाल्यामुळे व्यापारविषयक प्रश्नांची तीव्रता कमी होण्यास मदत झाली आहे.

(८) सर्व देशांचा फायदा - जागतिक व्यापार संघटनेने आजपर्यंत केलेल्या कार्यामुळे जगातील सर्वच देशांना फायदा झाला आहे. संघटनेचे नियम बऱ्याच देशांना फायदेशीर ठरले आहेत.

(९) व्यापारविषयक शिस्त - गॅटच्या कार्यकाळात आंतरराष्ट्रीय व्यापाराच्या क्षेत्रांत शिस्तीचा काही प्रमाणात अभाव होता. WTO चे नियम सदस्य देशांनी मान्य केल्यामुळे नियमांची काटेकोरपणे अंमलबजावणी झाल्यामुळे आंतरराष्ट्रीय व्यापारात शिस्त निर्माण झाली.

(१०) व्यापार गुंतवणूक उपाय - व्यापार नियंत्रणाला प्रतिबंध करण्यात आला.

(११) डंपिग विरोधी उपाय - जागतिक व्यापार संघटनेने अवपूजनाविरुद्ध (डंपिग विरोधी) उपाययोजना करून त्या बाबतची कार्यपद्धती अधिक पारदर्शक बसविली; तसेच नवीन नियम सुरू करण्यात आले.

(१२) बळकट नियम - करारात वस्तू-मूल्य घट, औद्योगिक अर्थसाहाय्य यांचा समावेश करण्यात आल्याने आंतरराष्ट्रीय क्षेत्रात नियम बळकट झाले.

(१३) कृषिउत्पादने - सर्व सदस्य देशांनी शेती उत्पादनावरील चालू जकातीची बंधने कमी करण्यास मान्यता दिली; अर्थसाहाय्यातील घट ही उदारीकरणाची पहिली पायरी आहे; त्यामुळे कार्यक्षम उत्पादकांना अर्थव्यवस्थेत संधी निर्माण केली जाते.

जागतिक व्यापार संघटनेचे अपयश / तोटे - जागतिक व्यापार संघटनेत अनेक दोष असल्यामुळे तिच्यावर पुढील स्वरूपाची टीका होते -

(१) शेती साहाय्यासाठी अपुरी तरतूद - WTO करारात लहान शेतकरी व शेतमजूर यांच्याकडे फारसे लक्ष देण्यात आले नाही. वास्तविक त्यांना अधिक अर्थसाहाय्याची गरज असते. असे अर्थसाहाय्य आदानांच्या स्वरूपात देण्यात यावे. प्रस्तावात तरतुदीत लवचीकता नाही.

(२) सेवेतील व्यापारात तोटा - बँकिंग, विमा, टेलिकम्युनिकेशन इ. सेवांच्या बाबतीत प्रगत देशांशी तुलना करता विकसनशील देशांना कमी लाभ होता; कारण या क्षेत्रांत प्रगत देश प्रगत तंत्राचा वापर करतात; व मोठ्या प्रमाणावरील बचतीचा त्यांना लाभ होतो.

(३) जागतिक व्यापार संघटनेची हुकूमत - WTO च्या करारात राष्ट्रीय निर्णय घेण्याच्या कुवतीवर हुकूमत गाजविण्यासाठी खूप जागा आहे. उदा. बौद्धिक संपदा हक्कांचा संपूर्ण वर्णपर राष्ट्रीय हुकमती खालून उचलून तो कठोर आंतरराष्ट्रीय शिस्ती खालील विषय बनविण्यात आला आहे; तसेच सेवा व्यापाराची व्याख्या मुक्त पद्धतीने करून तो सेवेतील व्यापारावरील सर्वसाधारण करार कक्षेत आणण्यात आला. तसेच राष्ट्रीय गुंतवणूक आंतरराष्ट्रीय शिस्तीचा विषय बनविण्यात आला; अशा तरतुदींमुळे विकसनशील देशांचे अहित होते.

(४) मंत्रिमंडळ पातळीवरील बैठकीत अनावश्यक कालावधी - गॅटच्या यंत्रणेत मंत्रिमंडळ पातळीवरील बैठकीत फारसा कालावधी जात नसे. त्यामुळे प्रगत देशांना लहरीप्रमाणे आपल्या अधिकार क्षेत्रांत बदल करता येत नसे. मात्र जागतिक व्यापार संघटनेच्या करारानुसार मंत्रिमंडळ परिषद किमान २ वर्षांतून एकदा घेण्याची तरतूद आहे. त्यामुळे प्रगत देशांत आपल्या इच्छेप्रमाणे बदल घडवून आणण्यास संधी मिळते. त्यामुळे ही संघटना देशाच्या सार्वभौमात्वावर बेकायदेशीरपणे आक्रमण करण्याचा प्रयत्न करते.

(५) विकसित देशांची हस्तक - जागतिक स्तरावर ज्या संस्था आणि संघटना स्थापन करण्यात आल्या. त्या सर्वांवर श्रीमंत देशांचे वर्चस्व आहे. WTO त्याला अपवाद नाही. त्यामुळे WTO ही संघटना अमेरिका, युरोपातील विकसित देशांची हस्तक म्हणून कार्य करते अशी टीका केली जाते.

(६) जाचक नियम - बौद्धिक संपदा, सुती कापड, कृषी-माल इ. चा व्यापार

करण्यासाठी जागतिक व्यापार संघटनेने काही नियम तयार केले आहेत. मात्र बहुतेक सभासद देशांना ते नियम जाचक वाटतात. विशेषत: अल्प विकसित देशांना जागतिक व्यापार संघटनेच्या नियमाबाबत नाराजीचा सूर आहे. त्यामुळे वरील वस्तू व सेवांच्या व्यापारावर प्रतिकूल परिणाम होईल; अशी भीती या देशांना वाटते.

(७) व्यापारासंबंधी वादाचे विषय - पर्यावरण संरक्षण, मानवी हक्क, स्वस्त श्रमिक पुरवठा इ. सारख्या वादाच्या विषयांचा विकसनशील देशांच्या व्यापाराशी संबंध जोडला जातो. त्यामुळे अशा देशांच्या निर्यातीवर बंधने लादली जातात.

(८) आसमान स्पर्धा - विकसित देशांशी विकसनशील देशांना स्पर्धा करावी लागते. खुल्या व्यापारातील अडथळे दूर करण्याच्या सबबीखाली शेतीला आधार देण्याची पद्धती मोडीत काढली जाते. परंतु, बहुराष्ट्रीय कंपन्यांच्या कारभारावर कोणतेही नियंत्रण नसते. तसेच प्रगत देशांकडे जैविक पेटंटविषयी सामर्थ्यशाली शक्ती असते. त्यांच्याशी स्पर्धा करणे विकसनशील देशांना शक्य होत नाही.

(९) जीवितांचा पेटंट अयोग्य - सर्व जीवित प्रकारांविषयी वनस्पती व सूक्ष्म जैविक यांच्या समावेशासह संबंधित हक्कांची तरतूद अयोग्य वाटते. ते संशोधन वाटत नाही; तर ती नैसर्गिक देणगी असते. तो शोध नव्हे. शोधाप्रमाणे त्याची योग्य अशी व्याख्या करता येत नाही. शिवाय पेटंट कायद्याच्या चौकटीत बसेल असे त्याचे वर्तनही करता येत नाही. त्याच्या निपजण्याची पद्धत असत नाही? अशा स्थितीत मक्तेदारीचा हक्क कसा देता येईल. प्रक्रियेत थोडा-फार बदल केल्यास त्याला नवीन म्हणता येईल. उदा.- हळदीचे पेटंट मिसिसिंपी मेडिकल सेंटरला मिळाले होते. परंतु, हळदीचे गुणधर्म भारतीयांना पूर्वीपासून माहीत होते. हे भारतीय विज्ञान व संशोधन परिषदेने पुराव्यासह सिद्ध केल्याने अमेरिकेचे पेटंट रद्द झाले; भविष्यात अशा समस्यांबाबत WTO ने उपाय शोधले पाहिजेत.

(१०) सार्वजनिक वाटपपद्धतीकडे दुर्लक्ष - गरिबांना दिलासा देणारी पद्धती म्हणून सार्वजनिक वाटप पद्धतीला महत्त्वाचे स्थान आहे. मात्र, या करारात त्याकडे दुर्लक्ष झाले आहे. सार्वजनिक वितरण व्यवस्थेतील खरेदी करण्याच्या व बाजारातील किमतीला विकण्याच्या तरतुदींकडे दुर्लक्ष झाले आहे. सध्या बाजारातील वाढत्या किमतीचा गरिबांच्या राहणी खर्चावर अनिष्ट परिणाम होतो. भारतासारख्या देशात अनेकांची भूक ही बहुतांशी लोकांची सत्वर संबंधित बाब म्हणून लक्षात घेतली पाहिजे.

८.६ **ब्रिक्स** (Brics)

ब्रिक्सचे पाच सदस्य देश म्हणजे ब्राझील, रशिया, भारत, चीन व द. आफ्रिका होय. ब्रिक्स देशांच्या आतापर्यंत ७ जागतिक परिषदा झाल्या आहेत. २०१२ मध्ये दिल्ली

येथे भरलेल्या परिषदेत ब्रिक्स विकास बँक स्थापन करण्यावर चर्चा झाली होती. २०१४ मध्ये फोरटालिझा परिषदेत दोन वित्तीयसंस्था स्थापन करण्यावर चर्चा झाली. १०० बिलीयन अमेरिकन डॉलर्सच्या संकटकालीन राखीव व्यवस्थानिधी स्थापन करण्याचे ठरले. सदस्य देशांना उद्‌भवणाऱ्या आर्थिक अडचणीवर मात करण्यासाठी या निधीची स्थापना करण्यात आली.

ब) ब्रिक्सूची वैशिष्ट्ये / कार्ये :

१) ब्रिक्सगट कायदेशीर आंतरराष्ट्रीय व्यवस्था व अस्तित्वात येण्यासाठी प्रयत्न करील. संयुक्त राष्ट्र संघटनेच्या परिषदेत सुधारणा करणेसाठी प्रयत्न करील.

२) ब्रिक्सगट दक्षिण-आफ्रिका आराखडा तयार करून एकमेकांशी सहकार्य करील.

३) ब्रिक्सगट विकसित आणि विकसनशील देशांमध्ये दुवा म्हणून काम करेल. उदा., जागतिक व्यापार संघटना आणि ब्रिक्स गट योग्य कृषी धोरणे राबविण्यासाठी प्रयत्न करतील. युरोपिअन संघ आणि अमेरिकन कृषीमाल उत्पादनासाठी त्यांच्या शेतकऱ्यांना भरघोस अनुदाने (subsidies) देतात. त्यामुळे विकसनशील देशांचे नुकसान होते ते होऊ नये म्हणून ब्रिक्सू जागतिक व्यापार संघटनेवर दबाव निर्माण करील.

४) विकसनशील देशांना ब्रिक्स गटाकडून व्यापार वातावरणातील बदल (climate change), निर्यात समस्या, औद्योगिक व उत्पादित वस्तूंचे उत्पादन इत्यादी होणाऱ्या वाटाघाटीत सहकार्य केले जाईल.

५) विकसनशील देश ब्रिक्स बँक आणि संकटकालीन राखीवनिधी या टप्प्याटप्प्याने आर्थिक भर घालून या संस्थांची सौदाशक्ती वाढ करतील.

६) उद्योग परिषद, माहितीची देवाण-घेवाण, शैक्षणिक, सांस्कृतिक आणि पर्यावरण व्यवस्थापन इत्यादींबाबतीत सहकार्य होण्यासाठी व्यासपीठ निर्माण केले आहे.

७) जागतिक बँक आणि आंतरराष्ट्रीय नाणेनिधीच्या विकसित देश पूरक आर्थिक धोरणे व वाटचालीस समर्थपणे तोंड देण्यासाठी ब्रिक्स बँक स्थापन केली जाईल.

८) ब्रिक्सगट जागतिक स्तरावर मध्यम गटातील गरीब, विकसनशील देशांचे हित जपण्यासाठी कटीबद्ध राहील.

ब्रिक्स बँक

ब्रिक्स गटातील देशांमध्ये पायाभूत सुविधा निर्माण करणे व त्यासाठी लागणारे प्रचंड आर्थिक बळ उपलब्ध व्हावे म्हणून मार्च २०१२ च्या दिल्ली येथे भरलेल्या ब्रिक्सू

परिषदेत चर्चा झाली व त्या चर्चेचे फलीत म्हणून ब्रिक्स बँकेची स्थापना करण्याचे निश्चित करण्यात आले. या संकल्पनेला जागतिक स्तरावर अनेक नामवंत अर्थतज्ज्ञांपैकी जोसेफ स्टिर्गल्टीझ आणि निकोलस स्टर्न या दोघांनी ब्रिक्स बँकेने जागतिक आव्हानापैकी हरित तंत्रज्ञान राबविली जाण्यासाठी प्रयत्न करावेत. आर्थिक व राजकीय शक्ती म्हणून आंतरराष्ट्रीय विकासात भरीव कामगिरी ब्रिक्सूकडून अपेक्षित आहे. १५ जुलै, २०१४ रोजी सुरू झालेल्या ब्रिक्सू चे परिषदेत ब्रिक्टर बँक स्थापन करण्याची घोषणा झाली. ब्रिक्स बँकेचे भागभांडवल १०० बिलीयन अमेरिकन डॉलर्स इतके असून याव्यतिरिक्त १०० बिलीयन अमेरिकन डॉलर्स राखीवनिधी म्हणून ठेवला जाईल. ब्रिक्सच्या गटातील देशांमध्ये व्यापार, बँकेचे मुख्यालय शांघाय, चीन निश्चित करण्यात आले मात्र पहिल्या अध्यक्षपदाचा मान भारताच्या श्री. के. व्ही. कामत यांना मिळाला. बँकेच्या संचालक मंडळाचे चेअरमन ब्राझीलचे असून विश्वस्त मंडलाचे कार्यकारी संचालक रशियाचा असेल.

बँकेची उद्दिष्टे

१) ब्रिक्स प्रामुख्याने सदस्य देशांत पायाभूत सुवधिा निर्माण करण्यासाठी कर्जपुरवठा करील त्यासाठी दरवर्षी ३४ बिलीयन डॉलर्सराखून ठेवण्यात आले.

२) ब्रिक्स बँकेची शाखा म्हणून विकास बँकेचे दक्षिण आफ्रिकेत विभागीय बँकेचे सुरुवातीचे भांडवल ५० बिलीयन डॉलर्स इतके राहील. प्रत्येक देशाने १० बिलियन डॉलर्स द्यावयाचे असून ते १०० बिलीयन डॉलर्सपर्यंत वाढविता येईल. कोणत्याही चार देशांच्या संमतीशिवाय सदस्य देश भांडवलाचा वाटा वाढवू शकत नाही.

३) नवीन देश ब्रिक्स बँकेचा सभासद होऊ शकतो मात्र भाग भांडवल कोणत्याही परिस्थितीत ५५% पेक्षा खाली असणार नाही.

४) **संकटकालीन राखीवनिधी व्यवस्था :** ब्रिक्स गटातील देशांना व्यवहारतोलामुळे निर्माण होणाऱ्या समस्येवर मात करण्यासाठी रोखता पुरविण्याचे तात्पुरते कार्य या निधींतर्गत करण्यात येणार आहे. जागतिक रोखतेच्या प्रश्नावर मात करणेसाठी या निधीची स्थापन करण्यात आली आहे. ब्रिक्सू गटातील देशांना या चलनाची किंमत कमी झाल्यास तात्पुरत्या स्वरूपात या निधीद्वारे मदत दिली जाईल. अमेरिकेचे वित्तीय विस्तारवादी (Monetary Expausion) धोरणामुळे निर्माण होणारी आर्थिक अस्थिरता टाळण्यासाठी ह्या निधीमधून मदत दिली जाईल. हा निधीचे वसूल भागभांडवल १० बिलीयन अमेरिकन डॉलर्स असणार असून प्रत्येक सदस्य देशाने २ बिलीयन डॉलर्सचा

वाटा द्यावयाचा आहे. अतिरिक्त ४० बिलीयन डॉलर्स इतके भाग भांडवल असणार असून चीन ४१ बिलियन डॉलर्स देईल तर ब्राझील रशिया आणि भारत प्रत्येकी १८ बिलीयन डॉलर्स देईल. दक्षिण आफ्रिकेचा वाटा केवळ ५ बिलीयन डॉलर्सचा असेल. या निधीच्या कामकाजाला २०१६ मध्ये प्रारंभ होईल.

इ) ब्रिक्स गटातील असमानता :

१) चीनची अर्थव्यवस्था जगातील दोन नंबरची अर्थव्यवस्था असून ब्रिक्स गटातील सर्व अर्थव्यवस्था एकत्र मिळविण्याची तरी चीनची अर्थव्यवस्था मोठी असल्याने या गटात चीनचे वर्चस्व असण्याची शक्यता असून ते इतर देशांना मारक ठरू शकते.

२) चीनची राजकीय इच्छा इतर देशांना मारक करू शकते.

३) चीनने स्वत:च्या चलनाचे मूल्य (युआन) मुद्दामहून कमी ठेवून उभरल्या अर्थव्यवस्थाच्या निर्मातीला आव्हान निर्माण केली. परिणामी, त्यांची निर्यात कमी झाली. याबाबत अनेक देशांच्या मध्यवर्ती बँकेने चीन बद्दल तक्रारी केल्या आहेत.

४) ब्रिक्स गटातील देशांत अनेक प्रकारचे शासनव्यवस्था कार्यरत आहेत. त्यामुळे ब्रिक्स हा आंतरराष्ट्रीय पातळीवरील औपचारिक गट म्हणून उदयाला येण्यात अडचणी आहेत.

५) देशाच्या सुरक्षिततेबद्द ब्रिक्सगट एकसुपर पॉवर म्हणून उदयाला येण्यात अनेक अडचणी आहेत.

६) ब्रिक्स गटातील देशामध्ये अनेक बाबतीत साम्य नाही. चीनची अर्थव्यवस्था २६ पटीने दक्षिण आफ्रिकन अर्थव्यवस्थेपेक्षा मोठी आहे. भारतातील दरडोई उत्पन्न रशियाच्या दरडोई उत्पन्नापेक्षा एक दशांश पटीने कमी आहे.

अनेक बाबतीत असमानता असली तरी एक उभरती आर्थिक व्यवस्था म्हणून भविष्यात ब्रिक्स गटाकडे बघणे योग्य ठरेल. अमेरिका आणि युरोपीय संघातील देशांच्या साम्राज्यवादी धोरणांना विरोध करण्यासाठी ब्रिक्स गटाचा निश्चितच उपयोग होईल. विकसित देशांचे प्रतिनिधित्व करणाऱ्या व त्यांच्या वर्चस्वाखाली कार्य करणाऱ्या संस्थापैकी आंतरराष्ट्रीय नाणेनिधी, जागतिक बँक आणि आंतरराष्ट्रीय विकास संघटना यांना काही प्रमाणात शह देण्याचे काम ब्रिक्स गट व ब्रिक्स बँक करेल, असा आशावाद बाळगण्यास हरकत नसावी.

सराव प्रश्न :

१. खालील प्रश्नांची प्रत्येकी २० शब्दांत उत्तरे लिहा.

अ) सार्कची चार उद्दिष्टे सांगा.

ब) आंतरराष्ट्रीय नाणेविधीची चार उद्दिष्टे सांगा.

क) जागतिक व्यापार संघटनेची कार्ये सांगा.

ड) जागतिक बँकेची चार उद्दिष्टे सांगा.

२. खालील प्रश्नांची प्रत्येकी ५० शब्दांत उत्तरे लिहा.

अ) सार्कची उद्दिष्टे सांगा.

ब) सार्कची कार्ये सांगा.

क) सार्कचे स्वरूप सांगा.

ड) नाणेनिधीची कार्ये सांगा.

इ) जागतिक बँकेची कार्ये सांगा.

ई) ब्रिक्सची कार्ये सांगा.

उ) जागतिक व्यापार संघटनेची उद्दिष्टे सांगा.

ऊ) जागतिक व्यापार संघटनेची कार्ये सांगा.

३. खालील प्रश्नांची प्रत्येकी १५० शब्दांत उत्तरे लिहा.

अ) सार्कचे महत्त्व सांगून स्वरूप स्पष्ट करा.

ब) नाणेनिधीचे महत्त्व सांगून स्वरूप स्पष्ट करा.

क) जागतिक बँकेचे महत्त्व सांगून स्वरूप स्पष्ट करा.

ड) जागतिक व्यापार संघटनेचे महत्त्व सांगून स्वरूप स्पष्ट करा.

इ) ब्रिक्सची उद्दिष्टे सांगा.

४. खालील प्रश्नांची प्रत्येकी ३०० शब्दांत उत्तरे लिहा.

अ) सार्कचे योगदानाबाबत चर्चा करा.

ब) सार्कची उद्दिष्टे आणि कार्ये स्पष्ट करा.

क) आंतरराष्ट्रीय नाणेनिधीची उद्दिष्टे, स्वरूप आणि कार्ये स्पष्ट करा.

ड) जागतिक बँकेचे महत्त्व, स्वरूप, उद्दिष्टे स्पष्ट करा.

इ) जागतिक व्यापार संघटनेच्या कार्याचे मूल्यमापन करा.

ई) ब्रिक्सची माहिती सांगून वैशिष्ट्ये / कार्ये स्पष्ट करा.

पारिभाषिक शब्दावली

Agricultural Marketing - शेतमाल विपणन/विक्री

Balance of Payments - व्यवहारतोल

Balance of Trade - व्यापारतोल

BIFR - औद्योगिक आणि वित्तीय पुनर्रचना मंडळ

Build, Operate and Transfer-BOT - बांधा, व्यवस्थापन करा आणि हस्तांतरण करा

Common Agricultural Policy - सामान्य शेती धोरण

Composition - संरचना

Constraints in Agricultural Development - शेती विकासातील अडथळे

Consumption of Food - अन्नाचा उपभोग

Council of Ministers - मंत्रिमंडळ

Disinvestment - अपगुंतवणूक

Dualistic Economy - दुभंगलेली अर्थव्यवस्था

Economic Planning - आर्थिक विकास

Emerging Economy - नवीन उदयास येणारी अर्थव्यवस्था

Export Basket - निर्यात टोपली

Export Promotion Scheme - निर्यात प्रोत्साहन योजना

External Commercial Borrowing - बाह्य व्यावसायिक कर्ज

Farm Income Insurance Scheme - शेती उत्पन्न विमा योजना

Foreign Capital - परकीय भांडवल

Foreign Institutional Investments - परकीय संस्थात्मक गुंतवणुकदार

Foreign Trade Policy - परकीय व्यापार धोरण

Gender Related Development Index-GDI - लिंगाधारित विकास निर्देशांक

Global Economic Development - जागतिक आर्थिक विकास

Global Prespective - जागतिक दृष्टिकोनातून

Globalization - जागतिकीकरण

Huge Population Growth - लोकसंख्येत प्रचंड वाढ

Human Development - मानवी विकास

Human Development Index - मानवी विकास निर्देशांक

Human Poverty Index - मानवी दारिद्र्य निर्देशांक

Information Technology - माहिती तंत्रज्ञान

Infrastructure Development - पायाभूत क्षेत्राचा विकास

Invisibles - सेवांचा व्यवहार

Large, Small and Medium Scale Enterprises - मोठ्या, लघु आणि मध्यम
    उद्योजक

Liberalization - उदारीकरण

Low Rate of Capital Formation - भांडवल निर्मितीचा अल्प दर

Maastcht Treaty - मॅस्ट्रिच करार

Marchandise Trade - वस्तूंचा व्यवहार

Micro Finance - सूक्ष्म वित्त

Mineral Fuels - वंगण

Most Essential and Productive Purpose - आवश्यक बाबींसाठी आणि
    उत्पादक हेतूसाठी

MRTP Act - मक्तेदारी आणि प्रतिबंधक व्यवहार कायदा

Multilateral Lending - बहुपक्षीय कर्ज

NDC - राष्ट्रीय नियोजन परिषद

OECD - आर्थिक विकास आणि सहकार्य संघटना

Official Exchange Rate - सरकारी विनिमय दर

OPEC - पेट्रोल निर्यात देशांची संघटना

People's Plan - जनता योजना

Per Capita Income - दरडोई उत्पन्न

Poor Quality of Human - मानवी भांडवलाचा निकृष्ट दर्जा

Portfolio Investment - रोखारूपी गुंतवणूक
Post Liberalization Era - उदारीकरणानंतर
Predominance of Agriculture - शेतीचे वर्चस्व
Privatization - खाजगीकरण
Public Foreign Capital - सार्वजनिक परकीय भांडवल
Rural Indebtedness - ग्रामीण ऋणग्रस्तता/कर्जबाजारीपणा
Service Sector - सेवा क्षेत्र
Special Focus Initiative - विशेष केंद्रीय पुढाकार
Standing Committee - स्थायी समिती
Staple Commodities - तंतू पदार्थ
Strategy - व्यूहरचना
Targets - लक्ष्ये
Trade Economic Development - व्यापार व आर्थिक सहकार्य
Wide Spread Chronic Unemployment - सार्वत्रिक कायमस्वरूपी बेकारी
World Development Report - जागतिक विकास अहवाल

संदर्भसूची

१) अर्थसंवाद विविध अंक

२) आर्थिक सर्वेक्षण २०१४-१५, भारत सरकार

३) इंटरनेट/वेबसाईट

४) झामरे डॉ. जी. एन. 'भारतीय अर्थव्यवस्था-विकास व पर्यावरणात्मक अर्थशास्त्र' पिंपळापुरे ॲण्ड कंपनी पब्लिशर्स, नागपूर (२००८)

५) ढमढेरे डॉ. एस. व्ही., शिंदे डॉ. एस. जी., 'भारतीय आणि जागतिक आर्थिक विकास', डायमंड पब्लिकेशन्स, पुणे (२०१०)

६) ढमढेरे डॉ. एस. व्ही., 'आंतरराष्ट्रीय अर्थशास्त्र' डायमंड पब्लिकेशन्स, पुणे (२०१०)

७) रंजन कोळंबे, 'भारतीय अर्थव्यवस्था' भगीरथ प्रकाशन, पुणे (२०१४-१५)

८) रायखेलकर, दामजी 'भारतीय अर्थव्यवस्था' विद्या बुक्स पब्लिशर्स, औरंगाबाद (२०१३)

९) विजय कविमंडन, 'विकासाचे अर्थशास्त्र आणि नियोजन' श्री. मंगेश प्रकाशन, नागपूर (१९९८)

10) Bhatia H. L. Public Finance Vikas Publishing House Pvt. Ltd., New Delhi (1984)

11) Gaurav Datt and Ashwani Mahajan - Indian Economy, S.Chand and Co. Pvt. Ltd. New Delhi (2015)

12) Musgrave and Musgrave 'Public Finance in Theory and Practice World Development Report (1969)

13) Tyagi B. P. 'Public Finance' Jai Prakash Nath Co. Meerat, U.P. (1992-93)